குமரி நிலநீட்சி

குமரி நிலநீட்சி

சு. கி. ஜெயகரன் (பி. 1946)

தாராபுரத்தில் பிறந்த சு. கிறிஸ்டோஃபர் ஜெயகரன், புவியியலில் காரைக்குடி அழகப்பா கல்லூரியில் இளங்கலைப் பட்டமும் சென்னை மாநிலக் கல்லூரியில் முதுகலைப் பட்டமும் இங்கிலாந்து லஃப்பரோ பல்கலைக்கழகத்தில் நிலத்தடி நீர் ஆய்வு தொடர்பான சான்றிதழ் பட்டமும் பெற்றவர்.

அரசுசாரா நிறுவனம் ஒன்றில் தமிழக நீர்வள ஆய்வுக் குழுவின் தலைவராக எழுபதுகளில் பணியாற்றிவிட்டு தன்சனீய அரசின் நிலத்தடி நீர்வள ஆலோசகப் பணிபுரிந்த பின், காமன்வெல்த் செயலகத்திற்காக மேற்கு ஆப்பிரிக்க நாடான சியராலியோனில் பணியாற்றினார். ஜப்பானிய நிறுவனம் ஒன்றிற்காக பல மேற்கு ஆப்பிரிக்க, தெற்கு ஆப்பிரிக்க நாடுகளில் பணியாற்றிய பின் ஜெர்மானிய நிறுவனம் ஒன்றிற்காக சாம்பியாவில் பணியாற்றி விட்டு 2011இல் ஓய்வு பெற்றபின் பெங்களூரில் வசிக்கிறார்.

வரலாற்றுக்கு முற்பட்ட காலத்திய தொல்லியல், ஆதிமனிதக் குடியேற்றம், தமிழின வரலாறு ஆகிய துறைகளில் ஆர்வம் கொண்ட ஜெயகரனின் ஆய்வுக் கட்டுரைகள் இந்திய மற்றும் வெளிநாட்டு ஆய்விதழ்களில் வெளியாகியுள்ளன.

இவர் எழுதிய இதர நூல்கள் 'மூதாதையரைத் தேடி' (கிரியா), 'தளும்பல்' (உயிர்மை), 'மணல்மேல் கட்டிய பாலம்' (காலச்சுவடு) 'கறுப்பு கிறிஸ்துவும் வெள்ளை சிங்கங்களும்' (உயிர்மை).

சு.கி. ஜெயகரன்

குமரி நிலநீட்சி
குமரிக்கண்டம் (லெமூரியா) – ஓர் ஆய்வு

காலச்சுவடு பதிப்பகம்

அன்பார்ந்த வாசகருக்கு,

வணக்கம்.

காலச்சுவடு நூலை வாங்கியமைக்கு நன்றி.

நூலின் உள்ளடக்கம், உருவாக்கம், அட்டைப்படம் இன்ன பிற அம்சங்கள் பற்றிய உங்கள் கருத்துகளையும் ஆலோசனைகளையும் காலச்சுவடு வரவேற்கிறது. தகவல், எழுத்து, வாக்கியப் பிழைகள் தென்பட்டால் அவசியம் தெரிவித்து உதவுங்கள். நூல் தயாரிப்பில் கடும் குறைபாடு இருப்பின் மாற்றுப் பிரதி உங்களுக்குக் கிடைக்கக் காலச்சுவடு ஏற்பாடு செய்யும்.

மின்னஞ்சல்: **publisher@kalachuvadu.com**

காலச்சுவடு நாகர்கோவில் அலுவலகத்திற்குக் கடிதம் அனுப்பலாம்.

தங்கள்
எஸ்.ஆர். சுந்தரம் (கண்ணன்)
பதிப்பாளர் — நிர்வாக இயக்குநர்

குமரி நிலநீட்சி ● ஆராய்ச்சி நூல் ● சு. கி. ஜெயகரன் ● © சு. கி. ஜெயகரன் ● முதல் பதிப்பு: டிசம்பர் 2002, திருத்தப்பட்ட நான்காவது பதிப்பு: டிசம்பர் 2012, பத்தாம் பதிப்பு: ஜூலை 2024 ● காலச்சுவடு பப்ளிகேஷன்ஸ் (பி) லிட்., 669 கே. பி. சாலை, நாகர்கோவில் 629001 ● முன்னட்டை: தென்னிந்தியத் தீபகற்பம், இலங்கைத் தீவைச் சுற்றியுள்ள கடலடித்தளம். பின்னட்டை: கடலடிச் சிதிலங்களின் பின்னணியில், ஜப்பானிய ஓவியர் ஹொகுசாயி (1797 – 1800) வரைந்த கடலலைகளின் சித்தரிப்பு. அட்டைப்பட வடிவமைப்பு: சுஜித் சுஜன்.

Kumari Nilaneetchi ● Research work ● S.C. Jayakaran ● © S.C. Jayakaran ● First Edition: December 2002, Fourth Reprint with Corrections: December 2012, Tenth Edition: July 2024 ● Size: Demy 1/8 ● Paper: 18.6kg maplitho ● Pages: 224

Published by Kalachuvadu Publications Pvt. Ltd., 669 K.P. Road, Nagercoil 629 001, India ● Phone: 91-4652-278525 ● e-mail: publications @kalachuvadu.com ● Cover: Sea floor map around South India and Sri Lanka in the background of underwater archaeological ruins; Hokusai's (1797-1800) block print painting 'view through the waves off the coast of Kanagawa' ● Printed at Compuprint Premier Design House, Chennai 600086

ISBN: 978-81-87477-34-1

07/2024/S.No.197, kcp 5189, 18.6 (10) 1k

அளவில்லா அன்பைப் பரப்பிய
அண்ணன் எட்வர்ட் திலகராஜின்
நினைவுக்கு

பொருளடக்கம்

குமரி நிலநீட்சி: ஒரு 'தொன்ம'த்தின் முடிவு?	11
அறிமுகமாக . . .	15
நன்றி	21
1. குமரி எனும் நிலநீட்சி பற்றிய இலக்கியக் குறிப்புகள்	23
2. மறைந்த கண்டங்கள் பற்றிய மரபுகள்	51
3. பூமி - ஓர் அறிமுகம்	
ஆதிமனிதக் குடியேற்றம் - நாகரிகவளர்ச்சி	91
4. கடல்மட்ட மாற்றங்களின் விளைவுகள்	141
5. குமரி எனும் நிலநீட்சி	163
முடிவுரை	185
இணைப்புகள்	193
சான்றுப் பட்டியல்	207
பொருளடைவு	221

படங்களின் பட்டியல்

		பக்க எண்
1.	தாலமியின் இலங்கைப் படம் (கி.பி. 140)	38
2.	வளையவால் லிமர்	53
3.	புலவர் குழந்தை தயாரித்த பழந்தமிழகம் வரைபடம்	58
4.	கா. அப்பாதுரை தயாரித்த லெமூரியா (இன்றைய நிலை) வரைபடம்	60
5.	உருவகிக்கப்பட்ட லெமூரியன் படம்	63
6.	இரா. மதிவாணன் தயாரித்த லெமூரியா வரைபடம்	66
7.	பூமியின் உள் அமைப்பு	96
8.	கம்ப்யூட்டரின் உதவியுடன் எட்வர்ட் புல்லர்ட் செய்த கண்டங்களின் பொருத்தம்	100
9.	கண்டங்கள் நகர்வதால் 50 மில்லியன் ஆண்டுகளுக்குப் பின் உலகம்	102
10.	கண்டத் தட்டுகளின் எல்லைகள்	104
11.	கடலடித் தளம் விரிவடைதல்	106
12.	இமயமலை - மடிப்பு மலைகள் உருவாதல்	107
13.	19-20ஆம் நூற்றாண்டுகளில் கடல் மட்ட உயர்வைக் காட்டும் வரைகோடு	145
14.	கடந்த இருபதாயிரம் ஆண்டுகளில் ஏற்பட்ட கடல்மட்ட உயர்வைக் காட்டும் வரைகோடு	147
15.	கடந்த இருபதாயிரம் ஆண்டுகளில் இந்தியாவின் மேற்குக் கரையில் ஏற்பட்ட கடல்மட்ட உயர்வைக் காட்டும் வரைகோடு (ராஜிவ் நிகம் குழுவினர் கணிப்பு)	149
16.	இந்திய இலங்கை நிலமுறிவுகள்	170
17.	இந்திய இலங்கை புவியியலமைப்பு 15 ஆயிரம் ஆண்டுகளுக்கு முன்	தனி இணைப்பு
18.	இந்திய இலங்கை புவியியலமைப்பு 10 ஆயிரம் ஆண்டுகளுக்கு முன்	,,
19.	இந்திய இலங்கை புவியியலமைப்பு 8-9 ஆயிரம் ஆண்டுகளுக்கு முன்	,,
20.	இந்திய இலங்கை புவியியலமைப்பு 7-8 ஆயிரம் ஆண்டுகளுக்கு முன்	,,
21.	மூழ்கிய நிலநீட்சியின் பக்கவாட்டுத் தோற்றம் (தென் - வடல்)	177
22.	மூழ்கிய நிலநீட்சியின் பக்கவாட்டுத் தோற்றம் (தென்மேற்கு - வடகிழக்கு)	178

குமரி நிலநீட்சி :
ஒரு 'தொன்ம'த்தின் முடிவு?

மானுட இனத்தின் தோற்றம் குறித்து, 'மூதாதையரைத் தேடி' என்ற மிகச் சிறந்த அறிவியல் ஆராய்ச்சி நூலைச் சில ஆண்டுகளுக்கு முன் தமிழ் கூறும் நல்லுலகிற்குத் தந்த சுந்தரராஜ் கிறிஸ்டோஃபர் ஜெயகரன், மற்றொரு முக்கியமான பங்களிப்பை இப்போது வழங்கியுள்ளார்.

நிலவியலை (Geology) முறையாகப் பயின்று ஆஸ்திரேலியா, இங்கிலாந்து, பப்புவா நியூகினி, ஜப்பான், ஆப்பிரிக்க நாடுகள் என பல்வேறு இடங்களில் தனது துறை சார்ந்த ஆய்வுப்பணிகளைப் பல ஆண்டுகளாக மேற்கொண்டுவரும் இந்த நூலாசிரியர் ஒரு உண்மையான தமிழ்ப் பற்றாளர். தான் பணியாற்றிவரும் இடங்களில் காண நேரிட்ட பண்பாட்டு, நாகரிக மரபுகளைத் தமிழர்களின் மரபுகளுடன் ஒப்பிட்டுப் பார்த்து அவற்றின் வரலாற்றுத் தன்மையையும், சிறப்பையும் வியந்து, பாராட்டி, மகிழ்பவர். தமிழகத்திலும் உலகின் பிற பகுதிகளிலும் மேற்கொள்ளப்படும் அகழ்வாராய்ச்சிகள், தொல்லுயிர் ஆராய்ச்சிகள், மானிடவியல் ஆராய்ச்சிகள் முதலியவற்றைக் கூர்ந்து கவனித்து, அவற்றின்வழி கண்டறியப் படும் அறிவியல் உண்மைகளை உடனுக்குடன் திரட்டிக் கொள்பவர்.

இத்தகைய அறிவியல் பின்னணியைக் கொண்ட சு.கி. ஜெயகரன், தனது சோதனைக்கூடத்தில், 'குமரிக் கண்டம்' (அல்லது 'லெமூரியாக் கண்டம்') பற்றிப் பல பத்தாண்டுகளாகப் பல்வேறு வடிவங்களில் நிலவி வருகின்ற கருத்து மரபினை நுண்ணிய ஆராய்ச்சிக்கும் பகுத்தாய்வுக்கும் உட்படுத்தியதின் விளைவுதான் 'குமரி நிலநீட்சி' என்ற இந்த நூல்.

கடல் கொண்ட நிலப்பரப்பொன்று குறித்த இலக்கியக் குறிப்புகளும், அவற்றுக்கு உரையாசிரியர்கள் தந்த விளக்கங் களும் தமிழர்கள் பன்னூறு ஆண்டுகளாக அறிந்தவையே. ஆனால் அவற்றில் 'குமரிக்கண்டம்' என்ற சொற்றொடர்- அதிலும் குறிப்பாக 'கண்டம்' (Continent) என்று நாம் கொள்ளும் பொருளில் – எங்கும் இடம்பெறுவதில்லை. இலக்கியம் கூறும் அந்த நிலப்பரப்பு இருந்ததற்கான வலுவான ஆதாரங்களை இலக்கியத்திற்கு வெளியே இருந்து திரட்டு வதற்கான முயற்சி இதுவரை முழு நிறைவுபெறவில்லை. ஆனால், பல நூற்றாண்டுகளாக வழங்கி வந்த இலக்கிய மரபுடன் 19ஆம் நூற்றாண்டைச் சேர்ந்த சில ஐரோப்பிய அறிஞர்களின் கூற்றுக்கள் இணைந்து 'குமரிக்கண்டம்' (லெமூரியாக் கண்டம்) என்ற தொன்மம் (Myth) உருவாகத் துணை புரிந்தன. குமரிக் கண்டம் (லெமூரியாக் கண்டம்) லெமூரியா நாகரிகத்தின் தொட்டில்; அதனைக் கடல் கொண்டது; கடற்கோளின்போது தப்பிச் சென்றவர்கள் சிந்து வெளி, சுமேரிய, பாபிலோனிய, எகிப்திய நாகரிகங்களை உருவாக்கினர்; மறைந்த கண்டம் பிளவுபட்டு நகர்ந்தபோது ஆதி மனிதர்கள் தெப்பத்தில் பயணிப்பது போலச் சென்றனர்; இன்று மூழ்கிப்போன, ஆனால் அன்றிருந்த நிலப் பாலங்கள் மீது சென்று ஆஸ்திரேலியாவில் குடியேறினர்; குமரிக் கண்டம், லெமூரியாக் கண்டம், கோண்டுவானாக் கண்டம் ஆகிய அனைத்தும் கடலில் மறைந்த ஒரு குறிப்பிட்ட நிலப் பரப்பைத்தான் குறிக்கின்றன; இங்குதான் மாந்த இனமே தோன்றிற்று; தமிழினம்தான் முதலில் தோன்றிய மாந்த இனம்; தமிழ் மொழிதான் முதலில் தோன்றிய மொழி; பிற மொழிகள் யாவும் இதிலிருந்து பிறந்தவையே – இவை போன்ற அடுக் கடுக்கான கருதுகோள்கள் உருவாக்கப்பட்டன. இவற்றுக்கு அறிவியல் அடிப்படைகள் இருப்பதாகவும் உரிமை கொண் டாடப்பட்டது. இத்தகைய கருதுகோள்களும் சொல்லாடல் களும், சென்ற நூற்றாண்டில் வடிவமைக்கப்பட்ட பண்பாட்டு, அரசியல் (தமிழ்) தேசியத்திலும் ஆழப் பதிந்து கொண்டன.

ஒரு 'மக்கள்' என்ற வகையில் தங்கள் அடையாளத்தை வரையறுக்க மொழியை முதன்மையான, அடிப்படையான கூறாகக் கொள்வதில் தமிழர்களுக்கு மிக நீண்ட வரலாறு உண்டு. மூன்று அரசுகள், ஐந்திணைகள் எனப் பாகுபடுத்தப் பட்ட பழங்காலத் தமிழகத்திலும் கூட, அப்பாகுபாடுகளைக் கடந்த பொது அடையாளம், 'வடவேங்கடம் முதல் தென்குமரி வரை' இருக்கவே செய்தது. உலகில் உள்ள பிற எல்லா மக்களையும் போலவே தமிழ் மக்களும் பிற மொழி

சு.கி. ஜெயகரன்

களையும் பண்பாடுகளையும் ஆக்கப்பூர்வமாக எதிர்கொண்டனர். அவற்றில் தமக்கு உகந்தவை எனக் கண்டதை உட்செரித்தனர். தங்கள் மீது திணிக்கப்பட்ட பண்பாட்டு, மொழி ஆதிக்கங்களை எதிர்த்துப் போராடினர்.

ஆங்கிலேயர் ஆட்சிக்காலத்தில், ஐரோப்பிய மொழியியலாளர்கள், கீழ்த்திசையியலாளர்கள் ஆகியோரின் சிந்தனைகளின் காரணமாக ஆதிக்க சாதியினர் தமது இன, பண்பாட்டு மேன்மையைப் பறைசாற்றிக்கொள்ளும் வாய்ப்பு உருவான வரலாற்றுச் சூழலில், தமிழ்மக்களின் மொழி, பண்பாட்டு அடையாளம் மீண்டும் ஒரு முறை கேள்விக்கு உட்படுத்தப்பட்டு, சிதைக்கப்பட்டு, மறுக்கப்பட்ட ஒரு வரலாற்றுச் சூழலில், தமிழ் மொழி 'நீசபாஷை' யாக்கப்பட்ட பொழுதில் தமிழ்மக்களின் பல்வேறு பிரிவினர் தத்தம் சமூக நிலைகளிலிருந்தும், நிலைப்பாடுகளிலிருந்தும் தமிழ் மொழியின், பண்பாட்டின், வரலாற்றின் தனித்தன்மையை, தமிழர்களின் அடையாளத்தை வலியுறுத்தப் பல்வேறு எதிர்க்கருத்துக்களை முன்வைத்தனர். சுந்தரம் பிள்ளை, அயோத்திதாசப் பண்டிதர், மறைமலையடிகள், தேவநேயப்பாவாணர், பெரியார் போன்ற – ஒருவருக்கொருவர் முற்றிலும் மாறுபட்டவர்களாகத் தோன்றுகிற – சிந்தனையாளர்களிடமும் அறிஞர்களிடமும் பொதுக் கூறொன்றும் இருப்பதை நம்மால் புரிந்துகொள்ள முடியும்.

இவர்கள் அனைவருமே ஏதோ ஒரு வகையில் பண்பாட்டு, அரசியல் (தமிழ்) தேசியம் தோன்றி வளர்வதற்கான காரணிகளாக அமைந்தனர். பெரியாரின் சுயமரியாதை இயக்கம், 1930களில் ஆதிக்க சாதி எதிர்ப்பும், பண்பாட்டு – மொழி ஆதிக்க எதிர்ப்பும் ஒன்று கலக்கும் கூடுதுறையாக மாறியது.

தங்களது பண்பாட்டு அடையாளமும் வரலாற்று மரபும் மறுக்கப்படும் எந்த ஒரு மக்களும், அவற்றை மீட்டெடுக்கவும் வலியுறுத்தவும் முயல்கையில், தம்மைக் குறித்த மிகைக் கற்பனைகளையும் கட்டுக்கதைகளையும் உருவாக்கிக் கொள்வதைக் காண்கிறோம். தமிழ் மக்களைப் பொறுத்தவரை, அவர்கள் இந்த மிகைக் கற்பனைகளையும் கட்டுக்கதைகளையும் உருவாக்கிக்கொள்வதற்கு ஐரோப்பியச் சிந்தனையாளர்களின் கருத்துக்களும் (அவற்றில் பலவற்றைத் தமது ஆட்சியை நிலைநிறுத்தும் பொருட்டு ஆங்கிலேயர் உற்சாகத்தோடு பரப்பி வந்தனர்) அக்கருத்துக்களால் ஊட்டம் பெற்ற ஆதிக்க சாதியினரின் தற்பெருமைகளும் இன மேன்மைக் கொள்கைகளும் காரணமாக இருந்தன. இங்கு ஒரு வரலாற்று முரண் என்னவெனில், ஐரோப்பியர்களினதும் ஆதிக்க

சாதியினரதும் சொல்லாடல்கள் சிலவற்றைத் தமிழ் ஆர்வலர்கள், தமிழ்ப்பற்றாளர்கள், எவ்விதப் பகுத்தாய்வு மின்றி, தமக்குப் பெருமை சேர்ப்பதாகக் கருதி ஏற்றுக் கொண்டதுதான்.

இந்தச் சிக்கலான வரலாற்று நிகழ்வுப்போக்கினை எப்படி வேண்டுமானாலும் விளக்கலாம். ஆதிக்க சாதியினரின் பண்பாட்டு இறுமாப்பு, தமிழ்மொழியின், தமிழ்மக்களின் தனித்தன்மையை மறுக்கும் போக்கு ஆகியவற்றை அவை ஏதோ ஒருபோதும் நிகழாதவை போலப் பாசாங்கு செய்து கொண்டு, தமிழ்/தமிழர் அடையாளத்தைப் பாதுகாக்க மிகு கற்பனைகளைப் புனைந்த, அல்லது அவற்றை உண்மை என உளமார நம்பியவர்களை எள்ளி நகையாடுவது எளிது. இதைத்தான் சிலர் – ஆதிக்க சாதியினரின் வரலாற்றுப் பாத்திரம் குறித்த சுய பரிசிலனையோ, அல்லது அது குறித்த கடுகளவு ஓர்மையோ இல்லாது – தொடர்ந்து செய்து வருகின்றனர். ஆதிக்க சாதியினர் தொடர்ந்து உருவாக்கி வந் துள்ள சுய பிம்பங்களின் ஒடுக்குமுறைத்தன்மை அவர்களது ஆய்வுக்கும் அக்கறைக்கும் அப்பாற்பட்டவை போலும்! ஆயினும், மேற்கூறிய காரணங்கள் அனைத்தும் 'குமரிக் கண்டம்', 'லெமூரியாக் கண்டம்' தொடர்பான அறிவியல் அடிப்படையற்ற கருதுகோள்களைத்தக்க வைத்துக்கொள் வதற்கான நியாயங்களாக அமைந்துவிடா. இக்கருதுகோள்கள் அனைத்தும் சு.கி.ஜெயகரனின் அறிவியல் விளக்கங்களாலும் சான்றுகளாலும் மறுதலிக்கப்பட்டுள்ளன. அறிவியல் நலன் கருதி அக்கருதுகோள்களை இனியேனும் கைவிட்டுவிடுவது தான் அறிவுடைமை. அக்கட்டுக் கதைகள் ஏதுமில்லாமலேயே தமிழர்கள் தம் தொல்சிறப்புப் பற்றியும் தம் பண்பாட்டு, நாகரிக வளர்ச்சி குறித்தும் பெருமைப்பட்டுக்கொள்ள எத்தனையோ சான்றுகள் உள்ளன. அவற்றில் சிலவற்றைத் திரட்டி தரும் அரும் பணியையும் ஆற்றியுள்ளார் சு.கி. ஜெயகரன். தமிழ்ப் பற்றாளர்கள் பலரிடையே அவரது நூல் புயலொன்றைக் கிளப்பக்கூடும். எனினும்.

எப்பொருள் யார்யார் வாய்க் கேட்பினும் – அப்பொருள்
மெய்ப் பொருள் காண்பது அறிவு

எஸ்.வி. ராஜதுரை

அறிமுகமாக . . .

தமிழ் உலகத்து மொழிகளில் தொன்மையானதொன்று. ஏறத்தாழ இரண்டாயிரத்து இருநூறு ஆண்டுகளுக்கு முற் பட்டது தொல்காப்பியம். இலக்கிய நெறிமுறைகளை விளக்கும் ஒரு இலக்கணம் எழுதப்படுமுன் பல இலக்கியங்கள் எழுதப்பட்டிருக்க வேண்டும். பின்னர் உருவாகிய சங்க இலக்கியங்களை மற்றைய மொழி இலக்கியங்களின் வளர்ச்சி யுடன் ஒப்பிட்டால் மலைக்கும் மடுவுக்குமுள்ள வேறு பாட்டைக் காணலாம். உலக அரங்கில் சங்ககால படைப்பு களில் ஒன்றான திருக்குறள் போன்ற அறநூலைக் காண்பது அரிது. களவாகட்டும், துறவாகட்டும், பிறப்பாகட்டும், இறப் பாகட்டும், இம்மையாகட்டும், மறுமையாகட்டும் வாழ்கையின் அனைத்து கூறுகளையும் அலசி, சாரத்தை இரு அடிகளில் சொல்லும் சிறப்பு எம்மொழியிலும் காணாதது.

சீர்மிகு சங்க இலக்கியங்களில் பல காலப்போக்கில் சமயச் சண்டைகளாலும், கரையான்களாலும் அழிந்துபட்டன. வடமொழி பாதிப்பு ஏற்படும் முன்னரே, தனித் தன்மையுடன் திகழ்ந்த மொழியும், மொழி சார்ந்த கலாச்சாரமும் தமிழ் தொல் சமூகத்தின் ஆதாரமாக அமைந்திருந்தன. ஆனால் தமிழினத்தைக் "கல் தோன்றி மண் தோன்றாக் காலத்திற்கும் முன்தோன்றிய மூத்தகுடி"யெனும் கூற்றை உயர்வு நவிற்சி யெனக் கொள்ளாமல், தமிழின் தொன்மையைக் கற்காலத் திற்கும் முற்பட்ட காலத்திற்குத் தள்ளுவது ஏற்புடையதன்று. காலக்கணிப்பை மிகைப்படுத்துவதால் தேவையற்ற சர்ச்சை களும், குழப்பங்களும் ஏற்படுகின்றன. வரலாற்று ஆய்வு எனும் ஒளிபுகாத காலத்திற்குத் தமிழனின் தொன்மையைக் கொண்டு செல்வதனாலேயே தமிழினம் பெருமையடையுமா? தொன்மையை மிகைப்படுத்துவதால் தமிழருக்கு பெருமை

சேர்க்கும் பரிமாணங்கள் பற்றிய நம்பகத்தன்மை குறைந்து விட வாய்ப்புகளுண்டு. தமிழினம் பெருமைப்பட்டு மார்தட்டி நிற்க அன்றைய இலக்கியங்கள், கலாச்சார மேம்பாடு என பலவற்றைக் கூறலாம். தமிழில் எழுதப்பட்ட காவியங்களை சமஸ்கிருத, சீன, கிரேக்க, லத்தீன், பாரசீக மற்றும் அரேபியக் காவியங்களுடன் ஒப்பிடலாம்.

தமிழரின் தொன்மையை மிகைப்படுத்த முற்பட்டது போலவே, தமிழர் பண்டைக் காலத்தில் வாழ்ந்த நிலப் பரப்பையும் மிகப் பெரிதாக்கி எழுதிய மரபு சென்ற நூற் றாண்டின் ஆரம்பத்தில் உருவாக்கப்பட்டது. அப்பெரும் நிலப் பரப்பைக் கடல் கொண்டதால், அங்கு வாழ்ந்தவர்களின் குடியிருப்புகள், இயற்றிய நூல்கள் அனைத்தும் அழிந்து பட்டன எனக்கூறப்பட்டது. ஒரு பெரும் நிலப்பரப்பு மூழ்கிய தும் அன்றைய நாகரிகம் அழிந்து போனதும் இலக்கியங்கள் பல மறைந்து போனதும், இயற்கையின் சீற்றத்தால் ஏற்பட்ட பேரிழப்பு என்று கூறி, மறைந்த பொற்காலம் ஒன்று பற்றி குறிப்பிடும் நிலையும் ஏற்பட்டது. இதற்கான ஆதாரங்கள் என்ன? இதை அறிய முற்படுகையில் சங்க இலக்கியங்களில் பழந்தமிழகத்தின் எல்லைகள் மற்றும் அழிந்துபட்ட நிலப் பரப்புகள் பற்றிய குறிப்புகள் புவியியல் ஆய்வாளானாகிய என் கவனத்தை ஈர்த்தன. வரலாற்றுக்கு முற்பட்ட காலத்தில் தமிழகம் இலங்கையை ஒட்டிய நிலப்பரப்பு எவ்வாறு இருந் திருக்கலாம் என்பதை அறிய முற்பட்டேன்.

பல்லாயிரம் ஆண்டுகளுக்கு முன் தமிழகத்தின் தெற்கே குமரி எனும் நிலநீட்சி இருந்ததாகவும், அது பின்னர் ஏற்பட்ட கடற்கோளால் மூழ்கிப்போனதாகவும் கூறும் மரபு தமிழர் களிடையே உள்ளது. இம் மரபின் தோற்றுவாயை சங்க இலக்கியக் குறிப்புகள், அவற்றிற்கு உரையெழுதியவர்களின் கூற்றுகள், வாய்மொழி கர்ணபரம்பரைக் கதைகள் என வகைப்படுத்தலாம். குமரிக்கண்டம் என்ற கருத்தாக்கத்தை உருவாக்கியவர்கள் கூற்றுப்படி, இலக்கியம் கூறும் தமிழர் களின் தாயகம், அலைகளால் விழுங்கப்பட்டு, இந்துமாக் கடலில் மறைந்தது. இவ்வாறு கடலில் மூழ்கிய நிலப்பரப்பே, 'லெமூரியா' நாகரிகத்தின் தொட்டில். இங்குதான் ஆதிமனிதத் தோற்றம் நிகழ்ந்தது. இந்தத் தென்கண்டத்தில் சுமார் பத்தாயிரம் ஆண்டுகளுக்கு முன்னரே, தமிழ்ச் சங்கங்கள் தோன்றின. இங்கிருந்த தென்மதுரை நகர் கடலில் மூழ்கி அழிந்தது.

வேறு சிலர் குமரிக்கண்டமே தமிழர்களின் தாயகம்; அது மூழ்கியபோது தப்பிச் சென்றவர்களே சிந்துசமவெளி

நாகரிகம் மட்டுமின்றி சுமேரிய, பாபிலோனிய, எகிப்து நாகரிகங்களையும் உருவாக்கினர் என நம்புகின்றனர். மற்றும் சிலர், மறைந்த கண்டம் பிளவுபட்டு நகர்ந்தபோது, ஆதி மனிதர்கள் மிதப்புகள் மீது பயணிப்பதுபோலச் சென்றோ அல்லது இன்று மூழ்கிப்போன, ஆனால் அன்றிருந்த நிலப் பாலங்கள் மீது சென்றோ ஆஸ்திரேலியாவில் குடியேறினர் என்று கூறுகின்றனர். இருபதாம் நூற்றாண்டில் தமிழறிஞர்கள் சிலர் இத்தகைய மரபுகளையே ஆதாரங்களாக்கிக் குமரிக் கண்டம் கருதுகோளை விளக்க முற்பட்டனர்.

இதற்கான அறிவியல் ஆதாரங்கள் எவை? கண்டம் எனக் கூறும் அளவுக்கு ஒரு பெரிய நிலப்பரப்பு இன்றைய தமிழகத்தின் தெற்கே இருந்ததா? கடந்த நூற்றாண்டில், முக்கியமாக இரண்டாம் உலகப் போருக்குப்பின் புவியியல், கடலியல், புவி-இயற்பியல் மற்றும் மானிடவியல் போன்ற துறைகளில் ஏற்பட்ட வளர்ச்சி, மேம்பட்ட ஆய்வு முறைகள் மற்றும் தொழில்நுட்ப கருவிகள் போன்றவை சில அரிய விவரங்களை அளித்து நம் அறிவைப் பெருக்கியுள்ளன. எனவே இவற்றின் உதவியுடன் இம்மரபின் ஆதாரங்களை மறுபரிசீலனைச் செய்வது அவசியமாகிறது.

மறைந்த கண்டம் அல்லது கடல்கொண்ட நிலப்பரப்பு பற்றி எழுதியவர்கள் குமரிக்கண்டம், லெமூரியா, கோண்டு வானாக் கண்டம் மூன்றுமே ஒரே நிலப்பரப்பைக் குறிப்பதாக எண்ணினர். உண்மையில், இவை காலத்தாலும், உருவாக்கத் தாலும் வெகுவாக மாறுபட்டவை. கண்டம் போன்ற பெரிய நிலப்பரப்பு கடலில் மூழ்கினால் அது கடலடியில் இருக்க வேண்டும். இன்றைய கடலியல் ஆய்வு, கடலடி அகழ் வாராய்ச்சிகள், கடல் அடித்தளம் பற்றிய நம் அறிவை முன்பு கற்பனை செய்தும் பார்த்திராத அளவிற்குப் பெருக்கி யுள்ளன. கடலடியில் உள்ள தொல்லெச்சங்களை இப்போது நாம் ஆராய முடியும்.

தென்அமெரிக்கா, ஆப்பிரிக்கா, அரேபியா, தென்னிந்தியா, ஆஸ்திரேலியா, அண்டார்டிகா ஆகியன ஒருங்கிணைந் திருந்த கண்டமான கோண்டுவானாக் கண்டம் பிளந்து, நகர்ந்து, இன்றைய நிலையை அடைந்ததற்குப் புவியியல் ஆதாரங்கள் உள்ளன. ஏறத்தாழ முப்பத்தைந்து கோடி ஆண்டுகளுக்கு முன் தொடங்கிய இந்த நிகழ்வின்போது மனிதர் தோன்றியிருக்கவில்லை என்பதை நாம் மனங்கொள்ள வேண்டும். புவியியல் வரலாற்றில், ஆதிமனிதத் தோற்றம் வெகு அண்மையில் நிகழ்ந்த ஒன்று. அகழ்ந்தெடுக்கப்பட்ட பல ஆதிமனித எலும்புகள், தொல்லுயிரெச்சங்கள் இவற்றின்

மீதான மரபணு ஆய்வுகள் மானுடத்தின் தொட்டில் ஆப்பிரிக்காதான் என்பதை திட்டவட்டமாக நிரூபிக்கின்றன. ஐம்பதாயிரம் ஆண்டுகளுக்கு முன், ஆதிமனிதர் தோன்றிய பின்னர், கண்டங்கள் சில மீட்டர்கள் மட்டுமே நகர்ந்துள்ளன. எனவே, தமிழ் இலக்கியங்கள் கூறும் நிலப்பரப்பிற்கும் கோண்டுவானாக் கண்டத்திற்கும் எந்தத் தொடர்பும் இல்லை. பரிணாம வளர்ச்சி அடைந்த ஆதிமனிதயினம் விவசாயம் செய்ய ஆரம்பித்து, குடியிருப்புகளை உருவாக்க ஆரம்பித்த காலம் இன்றைக்குப் பத்தாயிரம் ஆண்டுகளுக்கு முன்னர்தான் என்று உலக அளவில் மேற்கொள்ளப்பட்ட தொல்பொருளாய்வுகள் கணிக்கின்றன. கர்ணபரம்பரையாக வந்துள்ள பிரளயக்கதைகள், குடியிருப்புகள் உருவாகிய காலத்திற்குப் பின்னர் ஏற்பட்ட பிரளயங்களைப் பற்றிக் குறிப்பிடுகின்றன. பிரளயங்களும், கடற்கோள்களும் புவியியல் வரலாற்றில் அவ்வப்போது ஏற்பட்ட நிகழ்வுகள். தமிழ் இலக்கியக் குறிப்புகள் வரலாற்றுக் காலத்திலும், வரலாற்றுக்குச் சற்றே முற்பட்ட காலத்திலும் உண்டான கடற்கோள்கள்பற்றியே குறிப்பிடுகின்றன. கடற்கோள்கள் மற்றும் பிரளயங்கள் பற்றி உலகம் முழுவதும் பல்வேறு நாடுகளிலும், கலாச்சாரங்களிலும் புராணங்கள், மரபுகள் உள்ளன. கடற்கோளும் கடல் கொந்தளிப்பும் பழந்தமிழகத்தை மட்டும் சாடிய இயற்கைச் சீற்றங்கள் அல்ல.

உலக அளவில் எல்லா பழம் சமூகங்களிலும் ஒரு பெரிய கடற்கோள் அல்லது பிரளயம் பற்றிய ஐதிகம் உண்டு. ஆகவே, உலக மக்கள் அனைவரும் மத்தியப் பகுதி ஒன்றிலிருந்து இடம் பெயர்ந்து செல்லும் முன் இக்கடற்கோள் நிகழ்ந்திருக்க வேண்டும் என்பது ஒருசாராரின் வாதம். மனித குலம் ஆரம்பித்தது முதல் உலகின் பல்வேறு இடங்களில், பல்வேறு காலகட்டங்களில், கடற்கோள்கள், பிரளயங்கள் ஏற்பட்டன என்பதையே பிரளயங்கள் பற்றிய கதைகள் சுட்டிக் காட்டுகின்றன. பிரளயத்திற்குத் தப்பிப் பிழைத்த முன்னோர்களின் அனுபவங்களை, நினைவுகளைச் சுற்றி புனையப்பட்ட மேற்கூறிய புராணங்கள் மற்றும் கதைகளில் ஒரு பொதுத் தன்மையைக் காணலாம். வெள்ளத்திற்கு தப்பியவர்களின் வழித்தோன்றல்கள், பல தலைமுறைகளாகக் கேட்ட கதைகளே பிரளயக் கதைகள். இவை சிலவற்றில் பிரளயம் ஏற்பட்டதற்கான காரணங்கள் பற்றியும் ஓரளவு அறிய வாய்ப்புகள் உள்ளன.

தமிழ்நாட்டில், சென்ற நூற்றாண்டின் நாற்பதுகளின் துவக்கத்தில், தமிழ் இலக்கியங்கள் குறிப்பிடும் குமரி எனும்

நிலநீட்சியும், மறைந்த கண்டமாகக் கூறப்படும் லெமூரியா வும் ஒன்றேயென வாதிடப்பட்டது. பிரம்மஞான சபையினரால் உள்ளுணர்வால் உணர்ந்து பதிவு செய்யப்பட்டதாக லெமூரியா கருத்தாக்கம் உருவாக்கப்பட்டது. இந்தக் கருது கோள், வெள்ளையர் (ஆரிய) இனம் உலகத்திலுள்ள அனைத்து இனங்களிலும் உயர்ந்தது என்பதை வலியுறுத்த வெள்ளைக் காரர்களால் உருவாக்கப்பட்டது. இக்கருத்தாக்கத்தின்படி, லெமூரியர் ஆரிய இனத்தைவிட, பரிணாம வளர்ச்சியில் தாழ்ந்தவர்கள். இதை உணராமல் தமிழ் ஆர்வலர்கள் சிலர், தமிழ் இலக்கியங்கள் குறிப்பிடும் அழிந்துபட்ட நிலப்பரப்பும் மேல்நாட்டவர் கூறும் லெமூரியா என்ற மறைந்த கண்டமும் ஒன்றேயெனக் குமரிக்கண்ட கோட்பாட்டுக்கு வலிமை சேர்க்க முயன்றனர். இந்தியாவிற்கும், மடகாஸ்கருக்கும் இடையே இந்துமகாசமுத்திரத்தில் இருந்திருக்கக் கூடும் எனக் கருதப் பட்ட நிலப்பாலத்திற்கு 'லெமூரியா' எனப் பெயரிடப்பட்டது. இதற்கு மற்றுமொரு காரணம். பின்னர் தமிழரின் தொன்மையை வலியுறுத்த இக்கருத்தாக்கம் இத்தமிழார்வலர்களால் எடுத் தாளப்பட்டது.

லெமூரியாக் கண்டம் பற்றிய மரபு உருவாகிய கால கட்டத்தில் அதன் ஆதரவாளர்களின் கூற்றுகளுக்கு யாரும் முறையாக மறுப்புக் கூறவில்லை. குமரிக்கண்டம்/லெமூரியா கருதுகோளை ஆதரித்து நாற்பதுகளில் பலர் எழுதினர். தமிழரின் தொன்மையைப் போற்றும் இம்மரபின் நம்பகத் தன்மை, ஆதாரங்கள் பற்றிக் கேள்வியெழுப்பியோரின் குரல்கள் எதிர்கொள்ளப்படாமலேயே போய்விட்டன. இதைப் பற்றிய வரலாற்று ரீதியான விவாதமோ, பரிசீலனையே இல்லாது போய்விட்டது. இக்கருத்தாக்கம் அறிவியல் அடிப்படையில் உருவானது அல்ல. இதற்கும் சங்க இலக்கியங் கள் குறிக்கும் நிலப்பரப்புக்கும் எந்தவித சம்பந்தமுமில்லை என்பது என் நிலை.

தமிழகத்தின் தென்பகுதியிலிருந்த நிலப்பரப்பைக் கடல் கொண்டதாகச் சில சங்க இலக்கியப் பாடல்கள் கூறுகின்றன. மரபுவழிச் செய்தியாக மட்டுமின்றி, தமிழ் வளர்த்த தலைச் சங்கம், இடைச்சங்கம் இரண்டும் கடற்கோளால் அழிந்ததாகக் கூறப்படுவதால், இந்நிகழ்வுகள் இலக்கிய வரலாற்றுடன் இணைந்துள்ளன. பழந்தமிழ் இலக்கியங்களுக்கு உரை யெழுதியவர்கள் அனைவரும் இதே மரபைப் பின்பற்றினர். இலக்கியக் குறிப்புகள் காட்டும் குமரி எனும் நிலநீட்சி, நாம் கண்டம் என்று இன்று குறிப்பிடும் நிலப்பரப்புபோல் விரிந் திருந்த ஒரு நிலப்பரப்பா என்பது அடிப்படைக் கேள்வி.

அப்படியானால் சங்கப்புலவர்கள் குறிப்பிடும் குமரி எனும் நிலநீட்சி எது?

கடற்கோளில் அழிந்த நிலப்பரப்புபற்றிக் கூறும் இலக்கியக் குறிப்புகள், வரலாற்றிற்குச் சற்றே முற்பட்ட காலத்தில் உண்டான கடற் கோள்களையே குறிக்கின்றன. இந்நிலையில், குமரி என்ற நிலப்பரப்பைத் தேடுமுன், புவியியல் வரலாறு, அதில் ஆதிமனிதத் தோற்றம், கண்டங்களின் பெயர்ச்சி, கடலின் அடித்தளத்தின் அமைப்பு, கடற்கோள் போன்றவற்றின் அடிப்படை விவரங்களை அறிவது முக்கியம். தமிழர்களின் தாயகம்பற்றி, மானிடவியல் ஆய்வாளர்கள், எழுத்தாளர்கள், தமிழ்மொழி ஆய்வாளர்கள், ஆய்வாளர் அல்லாதோர் எனப் பலரும் பல்வேறு விளக்கங்களைத் தந்துள்ளனர். இத்தகைய பின்புலத்தில் இன்றைய தமிழகத்தின் தெற்கே, வரலாற்றுக் காலத்திற்கும் சற்றே முற்பட்ட காலத்தில், நில அமைப்பு எவ்வாறு அமைந்திருந்தது என்பதை ஒரு புவியியல் ஆய்வாளனின் கண்ணோட்டத்தில் ஆராயும் முயற்சியே இந்நூல்.

பெங்களூர் சு.கி. ஜெயகரன்

It is with a deep sense of gratitude that I acknowledge the following for their contribution to this book in different ways :

Kamlesh H.Vora, Scientist-in-Charge, Marine Archaeology, Dr. Rajiv Nigam, Scientist, Geological Oceanography Division, National Institute of Oceanography, Dona Paula, Goa for evincing keen interest in my work and for their whole hearted support in providing the oceanographic data of their pioneering research work pertaining to this study.

Ms. Ishii Maki of Tokyo, friend and colleague, for the illustrations and preparations of maps especially of the land that submerged and certain other illustrations. Barbara Krans Jenkins,U.S.A. for her drawing of Ring Tailed Lemur.

முன்னுரை எழுதியுள்ள நண்பர் எஸ்.வி. ராஜதுரையும் என் அண்ணன் தியடோர் பாஸ்கரனும் இந்த நூலின் கையெழுத்துப் படியை முழுமையாகப் படித்து, ஆலோசனைகளை வழங்கி, எனது ஆய்வைச் செம்மைபடுத்த உதவினார்கள்.

சுந்தர ராமசாமி இந்நூல் உருவாக ஊக்கமளித்தார். நண்பரும் எழுத்தாளருமான முத்துலிங்கம் மகாவம்சம் நூலின் மொழிபெயர்ப்பை அளித்து உதவினார். எண்ணெய் மற்றும் எரிவாயுக் கழகத்தின் புவியியல் நிபுணரும், என் கல்லூரித் தோழருமான டாக்டர் அனந்த நாராயணன் தென்னிந்திய கடற்கரைப் பகுதியின் புவியியல் ஆய்வு, ஆழ்துளைக் கிணறுகள் பற்றி அறிய உதவினார். மிச்சிகன் பல்கலைக் கழகத்தில் பணியாற்றும் டாக்டர் சுமதி ராமசாமி லெமூரியா சித்தாந்தத்தின் மூலம் பற்றியும், அதன் சமூகத்தாக்கம் பற்றியும் விளக்கி உதவினார். பெங்களூர் தமிழ்ச் சங்கத்தின் நூலக உதவியால் பல நூல்களை பயன்படுத்திக் கொள்ள முடிந்தது. சுஜித் சுஜன் இந்த நூலிற்கான அட்டையை வடி வமைத்துத்தந்தார். தி. அ. ஸ்ரீனிவாஸன் பிரதியைச் செப்பனிடுவதில் உதவினார். ரோஜா முத்தையா ஆய்வு நூலகத்தின் தமிழ் ஆய்வாளர் விஜயவேலவன் குமரிக் கண்டம் தொடர்பான தமிழ் நூற்களைத் திரட்டவும் மேற்கோள் பகுதிகளைத் தெளிவுகொள்ளவும் உதவினார். ராஜேந்திரன் மற்றும் காசிம்ராஜா ஆகியோர் இந்த நூலை உருவாக்கு வதில் உதவினார்கள்.

பல நண்பர்களும் நலம் விரும்பிகளும் இந்த நூலின் பொருள் தொடர்பாக விவாதித்து கேள்விகள் பல எழுப்பி என் அறிவை மேலும் வளர்த்துக்கொள்ள உதவினார்கள்.

இவர்கள் அனைவருக்கும் எனது நன்றிகள்.

குமரி எனும் நிலநீட்சி பற்றிய இலக்கியக் குறிப்புகள்

சங்க இலக்கியக் குறிப்புகள்

தமிழகத்தின் தென்பகுதியிலிருந்த நிலப்பரப்பைக் கடல் கொண்டதாகச் சங்க இலக்கியப் பாடல்கள் சில கூறுகின்றன. தமிழ் வளர்த்த தலைச்சங்கம், இடைச்சங்கம் இரண்டும் கடற்கோளால் அழிந்ததாகக் கூறப்படும் மரபுவழிச்செய்தி, இலக்கிய வரலாற்றுடன் இணைந்துள்ளது. சங்கப் புலவர்கள் காலத்திற்குப் பின் (கி. பி. 10) உரையெழுதியவர்கள் – இறையனார் அகப்பொருளுரை எழுதிய நக்கீரர் தொடங்கி நச்சினார்க் கினியர், அடியார்க்கு நல்லார் வரை – அனைவரும் இதே மரபைப் பின்பற்றினர்.

இலக்கியக் குறிப்புகளால் நாம் அறிவதின் சுருக்கம் வருமாறு:

1) குமரித் தெய்வத்தின் வழிபாடு காரணமாக இந் நிலப்பரப்பிற்கு 'குமரி' என்ற பெயர் ஏற்பட்டது. இப்பகுதியை ஆண்ட மன்னர்கள் பழமையை உணர்த்தும் 'பண்டு' எனும் பதத்திலிருந்து உண்டான 'பாண்டியன்' எனும் பெயரால் அழைக்கப்பட்டனர். குமரிப் பரப்பின் வடகோடியில் ஓடிய குமரி ஆற்றுக்கும் தென்கோடியில் இருந்த பஃறுளி ஆற்றுக்கும் இடைப்பட்ட பகுதி எழுநூறு காதம் நீளமானது. இப்பகுதியில் ஏழ்தெங்க நாடு, ஏழ்குன்ற நாடு, ஏழ்குணகரை நாடு, ஏழ் குறும்பனை நாடு போன்ற நாற்பத்து ஒன்பது நாடுகளும் குமரி கொல்லம் போன்ற பன்மலை நாடுகளும் இருந்தன என்று அடியார்க்கு நல்லார் குறிப்பிடுகின்றார்.

2) பாண்டியன் நெடியோன், பஃறுளி ஆற்றிலிருந்து கால்வாய்கள் தோண்டி, பள்ளத்தாக்கில் விவசாயத்திற்கு வழி செய்ததாகவும், மேலும் ஆடிவடிவம்பலம், பாண்டியன் ஜெயமாகீர்த்தி என்று அழைக்கப்பட்ட அம்மன்னன் அருகி லுள்ள ஒளி நாடு, பெருவள நாடு, குமரி நாடு போன்ற நாடுகளையும் ஆண்டதாகவும் கூறப்படுகிறது. குமரியின் தென்பகுதியில் குமரிமலை இருந்தது, பஃறுளியாறு ஓடியது என்றும் கூறப்படுகிறது. இந்தப் பகுதியை ஆண்ட பாண்டிய மன்னன் நெடியோன் பற்றி

முந்நீர் விழவின் நெடியோன்
நன்னீர்ப் பஃறுளி மணலினும் பலவே

எனும் (புறநானூறு 9:10 – 11) சங்கப்பாடல் மூலம் அறிகின்றோம்.

முந்நீர் விழவின் நெடியோன், நல்ல நீரையுடைய பஃறுளியின் மணலைவிட பல்லாண்டுகள் வாழ்க என்பதாகப் பொருள்படும் இப்பாடலில் நன்நீர் என்பது, உவர்ப்பான கடல் நீரினும் வேறுபட்ட ஆற்று அல்லது ஊற்று நீரைக் குறிப்பிடுகிறது. மற்றொரு புறநானூற்றுப் பாடலில் (67) குமரியில் பூநாரையொன்று அயிரை எனும் நன்நீர் மீனை இரையாக்கிக் கொண்டதாகக் கூறும் ‘குமரியம் பெருந்துறை அயிரைமாந்தி’ என்ற குறிப்பு, அப்பகுதியில் ஓடிய குமரியாறு பற்றிக் குறிப்பதாகக் கொள்ளலாம்.

3) தமிழ் வளர்த்த தலைச்சங்கம் இயங்கிய பாண்டியனின் தலைநகரான தென் மதுரை உள்ளிட்ட குமரியின் தென்பரப்பை ஒரு கடற்கோள் கொண்டது. இதையே சங்க இலக்கியங்கள் குறிக்கும் முதற் கடற்கோள் எனலாம். பாண்டிய மன்னன் ஒருவன் இமயத்தையும், கங்கையையும் கைப்பற்றி, கடற்கோளால் இழந்த குமரிமலைக்கும், பஃறுளியாற்றிற்கும் ஈடுசெய்து கொண்டான் என்பதையே

அடியிற் றன்னள வரசர்க் குணர்த்தி
வடிவே லெறிந்த வான்பகை பொறாது
பஃறுளி யாற்றுடன் பன்மலை யடுக்கத்துக்
குமரிக் கோடுங் கொடுங்கடல் கொள்ள
வடதிசைக் கங்கையும் இமயமுங் கொண்டுதென்றிசை
யாண்ட தென்னவன் வாழி

என்று இளங்கோவடிகள் (சிலப்பதிகாரம் – காடுகாண் கதை 17–22) பாடினார் எனத் தேவநேயப் பாவாணர் குறிப்பிடுகிறார்.

4) குமரியின் தென்பகுதியைக் கடல் கொள்ள, சற்றே வடக்கேயிருந்த கபாடபுரத்தைத் தன் தலைநகராக்கினான் பாண்டிய மன்னன். இங்கு இடைச்சங்கம் நிறுவப்பட்டு இயங்கி வந்தது. கபாடபுரத்தின் வேறு பெயர்கள் கபாடம், கதவம், புதவம், அலைவாய் என்பன. ‘அலைவாய்’ என்பது கடற்கரையில் அமைந்த ஊரைக்குறிப்பது. இந்தப் பகுதியைக் கடற்கோள் அழித்தது. இதையே இரண்டாம் கடற்கோள் எனலாம். இதற்குத் தப்பிய பாண்டிய மன்னன் தான் கைப்பற்றிய சேர, சோழ நாட்டுப் பகுதிகளில் தம் மக்களைக் குடியமர்த்தினான். இதனையே

மலிதிரை யூர்ந்துதன் மண்கடல் வெளவலின்
மெலிவின்றி மேற்சென்று மேவார்நா டிடம்படப்
புலியொடு வில்நீக்கிப் புகழ்பொறித்த கிளர்கெண்டை
வலியினான் வணக்கிய வாடாச்சீர்த் தென்னவன்

என்ற முல்லைக்கலிப்பாடல் (104 : 1–4) குறிப்பதாக அடியார்க்கு நல்லார் தம் உரையில் சுட்டிக்காட்டுகிறார். "மேற்கண்ட பாடலில் கூறப்படும் இழப்பிற்கு ஈடாக சோனாட்டு முத்தூர் கூற்றமும், சேரநாட்டுக் குண்டூர் கூற்றமும் வென்று இணைத்துக் கொள்ளப்பட்டவை என்கிறார் உரையாசிரியர் நச்சினினார்க் கினியார்" (குலசேகரன் : *பழந்தமிழின் புதிய பரிமாணங்கள்*, ப.105) மேலும் இறையனார் அகப்பொருளுரையில் அமைந்த முக்கழக வரலாறு, இந்த இரண்டு கடற்கோள்கள்பற்றிக் கூறுகிறது. கபாடபுரத்தையும் கடல்கொள்ள, வடக்கில் குமரியாற்றின் கரையிலிருந்த மணவூர் பாண்டியனின் தலை நகரமானது. தொல்காப்பியர் காலத்தில் (ஏறத்தாழ கி.மு 6 அல்லது 7 நூற்றாண்டில்) தெற்கில் குமரியாறு ஓடிக்கொண் டிருந்தது. 'தடநீர்க்குமரி வடபெருங் கோட்டின்காறுங் கடல் கொண்டொழிதலால்' என்று அடியார்க்கு நல்லார் கூறுவது, குமரி ஆற்றை கடல் கொண்ட நிகழ்ச்சியைக் குறிப்பதாகக் கொள்ளப்பட்டால், இது இலக்கியம் குறிக்கும் மூன்றாவது கடற்கோள் எனக் கொள்ளலாம். இங்கு, மாடல மறையோன் குமரியாற்றில் குளித்ததாகக் குறிப்பிடும் சிலப்பதிகாரக் கதை யின் முடிவில், 'தொடியோள் பெளவமென' இளங்கோவடிகள் குமரியைக் கடலாகக் குறிப்பிடுவதை நோக்க வேண்டும். குமரியாற்றின் கரையிலிருந்த மணவூரைக் கடல் கொள்ள, பாண்டியன் வடக்கே சென்று வைகைக் கரையிலுள்ள மதுரையைத் தலைநகராக்கி அங்கு கடைச்சங்கத்தை நிறுவினான்.

இந்த இலக்கியக் குறிப்புகள் குறித்துச் சில விளக்கங் களைத் தர வேண்டியது என் கடமை. இலக்கியங்கள் குறிப்பிடும் கடற்கோள்கள் வரலாற்றுக் காலத்திலும், வரலாற்றிற்கு சற்றே முற்பட்ட காலத்திலும் நிகழ்ந்தவை. மேற்கண்ட இலக்கியக் குறிப்புகளில் குமரிக் கண்டம் என்ற சொல் கையாளப்படாததை மனங்கொள்ள வேண்டும். குமரி எனும் நிலப்பரப்பைக் கண்டம் என்ற மரபு ஒன்றை உரு வாக்கியவர்களே இவ்வாறு குறிப்பிட முற்பட்டார்கள். குமரி என்று சங்கப் புலவர்கள் குறிப்பிடும் நிலநீட்சி இன்று நாம் கண்டம் எனக் குறிப்பிடும் அளவுக்கு விரிந்த நிலப்பரப்பா? அவனி வகைகளை விளக்கும் பிங்கல நிகண்டு 457 கூறுவது என்ன? 'பைதிர மண்டிலம் பாடி தேயந் தண்ணடை நீவரங்

கோட்டஞ் சனபதஞ் சும்மை யகலுள் கண்ட மேணியென்றின்ன விராச்சிய முலகு நாடென்ப' என்னும் இப்பாடல், நாடு என்ற சொல்லுக்குள்ள இதர பெயர்களைக் கூறுகிறது. அவற்றில் ஒன்று கண்டம் என்பதாகும். சூடாமணி நிகண்டும் 'கண்டம்' எனும் சொல் 'நாட்டை'க் குறிப்பதாகக் கூறுகிறது. சங்க இலக்கியங்கள் சுட்டும் 'குமரி' என்ற நிலப்பரப்பிற்கு சென்ற நூற்றாண்டில் பன்மொழிப் புலவர் கா. அப்பாத்துரை *(1907)*. துடிசை கிழார் அ. சிதம்பரனார் *(1948)*, தேவநேயப் பாவாணர் *(1940)*, இரா. மதிவாணன் *(1977)* போன்ற தமிழ்மொழி ஆய்வாளர் மற்றும் ஆர்வலர் 'குமரிக் கண்டம்' எனப் பெயர் கொடுத்தனர். அது, சங்க இலக்கியக் குறிப்புகள் தரும் பெயரல்ல. கண்டம் என்ற சொல் இன்று நாம் குறிக்கும் பெரும் நிலப் பரப்பைக் குறித்தது அன்று. எனவே பழங்காலத்தில் யாரேனும் கண்டம் எனும் சொல்லால் ஒரு நிலப்பரப்பைக் குறிப்பிட் டிருந்தால் அது ஒரு நாட்டையே குறித்திருக்கும்.

"குமரிக் கண்டத்தில் இருந்ததாகக் கூறப்படும் நாடு களையும் ஏழ் தெங்கம், ஏழ் மதுரை, ஏழ் முன்பாலை, ஏழ் பின்பாலை, ஏழ் குன்றம், ஏழ் குணக்கரை, ஏழ் குறும்பனை என்ற பட்டியலில் இறையனார் உரைகாரர் கூறும் 49 நாடுகளையும் இன்றைய வழக்கொடு இணைத்துப் பெரும் பரப்பினதாகக் கருதுதல் பிழை. நாடு என்பது அன்றைய தமிழில் கிட்டத்தட்ட இன்றைய தாலுகாவிற்குச் சமம். இடைக்காலக் கல்வெட்டுகள், தமிழ்ப் பேரரசுகள் மண்டலம், நாடு எனப் பிரிக்கப்பட்டு இருந்ததை சுட்டுகின்றன. இப்பிரிவு இன்றைய மாவட்டம், வட்டத்திற்குச் சமம். எனவே 49 நாடுகள் என்று கேட்ட அளவில் மிக விரிந்த பரப்பு கடலுள் அழிந்தது என்று கருதமுடிவதில்லை, 49 தாலுகாக்கள் என்பதே கருத்து." என்கிறார் க. ப. அறவாணன் *(தமிழரின் தாயகம், ப. 114.)* இன்றும் தமிழ்நாட்டில் வல்லநாடு, ஓரத்தநாடு என்ற பெயர்கொண்ட ஊர்கள் பல உள்ளன. எனவே இலக்கியங்கள் சுட்டிக்காட்டும் நாற்பத்தொன்பது நாடுகளை நாற்பத்தொன்பது ஊர்கள் என்றே கொள்ள வேண்டும் என்பது மற்றொரு கருத்து.

'ஏழ்' எனும் அடைமொழியுடன் கூடிய நாடுகளின் அமைப்பில், 'ஏழ்' என்பது 'ஏழு' எனும் எண்ணைக் குறிப்ப தாகக் கொண்டு ஏழு, ஏழு கூட்டாக 49 நாடுகள் இருந்ததாக விளக்கப்படுகிறது. ஊர்கள் மற்றும் குடியிருப்புகள் பொதுவாக நீர் நிலைகள், பயிரிடத்தகு நிலம், வேட்டையாடத்தகு வனம் ஆகியவற்றைப் பொருத்து உருவாயின. அப்படியிருக்க வரலாற்றுக்கு முற்பட்ட காலத்திலேயே ஏழு நாடுகள்

கொண்ட ஏழு தொகுப்புகள் எவ்வாறு உருவாகி இருக்கக் கூடும்? இத்தகைய தொகுப்பை நகரமைப்பு பற்றி நன்கறிந்த தற்கால சமுதாயத்தில் கூட உருவாக்கவியலாது. இது 'ஏழ்' எனும் சொல்லை 'ஏழு' என்ற எண்ணாகக் கொள்வதால் ஏற்படும் மயக்கம். இதை 'ஈழம்' என்பதின் பெயர்க்காரணம் விளக்கும். 'ஈழம்' என்ற பெயர், பழங்காலந்தொட்டு இலங்கையைக் குறித்த இன்னொரு பெயராயிருந்தாலும், அது இலங்கையின் சில பகுதிகளையே முன்னர் குறித்தது!

'இலங்கை ஈழமேயாயினும், வடபாகமும் கீழ்ப்பாகத்தில் ஒரு பகுதியும் ஈழமண்டலம் எனப்படும். யாழ்ப்பாணம், ஈழமண்டலத்தின் ஒரு பகுதியாகும் என்கிறது யாழ்ப்பாண சரித்திரம். இங்கு ஈழர் எனும் இனத்தார் வாழ்ந்து வந்தமையினால், இந்நாடு ஈழம் என்ற பெயரைப் பெற்றது. எவ்வாறு பாண்டியர் வாழ்ந்த நாடு, பாண்டிய நாடு எனப்பெயர் பெற்றதுபோல, ஈழர் வாழ்ந்த நாடு ஈழ நாடாயிற்று. ஈழரே ஈழத்தின் ஆதிக் குடியினர். ஈழர் என்பவரையே ஆரியர், இயக்கர் என்றழைத்தனர். ஈழு என்ற மொழியினை இயக்கர் பேசியதால், அவர் வாழ்ந்த பகுதி ஈழம் என்று அழைக்கப் பட்டது. ஈழம் எனும் சொல்லிற்குப் 'பொன்', 'கள்' என்ற இரு அர்த்தங்கள் உள்ளன. ஈழத்திற்குப் 'பொன்' என்ற பொருளைக் கொள்ளுங்கால் அதன் வினையடி எழு என்பதாகும். ஈழத்திற்குக் 'கள் என்ற பொருளைக் கொள்ளுங்கால் அதன் வினையடி 'இழு' என்பதாகும்' என்கிறார் அருள் செல்வநாயகம் (ஈழமும் தமிழரும் – 1963) 'எழு' அல்லது 'இழு' எனும் வினையடியே திரிந்து 'ஏழ்' ஆனது என்பது பொருந்தும். எனவே ஏழ்தெங்க நாட்டை, ஈழர் வாழ்ந்த தெங்கநாடு என்றே கொள்ள வேண்டும். இவ்விளக்கப்படி கடலில் மறைந்த பகுதியில் தெங்கநாடு, மதுரைநாடு, முன் – பின் பாலை நாடுகள், குன்ற நாடு, குணகரை நாடு, குறும்பனை நாடு எனும் ஏழு நாடுகளும், குமரி, கொல்லம் முதலிய பன்மலை நாடும், காடுகள், நதிகள், குடியிருப்புகள், குமரி எனும் நிலப்பரப்பில் இருந்ததாகக் கொள்ள வேண்டும். அடியார்க்கு நல்லார் எந்த அடிப்படையில் இந்நாடுகள் பற்றி விளக்குகிறார் என்பதைக் கூறவில்லை என்பதைக் கனகசபை பிள்ளை *(The Tamils Eighteen Hundred years ago-1966)* சுட்டிக்காட்டி யுள்ளார்.

கி. பி. மூன்றாம் நூற்றாண்டுக்கு முற்பட்ட தமிழ் இலக்கியங்களில் கடற்கோள் பற்றிய குறிப்புகள் கிடையாது என்றும், பின்னர் எழுதப்பட்ட சிலப்பதிகாரம், கலித்தொகை போன்ற இலக்கியங்கள் உள்ள கடற்கோள் பற்றிய

குறிப்புகளைப் பல நூற்றாண்டுகளுக்குப் பின் வந்த உரையாசிரியர்கள் மிகைப்படுத்தி எழுதினர் என்றும் வரலாற்றாசிரியர் என். சுப்பிரமணியம் குறிப்பிடுகிறார். பஃறுளியாறு, குமரியாறு ஓடிய பகுதிகள் இன்றைய ஒரு மாவட்டத்தின் அளவினதாக இருந்திருக்கலாம், அது கடலில் மறைய அதை ஆண்ட மன்னன், தனது தலைநகரை வேறு இடத்திற்கு மாற்றியிருக்கலாம் என்றும் அவர் குறிப்பிடுகிறார். மேலும், "கடல் கொண்ட தென்முனையை ஆண்ட மன்னன், தமிழ்ச் சங்கத்தை ஆதரித்தவனாயிருந்திருக்கலாம். எப்படி யிருந்தாலும் இவை நடந்தது கி. பி. 4ஆம் அல்லது 5ஆம் நூற்றாண்டாகவே இருந்திருக்க வேண்டும். மிகைப்படுத்தப் பட்டவற்றை உண்மையில் நடந்தவற்றிலிருந்து பிரித்துப் பார்த்தால் குமரிக் கண்டம் என்ற மரபு வரலாறு அல்ல என்பது விளங்கும்" என்கிறார் (*The Tamils - Their History, Culture and Civilisation*, p. 26). உரைகாரர் கூற்றுப்படி மறைந்த நிலப்பரப்பின் வடபகுதியில் ஓடிய குமரியாற்றுக்கும் தென் பகுதியில் பாய்ந்த பஃறுளியாற்றுக்கும் இடைப்பட்ட தூரமான எழுநூறு காதங்கள் ஏழாயிரம் மைல்களை (11,200 கி. மீ) குறிக்கும். குமரிமுனைக்கும் தென்துருவக் கண்டமான அண்டார்டிகாவுக்கும் இடைப்பட்ட தூரம் 8,500 கி.மீ. எனவே இந்தக் கடற்பகுதியில் மேற்கூறிய அளவு கொண்ட நிலப்பரப்பு இருந்திருக்க முடியாது. மற்றொரு கணக்குப்படி (ச. முருகேசன் தயாரித்த அளவுப்பட்டியல் 1997) ஒரு காதம் என்பது 1,200 கஜங்களை (1.1 கி. மீ) குறிக்கிறது. இதன்படி குமரியாற்றுக்கும் பஃறுளியாற்றுக்கும் இடைப்பட்ட பகுதி 770 கி. மீட்டர்கள் ஆகும். இந்த அளவு கொண்ட நிலப்பரப்பு இருந்திருக்கக் கூடுமா? இல்லையென்றால், உரையாசிரியரால் மிகைப்படுத்தபட்ட நிலப்பரப்பு எது?

தமிழ் விடு தூது

குமரிக் கண்ட கருத்தாக்கத்தின் ஆதரவாளர்கள் மேற்கோள் காட்டும் நூல்களில் முக்கியமானது தமிழ் விடு தூது ஆகும். மதுரை சொக்கநாதர் மீது காதல் கொண்ட தலைவியொருத்தி தமிழைத் தூது விடுவதாகப் புனைந்து எழுதப்பட்ட இந்நூலின் காலமும் எழுதியவர் பெயரும் நமக்குத் தெரியவில்லை. ஆயினும் இயற்றியவரின் சைவப்பற்றும் அவர் கையாளும் நடையையும்கொண்டு ஏறத்தாழ கி. பி. 10 – 11ஆம் நூற்றாண் டில் இந்நூல் உருவானது என ஊகிக்கலாம். இந்நூலை உ. வே. சாமிநாத ஐயர் அச்சேற்றினார். தி. சங்குப் புலவர்

எழுதிய உரையிலிருந்து, குமரி பற்றிய குறிப்புகள் அடிக்கடி மேற்கோள்களாகக் காட்டப்படுகின்றன.

> எங்கோவே பத்தென் றியம்புதிசைக் குள்ளேநின்
> செங்கோல் செலாத திசையுண்டோ – இங்கேயுன்
> தேசமைம்பத் தாறிற் றிசைச்சொற் பதினேழும்
> மாசறநீ வைத்தகுறு மன்னியரோ – வீசு
> குடகடலுங் கீழ்கடலுங் கோக்குமரியாறும்
> வடவரையு மெல்லை வகுத்தாய் – இடையிருந்த
> முன்னுறுந்தென் பாண்டி முதற்புன்னா டீறான
> பன்னிரண்டு நாடுமப் பானாடோ (36 – 39)

தமிழை ஒரு பெருமன்னனாகவும், இதர மொழிகளை அவனுக்கு அடங்கிய குறுநில மன்னர்களாகவும் உருவகித்துக் கூறும் இப்பகுதிக்கு சங்குப் புலவர் கூறும் உரை வருமாறு: "எம் மன்னனே பத்தென்று கூறுந்திசைக்குள்ளே நின்னாட்சி செல்லாத இடம் ஒன்றுண்டோ? இங்கேயுன் தேசம் ஐம்பத் தாறில் வழங்கும் திசைச் சொற்கள் பதினேழும் குற்றமற நீ அரசு புரிய வைத்த குறுநில மன்னர்களோ? அலைவீசுகின்ற மேல்கடலும், கீழ்கடலும் முதன்மையான தென்குமரியாறும் வடவேங்கட மலையையும், எல்லையாக வகுத்தாய். இவற்றின் நடுவேயிருந்த தென்பாண்டி முதல் புன்னாடு முடிவான பன்னிரண்டு நாடுகளும் அத்தமிழ் நாட்டின் பகுதிக்குட்பட்ட நாடுகளோ?" இங்கு குமரி ஆறு தென் எல்லையாகக் குறிப்பிடப்படுகிறது.

திசைச் சொற்கள் பதினேழு என்பது தமிழ் வழங்கும் நாட்டினைச் சார்ந்தன எனக் கூறும் சங்குப் புலவர், இந்தப் பதினேழு நாடுகளை 'சிங்கம், சோனகம், சாவகம், சீனம், துளு, குடகம், கொங்கணம், கன்னடம், கொல்லம், தெலுங்கம், கலிங்கம், வங்கம், கங்கம், மகதம், கவுடம், கடாரம், கடுங் குசலம் என்பதனாலறிக' எனக் கூறுகிறார். குமரி ஆறு தமிழ் கூறும் நல்லுலகத்தின் தென் எல்லையாயிருந்தது என்பதைக் குறிக்கும் இந்நூலில், குமரிக்கண்டம் பற்றிய குறிப்பேதுமில்லை.

> கங்கா நதிக்கிறையே கன்னித் துறைக்கரசே
> சிங்கா தனத்துரையே செல்லமே – எங்கோவே! (251)

எனும் பாடல், மிகுந்த 'நீர்ப்பெருக்குடைய கங்கை நதிக்குத் தலைவனே! கன்னியா குமரித்துறைக்கு மன்னனே! அரியணை மேல அமர்ந்திருக்கும் பாண்டிய நாட்டரசனே!' என விளக்கப்படுகிறது.

செங்கோன் தரைச் செலவு

குமரிக்கண்டம் இருந்ததற்கான ஆதாரங்கள் பற்றி எழுதியோர் மேற்கோள் காட்டும் முக்கியமான நூற்களில் ஒன்று செங்கோன் தரைச்செலவு. எடுத்துக்காட்டாக, இரா. மதிவாணன் (*இலெமூரியா முதல் அரப்பா வரை, ப. 141 – 5*) பழந்தமிழரின் நிலவழிச் செலவுகள் பற்றி எழுதுகை யில் இதை குமரிக்கண்ட மன்னர்களில் ஒருவரான செங்கோன் மேற்கொண்ட தரைச் செலவைக் கூறும் நூல் என்று குறிப்பிடு கிறார். அவரது கூற்றுப்படி "பாரத, இராமாயணம் போல் பெருங்காப்பியமாக மதித்துப் போற்றப்பட்ட இத்தமிழ் நூல் மறைந்துவிட்டது . . . மாவீரன் அலெக்ஸாந்தரைப் போன்று நிலவழிச் சென்று பல நாடுகளை வென்ற செய்தி களையும், பல புதுநாடுகள் அல்லது புதுமைகளைக் கண்ட செய்திகளையும், இந்நூல் விளக்குவதாக இருந்திருக்கும்" என்கிறார்.

மறைந்து போனதாகக் கூறப்படும் செங்கோன் தரைச் செலவு பற்றி எப்படித் தெரியவந்தது? 1902ஆம் ஆண்டு 'முதலூழித் தனியூர் சேந்தனியற்றிய செங்கோன்றரைச் செலவு – மூலமும் உரையும்' என்ற நூல் வெளியானது. மதுரை ஸ்ரீ மீனாக்ஷி சுந்தரேச்சுரர் கோயில் மதுரை நாயக ஓதுவார் மூர்த்தியவர்கள் குமாரர் ம. சுந்தர பாண்டிய ஓதுவாரால் மதுரை ஸ்ரீ மீனாம்பிகை அச்சுக்கூடத்தில் பதிக்கப்பட்டது' என்ற குறிப்பு நூலின் முதற்பக்கத்தில் அச்சிடப்பட்டுள்ளது. இந்நூலைப் பதிப்பித்தவருக்குப் பழைய சுவடி கிடைத்ததாகவும், அச்சுவடியில் முதலிறுதி இல்லையெனவும் கூறப்பட்டது. மேலும் அந்நூலின் ஆசிரியர், குமரியாற்றுக்கும் பஃறுளியாற்றுக் கும் இடையேயிருந்த பெருவள நாட்டரசன் முதலூழித் தனியூர் சேந்தன் இதைப் பாடியதாகப் பஃறுளியாற்றுத் தலைப் பாய்ச்சல் ஏழ்தெங்க நாட்டு முத்தூர் அகத்தியன் பாட்டால் விளங்குகிறது, எனவும் குறிப்பிடுகிறார். அப்பாடல் வருமாறு:

செங்கோன் றரைச்செலவை சேந்தன் தனியூரான்
துங்கன் றமிழ்த்தாப் புலித்தொடரால் அங்கிசைத்தான்
சக்கரக்கோ முன்னின்று சாற்றும் பெருவூழி
யக்கரக்கோ நாமஞ்சுவோம்

மொத்தம் ஆறுபாடல்களையும் அவற்றிற்கான உரைகளை யும் அடக்கிய எட்டுப்பக்கங்கள் (முன்னுரையுடன் 12 பக்கங்கள்) கொண்ட நூலின் முதற்பாடல் வருமாறு:

ஒளிச் செங்கோ தரைச்செலவை
யுடைத் தமிழை மடைமடுப்பின்

அணிக்கொண்ட பேரொளியே
யாருலகத் தேநிறைந்த
வவடைத்து நானென்னே

இந்நூலை ஒரு போலி நூல் என்று கூறும் தமிழ் ஆய்வாளர் விஜயவேலவன், செங்கோன் தரைச்செலவு நூல் எழுதப்பட்ட தாகக் கூறப்படும் தாப்புலிப்பா என்ற பாவகை சங்கத் தமிழில் இல்லாத ஒரு பாவகை என்பதைச் சுட்டிக்காட்டுவதோடு, வையாபுரிப்பிள்ளை இந்த நூலை எதிர்த்ததையும் குறிப் பிடுகிறார். *(தனித்தொடர்பு)*

எனவே குமரிக்கண்டத்தின் ஒரு ஆதாரம் என மறைந்து விட்டதாகக் கூறப்படும் *செங்கோன் தரைச் செலவு* என்ற சந்தேகத்திற்குரிய நூலைச் சுட்டிக் காட்டுவதும் மேற்கோள் காட்டுவதும் ஒவ்வாதவை என்பது தெளிவு.

சிலம்பில் குமரி

சிலப்பதிகாரத்தில் மாடலன் நீராடியதாகக் கூறும் பாடல் ஒன்று வருகிறது.

மாமறை முதல்வன் மாடலன் என்போன்
மாதவ முனிவன் மலைவலங் கொண்டு
குமரியம் பெருந்துறை கொள்கையிற்படிந்து . . .

(அடைக்கல காதை; வரிகள் 13 – 15) இதில் வரும் "குமரியம் பெருந்துறை" எனும் குறிப்பு இருவிதமாக விளக்கப்படுகிறது. மயிலை சீனி. வேங்கடசாமி கருத்துப்படி, குமரியாறு ஏறத்தாழ கி. பி. முதல் நூற்றாண்டின் தொடக்கத்திலேயே கடலால் கொள்ளப்பட்டதாக சிலப்பதிகாரம் கூறுவதால் இது கரையி லமைந்த பகுதியைக் குறிக்கிறது. சிலப்பதிகாரத்திற்கு உரை யெழுதிய அடியார்க்கு நல்லார், குமரியம் பெருந்துறை என்பது குமரியாற்றுத் துறையைக் குறிக்கும் என்பதாக 'குமரியாற்றில் தீர்த்தமாடு முறைமையின் ஆடி' என விளக்கி உரை கூறுகிறார். 'உரையாசிரியர் (அடியார்க்கு நல்லார்) கூறுவது பிழை. குமரியம் பெருந்துறை என்பதற்குக் கன்னியா குமரியின் (குமரிக்கடலின்) துறைமுகம் என்பது பொருள். அக்காலத்து யவன வணிகரும் குமரிக்கடலின் கரையில் அமைந்த துறைமுகத்தைக் குறிப்பிடுகின்றனர். ஆகவே கோவலன் காலத்துக்கு முன்னமே குமரியாறு கரைந்துபோய்க் குமரிக் கடலின் கரையில் அமைந்த துறைமுகம் ஏற்பட்டு விட்டது.' என்கிறார் கா. அப்பாதுரை. *(குமரிக் கண்டம் அல்லது கடல்கொண்ட தென்னாடு ப. 2, 3)*

துறை என்பது குளிக்கவோ அல்லது படகில் பயணப் படவோ நீர்நிலைகளில் ஆட்கள் இறங்குவதற்கு ஏற்றவாறு படிகளுடன் அமைந்திருக்கும் இடமாகும். தமிழ்நாட்டில் பெரும்பாலும் ஆற்றின் கரையோரங்களில், படகுகள் அல்லது பரிசல்கள் பயணிகளை ஏற்றிச் செல்லுமாறு வந்துபோகும் இடத்தைத் துறையென்று குறிப்பிடுகின்றனர். மக்கள் இறங்கி நீராடும் இடங்களையும் துறையென்று குறிக்கும் வழக்கம் உள்ளது. பக்தி இலக்கியங்கள் மற்றும் கல்வெட்டுக்கள் ஆகியவை குறிப்பிடும் ஊர்ப்பெயர்களை ஆராய்ந்த கு.பகவதி (இலக்கியத்தில் ஊர்ப்பெயர்கள் ப. 41, 108) தொகுப்பில் உள்ள 'துறை' எனக் குறிக்கப்படும் இடங்கள் சில வருமாறு;

திருச்சோற்றுத்துறை: தஞ்சை மாவட்டத்தில் காவிரியின் கரையில் அமைந்த ஊர். காவிரியாற்றின் கரையில் வடக்கி லொன்றும், தெற்கிலொன்றுமாக இரு ஆடுதுறைகள் உள்ளன; வட குரங்காடுதுறை, தென் குரங்காடுதுறை என்று இவற்றை குறிப்பிட்டனர். திருமாந்துறை: திருச்சி மாவட்டத்தில், காவிரியின் வடகரையில் அமைந்த ஊர், இங்கு தலமரம் மா என்பதால் இப்பெயர் பெற்றது, மயிலாடுதுறை: மாயவரம் எனப் பிற்காலத்தில் அழைக்கப்பட்ட இவ்விடம், தஞ்சாவூர் மாவட்டத்தில் காவிரியின் கரையில் அமைந்த திருத்தலம். கடம்பந்துறை (குளித்தலை), காவிரியாற்றின் கரையில் அமைந்த கடம்பர் கோயிலில் தலமரம் கடம்ப மரம் என்பதால் இப்பெயர். பெருந்துறை: காவிரியாற்றுடன் கலக்கும் சிற்றாறு ஒன்றின் கரையில் அமைந்த ஊர். மேற்கூறியவற்றிலிருந்து துறையென்பது பொதுவாக ஆற்றின் கரையிலமைந்த பகுதியையே குறிக்கும் என்பது தெளிவு. எனவே அடியார்க்கு நல்லார் கூறுவதுபோல ஆற்றுத்துறை என்றே கொள்ளலாம்.

முனைவர் கண்மணியின் கருத்துப்படி "ஒரு துறையின் பெயர் அத்துறை இடம்பெற்றுள்ள ஆற்றின் பெயராகத்தான் இருக்க வேண்டும் என்ற நியதி இல்லை. சான்றாக கழாஅர் முன்றுறை என்பது காவிரியாற்றிலிருந்த ஒரு துறைக்குப் பெயர். திருமருதமுன்றுறை என்பது வையையாற்றில் இருந்த ஒரு துறைக்குப் பெயர். புகார் என்பது காவிரியின் சங்கமத் துறைக்குரிய பெயராக வழங்கியது. அதுபோல் குமரித்துறை என்பது பஃறுளியாற்றின் சங்கமத்துறைக்கு உரிய பெயராக வழங்கியிருக்க வேண்டும். புகார்த்துறையின் பெயர் ஒரு ஊருக்கு ஆகி வந்ததைப்போல குமரித்துறையின் பெயர் அதன் கரையிலிருந்த ஊருக்கு ஆகி 'குமரிக்கோடு' என வழங்கியது. கடல் கோளினால் குமரிக்கோடும் பஃறுளியாற்றின் கழிமுகப் பகுதியும் அழிந்துவிட்டதால் புதிதாகத் தோன்றிய கடல்

முனைக்கு பழைய குமரித்துறையின் நினைவாகவே குமரித் துறை என்றும் குமரி முனை என்றும் பெயர் வழங்கியது." *(சிலப்பதிகாரம் காட்டும் நாடும் நகரமும் ப. 214)*

பஃறுளி ஆறு / பழையாறு

சங்க இலக்கியங்களில் பஃறுளி என்ற ஆறு பற்றிய குறிப்புகளில் முக்கியமானவை இரண்டு.

செந்நீர்ப் பசும்பொன் உயிரியர்க் கீந்த
முந்நீர் விழவின் நெடியோன்
நன்னீர் பஃறுளி மணலினும் பலவே

(புறநானூறு 9:9–11)

பஃறுளி யாற்றுடன் பன்மலை யடுக்கத்துக்
குமரிக் கோடும் கொடுங்கடல் கொள்ள

(சிலப்பதிகாரம் 11 : 19–20)

இந்தப் பஃறுளி ஆறு எதுவாக இருந்திருக்க முடியும்? கடல் கொண்ட நிலப்பரப்பில் மூழ்கிப்போனதாகக் கருதப் படும் இந்த ஆற்றின் தொடர்ச்சி இன்றும் தலை நிலத்தில் இருக்க வாய்ப்புகள் உண்டா? உண்டு என்றே கூறலாம்.

மேலும், "பஃறுளியாறும், குமரிக்கோடும் கடல்கோளால் அழிந்தது என்ற செய்தி இளங்கோவின் கற்பனையே என்றும் அவை இன்றும் அழியாமல் இருக்கின்றன என்றும் ஆய்வாளர் சிலர் கூறுகின்றனர். இதற்குச் சான்றாக கி.பி. 12ம் நூற்றாண் டில் தென்பாண்டி நாட்டில் எழுந்த கல்வெட்டு ஒன்றை எடுத்துக் காட்டுகின்றனர். கூபக தேசத்து அரசன் ஒருவன் சடையவர்மன் பராந்தக பாண்டியனை கி.பி. 1117ம் ஆண்டு ஆவணி மாதம் 12ஆம் நாள் வென்று கோட்டாற்றினைக் கைப்பற்றினான் என்னும் செய்தியைக் கூறுங்கால் பஃறுளியாறு குறிப்பிடப்படுகிறது.

தத்திவிழும் பறளியாற் றணையும் தள்ளித்
தமிழ்ப்பாண்டி இராசசிங்கம் தனையும் வென்று...

என்ற அடிகளைச் சான்று காட்டி பஃறுளி › பறுளி என்றாகிப் பின் பறளி என மாறி வழங்குகிறது என்கின்றனர்." *(சிலப்பதிகாரம் காட்டும் நாடும் நகரமும்)*

குமரி மாவட்டத்தில் நாகர்கோயிலுக்குக் கிழக்கே, பூதப்பாண்டி – சுசீந்திரம் வழியாக, ஏறத்தாழ முப்பத்தைந்து கி. மீ. தெற்காகப் பாய்ந்து மணக்குடியருகே கடலில் கலக்கும்

ஆற்றின் பெயர் பழையாறு. இதைப் பறளி ஆறு எனவும் சிலர் குறிப்பிடுவதால், இது கடைச்சங்க காலத்திற்கு முன் கடல் கொண்டதாகக் கூறப்படும் பஃறுளி ஆற்றின் தொடக்கப் பகுதியாக இருந்திருக்கலாம் என்பது செ.சதாசிவத்தின் கருத்து (*சேரநாடும் செந்தமிழும்*). பழையாறே பஃறுளியாறு என்றும் அறியப்பட்டிருந்திருக்கலாமா? கி.பி. 1745 ஆண்டைச் சார்ந்த திருவிதாங்கூர் வருவாய்த்துறை ஆவணம் ஒன்று பழையாற்றை பறளியாறு என்றே கூறுவதாகவும், பழைய கல்வெட்டொன்று 'பூதப்பாண்டியின் வடக்கே பறளியாற்றில் அணைகட்டி அவிட நின்றும் புத்தனாக ஆறுவெட்டி கன்னியாகுமரி வரைக்கும் ஆற்று வெள்ளம் கொண்டுவிட்டு' என்று கூறுவதாகவும் முனைவர் அ.கா.பெருமாள் (*குமரி மாவட்ட வரலாறு*, ப.12) குறிப்பிடுகிறார். இன்றுள்ள பழையாறு, கடல் மட்டம் தாழ்ந்திருந்த பத்தாயிரம் ஆண்டுகளுக்கு முன், கடற்கரையில் மேலும் 25 – 30 கி. மீட்டர் வரை ஓடிக் கடலில் கலந்திருக்கலாம். ஏனெனில் அன்றைய கடற்கரை, இன்றைய குமரியிலிருந்து 25 – 30 கி. மீ தெற்காகத் தள்ளி இருந்தது. பின்னர் கடல் மட்டம் உயர, ஆற்றின் இப்பகுதி கடலில் மூழ்கிப் போயிருக்கலாம். இப்பகுதியில் ஆழ்கடலாய்வு மேற்கொண்டால் இதுபற்றி மேலும் அறியலாம்.

மகாவம்சம் தரும் வரலாற்றுக் குறிப்புகள்

தமிழரின் வரலாறு பழங்காலந்தொட்டு எழுதப்படாததால் முழுவதுமாக அறியப்படவில்லை, என்றாலும் வரலாற்று செய்திகளைத் தரும் இலக்கிய மூலங்கள் பல உள்ளன. இலக்கியங்களை வரலாறு என ஏற்றுக்கொள்ளாவிட்டாலும் அவைதரும் வரலாற்று செய்திகளை இனங்கண்டுகொள்வது அவசியம். இலக்கியங்கள் கூறும் கருதுகோள்களைக் கால நிரல்படப் பகுப்பதில் உள்ள இடர்களை இனிவரும் தொல்லியல் ஆய்வுகள், கல்வெட்டுக்கள், நாணயவியல் சான்றுகளால் காலாவட்டத்தில் களையலாம். இலக்கணம், இலக்கியங்கள் பலவற்றைத் திறமையுடன் படைத்த தமிழர், தம் வரலாறு கூறும் நூல் ஒன்றை எழுதாதது ஒரு பெரும் குறையென்றே குறிப்பிடலாம், இலங்கையின் வரலாற்றைக் கூறும் *மகாவம்சம்* தரும் சில தகவல்கள் நம் தேடலுக்கு உதவுகின்றன. சிங்கள வம்ச வரலாறு கூறும் நூற்கள் தரும் விவரங்கள் ஓரளவு நம்பத் தகுந்தவையாக இருப்பதால், 'கிழக்கத்திய வரலாற்று ஆசிரியர்களில் உண்மையாகவும், ஆதாரத்துடனும் எழுதியவர்கள்' என்று இந்நூலாசிரியர்களை கால்டுவெல் புகழ்கிறார். (*திராவிட இலக்கணம்*, ப. 121). சிங்கள வம்ச வரலாறு கூறும்

நூற்களில் முக்கியமானவை பாலி மொழியில் எழுதப்பட்ட *தீபவம்சம், மகாவம்சம்* ஆகியவையாகும். சிங்கள மன்னவன் மகாசேனனின் (கி. பி. *277 – 304)* வரலாறு கூறும் *தீபவம்சம்*, கி. பி. 5ஆம் நூற்றாண்டின் ஆரம்பத்தில் எழுதப்பட்டது.

மகாவம்சம் கி. பி. 6ஆம் நூற்றாண்டுவரை பல கால கட்டங்களில் எழுதப்பட்டது. இந்நூலின் ஆரம்பப் பகுதியை எழுதியவர் தாது சேனன் (கி. பி.*463 – 479)* எனும் மன்னனின் மாமனான மகாநாமா என்ற புத்த பிக்கு. தாதுசேனன் மறைவுக்குப் பின்னும், மகாநாமா தன் இறுதி நாட்கள்வரை நடந்த நிகழ்ச்சிகளைப் பதிவு செய்தார். புத்த விகாரம் ஒன்றில் வாழ்ந்த பிக்குகள் கி. மு. 3ஆம் அல்லது 2ஆம் நூற்றாண்டு துவக்கத்தில் வரலாற்று விவரங்களைப் பதிவு செய்யத் தொடங்கினர். இதே மரபு, பின்னர் வந்த பிக்குகளால் தொடரப்பட்டு, சிங்கள பரம்பரையின் வரலாற்று நூற்கள் உருப்பெற்றன. முதலில் பாலி மொழியிலும் பின்னர் சிங்கள மொழியிலும் இவை இயற்றப்பட்டன.

சிங்களப் பரம்பரையின் பிதாமகரான விஜயனைப் பற்றிய கதையுடன் ஆரம்பமாகிறது *மகாவம்சம்*. தலை நிலமான இந்தியாவில் அரசாண்ட புத்த மதச் சார்புடைய மன்னரைப் பற்றிய தகவல்களும், குடியேற்றங்கள், படையெடுப்புகள், போர், கடல் வாணிகம் மற்றும் பெண் எடுத்தது பற்றிய விவரங்களும் இதில் உள்ளன. இதனால் எந்த இலங்கை மன்னன் எந்த இந்திய மன்னனின் சமகாலத்தவன் என்பது போன்ற பயனுள்ள வரலாற்றுத் தகவல்கள் நமக்கு கிடைக்கின்றன. தமிழில் நாவலந்தீவு என்ற நிலப்பகுதியைக் குறிக்கும் வடமொழிப்பதமான 'ஜம்பு தீவு', இந்தியத் தலைநிலத்தைக் குறிக்க மகாவம்சத்தில் பலவிடங்களில் எடுத்தாளப்படுகிறது. எடுத்துக்காட்டாக அசோகனின் தந்தையான மௌரியப் பேரரசன் பிந்துசாரன் ஜம்பு தீவின் பல பகுதிகளை ஆண்டதாகக் *(5:12)* குறிப்பிடப்படுகிறது. பிந்துசாரன் இந்தியாவில் தமிழகம் தவிர பெரும்பகுதியை கி.மு. *298* – கி.மு.*272* வரை ஆண்டான் என்பது வரலாறு. மற்றொரு அத்தியாயத்தில் இலங்கையிலிருந்து தேரர்கள் பலர், ஜம்பு தீவில் இருந்த புத்த புண்ணிய தலங்களுக்கு புனிதப்பயணம் மேற்கொண்டது பற்றிய குறிப்பு *(3:13)* உள்ளது. மேலும் சிங்கள அரசன் மேகவர்மன், இலங்கையிலிருந்து இரு பிக்குகளை புத்த கயாவிற்கு அனுப்பியதாகவும், இலங்கையிலிருந்து செல்லும் புனிதப் பயணிகள் அங்கு தங்க சந்திரகுப்த மௌரியரிடம் அவர்கள் இடம் கேட்டதாகவும் இந்நூல் கூறுகிறது. ஆகவே

மேகவர்மன், சந்திரகுப்தனின் சமகாலத்தவன் என்பது தெளிவாகிறது.

விஜயனின் வருகைபற்றிக் கூறும் முதல் அத்தியாயம் கீழ்க்கண்ட பல விவரங்களைத் தருகின்றது.

1. இந்திய தலைநிலத்தில் அஜாதசத்ரு ஆண்ட 8ஆம் ஆண்டில், இலங்கைக்கு விஜயன் நாடு கடத்தப்பட்டான். இது நடந்தது புத்தர் மரணமடைந்த ஆண்டு, அதாவது கி.மு. 483ஆம் ஆண்டு. விஜயனும் அவனது கூட்டாளிகளும் இலங்கை வந்திறங்கியது அப்போதுதான்.

2. விஜயன் குடியேறிய அத்தருணத்தில், இலங்கை தீவாகப் பரிணமித்திருந்தது. அங்கு வந்த விஜயன், தாமப்பன்னியில் (இன்றைய மன்னார் வளைகுடாவை ஒட்டிய பகுதி) குடியேற்றங்களை உருவாக்கியதோடல்லாமல், அனுராதபுரம் வரையுள்ள பகுதிகளிலும் மக்களைக் குடியேறச் செய்தான்.

3. இக்காலகட்டத்தில்தான் பாலிமொழியில் 'யக்சர்' எனக் குறிப்பிடப்படும் இலங்கையின் ஆதிவாசிகளான வேடர் குலத்தோர் வாழ்ந்தனர். சிங்களவர் சில சமயம் போரிட்டும், சில சமயங்களில் நட்புடனும் வாழ்ந்தனர். இதுபோலவே, தலை நிலத்திலுள்ள மன்னர்களுடனும் தொடர்பு கொண்டிருந்தனர்.

வங்கம், மகதம், பாண்டிய நாடு, சோழ நாடு, இலங்கைத் தீவு பற்றியும், சிங்களவர் இவற்றிற்குக் கடற்பயணம் செய்தது குறித்தும் விளக்கமாகக் கூறும் அத்தியாயத்தில் தெற்கிலிருந்ததாகக் கூறப்படும் பெரும் நிலப்பரப்பு பற்றிய குறிப்புகள் ஏதும் இல்லை என்பது குறிப்பிடத்தக்கது.

இந்நூலின் 12ஆம் அத்தியாயத்தில் அயல்நாடுகளில் புத்த சமயக் கொள்கைகளைப் பரப்பியது பற்றிய விவரங்கள் காணப்படுகின்றன. மகா ஒளிப்பத்தா என்ற மகா தேரரால், மூன்றாம் அவையின் காலம் முடியும் தறுவாயில், அருகாமையில் உள்ள நாடுகளுக்கு புத்த மதத்தைப் பரப்புமாறு தேரர்கள் அனுப்பிவைக்கப்பட்டனர் என்று இந்த அத்தியாயம் கூறுகிறது. மஜான்டிகா எனும் தேரர், காஷ்மீரத்திற்கும் காந்தாரத்திற்கும் (வடக்கு பஞ்சாப்) அனுப்பி வைக்கப்பட்டார். ராக்கிதா என்பவர் வனவாசாவிற்கும், மாஜிமா என்பவர் இமாலயத்திற்கும், சோனா, உத்தரா ஆகியோர் சுவர்ண பூமிக்கும் (வங்கம்) அனுப்பிவைக்கப்பட்டனர். இமாலயப் பகுதிகளில் சுமார் 84 ஆயிரம் பேரும், காஷ்மீரம், காந்தாரம் பகுதிகளில் 80 ஆயிரம் பேரும் புத்த மதத்தைத் தழுவியதாகக் கூறப்படுகிறது.

மஹிந்தா எனும் பெரும் தேரரும் அவரது சீடர்களான உத்தியா, சம்பாலா, பாடசாலா ஆகியோரும் புத்தமதக் கொள்கைகளைப் பரப்ப இலங்கைத் தீவுக்கு வந்தனர்.

மகாதேவா என்பவர் மகிஷமண்டலத்தில் (மைசூர் அல்லது விந்திய மலைக்குத் தெற்கேயுள்ள பகுதியில்) நாற்ப தாயிரம் பேரையும், நாக்கிட்டா என்பவர் வனவாசா பகுதியில் 60 ஆயிரம் பேரையும் புத்த மதத்தைத் தழுவச் செய்தார் என்றும் ஐந்நூறு விகாரங்கள் கட்டப்பட்டன என்றும் கூறுகிறது. தம்மராகி என்பவர் அபராந்தாகா எனும் மேற்கு எல்லை நாட்டில் (அதாவது இன்றைய குஜராத், சிந்து) 84 ஆயிரம் பேரையும், உத்ரா, சோனா எனும் தேரர்கள் சுவர்ண பூமியில் 60 ஆயிரம் பேரையும் புத்தமதத்திற்குள் வரச் செய்தனர் என்றும் கூறுகிறது. இங்கு சுவர்ணபூமி என்பது பர்மா எனக் கருதப்பட்டது. ஆனால் வரலாற்றுப்படி, புத்த மதம் கி.மு. 4ஆம் நூற்றாண்டில் சீனா வழியாக பர்மாவரை பரவியது என்று அறியப்பட்டபின், இக்கருத்து தவறு என்பது தெளிவாகியது. தொல்லியலாளர் ஃப்ளீட் (Fleet) கூற்றுப்படி, சுவர்ணபூமி என மகாவம்சம் குறிப்பிடுவது வங்கமாக இருக்கலாம். ஏனெனில் சீனயாத்திரிகர் யுவான் சுவாங் வங்கத்தை கர்ண சுவர்ணா எனக் குறிப்பிட்டுள்ளார். அது மத்திய இந்தியாவில் சோன் நதிக்கரையின் பகுதியாகவும் இருந்திருக்கலாம். எந்த மாதத்தில் எந்த நாட்டுக்குத் தேரர்கள் புத்த சமயத்தைப் பரப்பச் சென்றனர் என விவரமாகக் கூறும் இந்த அத்தியாயத் தில் குமரிக்கண்டம் எனக் கூறப்படும் நிலப்பரப்பிற்கு யாரும் சென்றதற்கான குறிப்புகள் ஏதுமில்லை என்பதே நாம் இங்கு கவனிக்க வேண்டியது.

இலங்கை பற்றிய அன்றைய புவியியல் அறிவு

ஏறத்தாழ ஆயிரத்து எண்ணூறு ஆண்டுகளுக்கு முன்னர் (கி. பி. 140), உலக வரைபடத்தைத் தயாரித்த கிரேக்க நாட்டு அறிஞர் கிளாடியஸ் தாலமி (Claudius Ptolemy)யை புவியிய லறிவின் தந்தை எனலாம். அவர் தயாரித்த உலக வரைபடமே, நமக்குக் கிடைத்தவற்றில் மிகப் பழைமையானது. உலகம் உருண்டையானது என்பது அவருக்குத் தெரிந்திருந்தது. அன்றைய புவியியல், மத்திய தரைக் கடலையொட்டிய நாடுகளுக்கே முக்கியத்துவம் கொடுத்து வந்த நிலையில், தாலமிதான் உலக வரைபடம் வரைதலைத் தொடங்கிவைத்தார். அன்று அவர் இதர உலக நாடுகள் பற்றித் தெரிந்தவற்றைக் கொண்டும், கடற்பயணிகளின் குறிப்புகளைக் கொண்டும் வரைந்த படங்களே புவியியலின் தொடக்கமாக அமைந்தன.

படம் – 1

தாலமியின் இலங்கைப் படம் (கி.பி. 140)

மலை *Malea* எனவும், சிவனொளிபாதமலை *Ulipada* எனவும், தேவேந்திர முனையும் சந்திரமௌலீசர் கோவிலும் *Dagana Civitas - Sacra Luna* எனவும், திருகோணமலை *S'patana Portus* எனவும், மாதோட்டம் *Mudutti* எனவும், அது புகழ் பெற்ற வர்த்தகத் துறைமுகமாக இருந்ததால். *Mudutti Emporium* எனவும், குமணை *Bocana* எனவும், உரோகணம் *Raogandini* எனவும் குறிப்பிடப்பட்டுள்ளது.

(ஆதாரம்: ஜே.ஆர். சின்னத்தம்பி, *தமிழ் ஈழம் – நாட்டு எல்லைகள்,* 1975–76)

முக்கியமான சாதனை என்றாலும், அதில் பிழைகளும் குறைபாடுகளும் இருந்தன. அப்பிழைகளே சில பூகோள குழப்பங்களுக்குக் காரணமாக அமைந்தன. உதாரணமாக தாலமி, ஐரோப்பா, ஆசியா ஆகியவற்றின் நிலப்பரப்பை மிகைப்படுத்தியிருந்தார். இதை அறியாமல், ஆசியா அருகாமை யில் இருப்பதாக எண்ணி கடல் பயணம் செய்து, புதிய உலகான அமெரிக்காவை அடைந்த கிறிஸ்டோபர் கொலம்பஸ், தான் ஆசியாவில் காலடியெடுத்து வைத்துவிட்டதாக நம்பினார். தாலமி வரைந்த உலக வரைபடத்தில், இந்தியத் துணைக் கண்டத்தில் அவர் குறிப்பிடும் தமிரிக்கே (Damirike) என்பது, கால்டுவெல் கூற்றுப்படி தமிழர் வாழ்ந்த பகுதியை, அதாவது தமிழகத்தைக் குறிக்கிறது. தமிழ் நாட்டிற்கும் தெற்கேயுள்ள தாப்ரபனெ (Taprabane) எனும் தீவாக தாலமியால் இலங்கை காட்டப்பட்டுள்ளது. தலை நிலத்திலுள்ள தாமிரவருணி ஆற்றின் கழிமுகத்திற்கு எதிராக இருந்த தீவை தாப்ரபனெ எனக் குறித்த தாலமி, இப்பகுதிகளை உலகப் படத்தில் வரைந்தபோது செய்த பிழைகள் பல. அவற்றில் முக்கியமானவை இரண்டு: இந்தியா ஒரு தீபகற்பகம் என்பது தெரியாமல், இந்தியாவை ஒரு பெரும் தீவாகக் காட்டியது. மற்றும் இலங்கையின் அமைப்பை ஏறத்தாழ பதினான்கு மடங்கு மிகைப்படுத்திக் காட்டியது. *(படம்: 1)*

பெரிபுளஸ் மாரிஸ் எரித்திரி (*Periplus Maris Erythrea*) எனும் நூல், பெயர் தெரியாத கிரேக்க மாலுமி ஒருவரால் கடல் வாணிகம் செய்பவர்களுக்காக கி. பி. 70இல் (முதல் நூற்றாண்டில்) எழுதப்பட்ட பயணக் குறிப்புகளின் தொகுப்பாகும். ஆப்பிரிக்கா வின் கிழக்குக்கரை, அரேபியா, தென்னிந்தியா – தமிழகம் பற்றியும் குமரி எனும் துறை பற்றியும் இதில் குறிப்புகள் உள்ளன. எகிப்திய, அரேபிய, ரோமானிய, கிரேக்க கடல் வணிகர்கள் தமிழகத்தை அறிந்திருந்தனர்.

சந்திரகுப்த மௌரியரின் அவையில் கி. மு. 302இல் தங்கியிருந்த கிரேக்க தூதர் மெகஸ்தனீஸ், இலங்கை பற்றி குறிப்பிட்டுள்ளதாவது: “தாபிரபேன் எனும் தீவு இந்தியாவி லிருந்து ஒரு சிறு ஆற்றினால் பிரிக்கப்பட்டுள்ளது. தாபிரபேன் 7000 ஸ்டேடியா நீளமும், 5000 ஸ்டேடியா அகலமும் உள்ளது. அங்கு 700 கிராமங்கள் இருந்தன. தென்னை மரம் நிரம்பிய இத்தீவில் யானைகள் பலவிருந்தன. இத் தீவின் மக்கள் அவற்றைப் பிடித்து கலிங்கத்துக்கு அனுப்புகின்றனர்.” இக் குறிப்புகளில் நாம் கவனிக்க வேண்டியவை சில : இந்தியாவை யும், இலங்கையையும் பிரித்த கடற் பகுதி, அன்று குறுகியதாக

இருந்ததால் அதை ஆறு என மெகஸ்தனீஸ் குறிப்பிட்டிருக்க லாம். தாபிரபேன் என்பது தாமிரவருணியின் திரிபே. ஸ்டேடியா என்பது 185 மீ (606' 9") கொண்ட கிரேக்க அளவை. மெகஸ்தனீஸ் கூற்றுப்படி, தாபிரபேன் தீவின் நீளம் 1295 கி.மீ. (7000 ஸ்டேடியா) அகலம் 925 கி. மீ. (5000 ஸ்டேடியா) ஆகும். ஆனால் இலங்கையோ சுமார் 430 கி. மீ. நீளமும் அதன் அகன்ற பகுதியில் சுமார் 220 கி.மீ. அகலமும் கொண்டது. எனவே மெகஸ்தனீஸின் கணிப்புகள் மிகைப்படுத்தப்பட்டவை என்பது தெளிவு.

நில அளவை பற்றிய அறிவு முறைகள், கருவிகள் இல்லாத அக்காலத்துக் கண்டுபிடிப்புகள் மெச்சத்தகுந்தவை என்றா லும் அந்தக் கணிப்புகளில் பெரும் பிழைகள் இருந்ததைப் புறக்கணிக்க முடியாது. தாபிரபேன் என்றழைக்கப்பட்ட இத் தீவை, அரேபியக் கடலோடிகள் சேரன்தீப் என குறிப் பிட்டனர். அவர்களது குறிப்புகளில், இத்தீவின் சுற்றளவு 5000 கி. மீ. எனக் கணிக்கப்பட்டுள்ளது. உண்மையில், இலங்கை யின் சுற்றளவோ 1400 கி. மீ. தான். அதாவது அரேபியக் கடலோடிகளால் இலங்கையின் சுற்றளவு நான்கு மடங்காக மிகைப்படுத்தப்பட்டுள்ளது. இந்த மிகைப்படுத்தப்பட்ட அளவையே ஆதாரமாக்கி, ஒரு சாரார் அரேபியக் கடலோடி கள் குறிப்பிட்டது இலங்கை அன்று, கடலில் அழிந்துபட்ட மற்றொரு நிலப்பரப்பான குமரிக் கண்டம்தான் என்கின்றனர்.

சேரர்கள் ஆண்ட மேற்குக் கரையிலிருந்து தெற்குப்புற மாகக் பயணித்த அரேபியக் கடலோடிகள், தாம் கண்ட தீவை சேரனின் தீவு எனக் குறிக்கும் முகமாக சேரன்தீப் என அழைத்திருக்கலாம். அல்லது மலைகள் (சேரல்) கொண்ட தீவு என்பதையோ தென்னை (சேரல்) நிறைந்த தீவு என் பதையோ குறிக்க சேரன்தீப் என்று கூறியிருக்கலாம். அத்தீவில் இரத்தினக் கற்கள் தோண்டியெடுக்கப்பட்டதால் அது இலங்கையே என்பது தெளிவாகிறது.

புதிய நாடுகளையும், மக்களையும் கண்டு வந்த கடலோடி கள் தாம் கண்டவற்றையும் கேட்டவற்றையும் மிகைப்படுத்து வது வழக்கமான ஒன்று. இதற்கு ஒரு சிறப்பான எடுத்துக் காட்டு சிந்துபாத் மாலுமியின் கதை.

சிந்துபாத் மாலுமியின் கதை, *ஆயிரத்து ஒரு இரவுகள் அல்லது அரேபிய இரவுகள்* எனும் கதைத் தொகுப்புகளில் இடம் பெறுகிறது. கி. பி. 8ஆம் நூற்றாண்டிலிருந்து 11ஆம் நூற்றாண்டு வரையான காலகட்டத்தில் அரேபியக் கட லோடிகள் பலர் பட்டு, தந்தம், வாசனைத் திரவியங்கள் போன்றவற்றைக் கொள்முதல் செய்யும் ஆவலில் துணிச்சலுடன்,

கிழக்கு நாடுகளுக்குப் பயணம் மேற்கொண்டனர். சிந்துபாத் எனும் காவிய நாயகன்பற்றி ஆய்வு நடத்திய டிம் செவரின் (Tim Severin) 1980 – 81இல் ஓமனிலிருந்து சீனாவரை கடற் பயணம் செய்தார். பண்டைய அரபுக் கடல் வாணிகர் பயன்படுத்தியது போன்ற மரக்கலம் ஒன்றை உருவாக்கி, ஏழு மாதங்கள் பயணித்தார். அவரது ஆய்வுகளின்படி, சிந்துபாத் எனும் கதாபாத்திரத்தின் கதை, பல அரபு கடல் வாணிகர், மாலுமிகள் ஆகியோரின் அனுபவங்களின் தொகுப்பு ஆகும். கடற்பயண அனுபவங்களில் தான் கண்ட நிலங்கள், மக்கள் ஆகியோருக்கும் சிந்துபாத் மாலுமி கண்ட புதிய நிலங்கள், மக்கள் ஆகியோருக்குமிடையே பல ஒற்றுமைகளைக் கண்ட தாகக் கூறுகிறார் டிம் செவரின். அதாவது சிந்துபாத் கதையி லுள்ள மிகைப்படுத்தல், கதையின் சுவாரசியத்திற்காக ஜோடிக்கப்பட்ட விஷயங்கள் ஆகியவற்றை விலக்கிப் பார்த்தால் சில உண்மைகள் புலப்படும் என்கிறார்.

எடுத்துக்காட்டாக, சிந்துபாத் பட்டினியால் அவதிப்படு கிறான்; புயலால் மரக்கலம் சிதைந்து, கடலில் தத்தளித்து கரை ஒதுங்கியதும், இராட்சதப் பறவைகள், பாம்புகள், யானைகள், குரங்குகள் ஆகியவற்றை எதிர்கொண்டு போராடு கிறான். அப்படியும் அவனுக்குக் கடற் பயணத்தில் நாட்டம் குறையவில்லை. சிந்துபாத் மாலுமியின் கதைக்கு வித்திட்டவை கீழ்க்காணும் உண்மைகளாக இருக்கலாம் என்பது செவரினின் கருத்து: ஏழாவது கடற் பயணத்தின்போது, சிந்துபாத் கடற் கொள்ளையரால் யானைத் தந்த வியாபாரிகளுக்கு விற்கப் படுகிறான். வியாபாரியின் ஆணைக்குப் பணிந்து, காட்டுக்குச் சென்று யானைகளைக் கொல்கிறான். ஒரு முறை யானை ஒன்று யானைக் கூட்டங்களின் இடுகாடு ஒன்றைக் காட்ட, சிந்துபாத் யானைகளை கொல்வதைத் தவிர்த்து அங்கே கிடந்த தந்தங்களை எடுக்கிறான். அந்த இடம் இலங்கையாக இருக்கலாம் என்பது ஆய்வாளர் கருத்து. மற்றுமோரிடத்தில் சிந்துபாத் மாணிக்கங்களும் இரத்தினங்களும் நிரம்பிய பள்ளத்தாக்கு ஒன்றைக் காண்கிறான். இதுவும் இலங்கையி லுள்ள ஒரு இடமாக இருக்கலாம். ஏனெனில் இன்றும் இலங்கையில் ரத்தினபுரா பகுதிகளில் இரத்தினக் கற்கள் தோண்டியெடுக்கப்படுகின்றன என்கிறார் செவரின் (*Tim Severin-In the wake of Sindbad, National Geographic* - Vol.162, July 1982.)

கடலோடிகள் அன்று மிகைப்படுத்திக் கூறிய கதைகள் அனைத்தையும் வேத வாக்குகளாக, உண்மைகளாக எடுத்துக் கொள்ளக்கூடாது. உதாரணமாக, சில மாலுமிகள், கடலில்

வாழும் பாலூட்டியான ஆவுளியாவைக் (Dugong) கண்டு, கடற் கன்னி பற்றிய கட்டுக்கதைகளை உருவாக்கினர். பெண் பாதி, மீன் பாதி என்று ஒரு உயிர் இருக்க முடியாது என யாரும் மறுப்பு சொல்லாத வரையிலும் இந்தக் கதைகள் நீண்டகாலம் பல தலைமுறையினரிடம் வழங்கி நிலைபெற்றன. ஒரு பொய்யையே திரும்பத் திரும்பச் சொல்ல அது மெய்யாக இருக்குமோ எனும் ஒரு மயக்கம் உண்டாவது போன்ற நிலை இந்தக் கடலோடிகளின் குறிப்புகளால் ஏற்பட்டது. ஆனால், கட்டுக்கதைகளின் தோற்றத்திற்கும் ஒரு காரணம் இருந்திருக்க வேண்டும் பழம் செய்திகளைத் தரும் குறிப்பு களில் உண்மையானவற்றையும், கற்பனையையும் பிரிக்கும் கோடு மங்கலானது. இதற்கு மெகஸ்தனீஸ் போன்ற அறிஞர் களும் விதி விலக்கல்ல. இவரும் தாபிரபேன் தீவில் 15 முழ நீளமுள்ள ஆமைகளும், சிங்கத் தலையுடைய மீன்களும், பெண்ணின் தலை கொண்ட மீன்களும் இருப்பதாகக் குறிப்பிட் டுள்ளார். இலங்கையின் நில அளவையும் மிகைப்படுத்தினார். மிகைப்படுத்தப்பட்ட அன்றைய குறிப்புகளைக் கொண்டு குமரிக் கண்ட ஆதரவாளர்கள், அவற்றையே ஒரு பெரும் நிலப்பரப்பு இருந்ததற்கான ஆதாரம் என்று வாதிட்டனர். மேற்கூறிய வாதம் வலிமையற்றது என்பதை கடலடி பற்றிய இன்றைய அறிவு காட்டுகிறது.

தாமிரவருணி

இரண்டாயிரம் ஆண்டுகளுக்கு முற்பட்ட பௌத்த நூல்கள், இலங்கையைத் தூப்பபண்ணி என குறிப்பிடுகின்றன. மெகஸ்தனீஸ் இலங்கையை தாபிரபேன் என்றார். அசோக னின் கீர்னார் (கி.மு. 300) கல்வெட்டிலும் இலங்கை தாம்பபன்னி என குறிப்பிடப்படுகிறது. பெரிபுளஸ் மாரிஸ் எரித்திரி இலங்கையை தாப்ரவானே என்று குறிப்பிடுகிறது. ஆன்டிக்தோனே எனும் மக்கள் வாழும் தாப்ரபனே நெடுங் காலமாக ஒரு தனிப் பகுதியாக கருதப்பட்டது என்று பிளைனி (கி. பி. 23 – 70) பதிவு செய்திருக்கிறார். தாப்ரபனெ எனும் பழந்தீவு சாலிகே எனவும் வழங்கப்படுவதாக தாலமி கூறி யிருக்கிறார். தென்னிந்தியாவில் தாமிரவருணி ஆற்றோரத்தில் வாழ்ந்த மக்கள் இலங்கைக்கு குடியேறியதனால், தாங்கள் புலம் பெயர்ந்து வந்த இடத்தின் பெயரையே இப்பகுதிக்கும் சூட்டினர் என்பது சிலரது ஊகம்.

தாப்ரபனெ, தாம்பபன்னி போன்ற பெயர்கள் தாமிரவருணி என்ற பெயரின் திரிபுகள் ஆகும். தமிழ்நாட்டில் பாயும் தாமிரவருணி நதியின் முந்தைய பெயர் பொருநை

என்பதே. பொதியமலையில் ஊற்றெடுத்து, சேரநாட்டில் பாயும் பொருநையினின்று வேறுபடுத்திக் காட்ட, பாண்டிய நாட்டில் பாயும் பொருநை நதி 'தண் பொருநை' என்றழைக்கப் பட்டது. 'பொன் திணிந்து, புனல் பெருகும் பொருநை திருநதி' எனக் கம்பர் குறிப்பிடுகிறார். "பொதிய மலையில் பிறந்து, கொற்கையில் கடலில் சங்கமிக்கும் தாமிரவருணி, முன்பு கொற்கைக்குக் கிழக்கே ஓடிக்கொண்டிருந்தது. அது இலங்கையி னுள்ளும் பாய்ந்தது. அதனால் அந்த ஆற்றின் பெயரையே ஈழத்திற்கும் வழங்கினர். முன்னொரு காலத்தே கன்னியா குமரிக்குத் தெற்கில் கடல் இல்லாதபோது, தாமிரவருணி இலங்கையில் ஓடிக்கொண்டிருந்திருக்க வேண்டும்" என்ற கு. பகவதியின் விளக்கம் (*இலக்கியத்தில் ஊர்ப்பெயர்கள் ப. 68 – 71*) முதன் முதலாக பழைய நில அமைப்பை ஊகித்துக் கூறப்பட்ட முயற்சி. ஆனால் தாமிரவருணி நதி இலங்கை வரை ஓடியிருக்க நிலவியல் அடிப்படையில் சாத்தியமில்லை.

பாண்டிய நாட்டிற்கு தெற்கில் அமைந்த நாடு

வேள் ஆய், ஆய் அந்திரன், வேள் எவ்வி, வேள் பேகன், வேள் பாரி முதலிய பெயருடைய தமிழ் மன்னர்கள் ஆயர் அல்லது வேளிர் மன்னர்கள் ஆவார்கள். ஆயர்குலத்து சிற்றரசர் களின் வரலாறு தொன்மையானது. காட்டையும், காட்டைச் சார்ந்த பகுதிகளையும் ஆண்ட அக்குறுநில மன்னர்கள், ஆற்றுப் படுகையிலிருந்து தள்ளி வாழ்ந்தாலும் வேளாண்மை யுடன் நெருங்கிய தொடர்புகொண்டிருந்தனர். எனவே ஆய், வேள் போன்ற அடைமொழிகளைப் பெற்றனர்.

இன்றைய திருநெல்வேலிக்குத் தெற்காகவும், குமரி முனைக்கு வடக்காகவும் அமைந்திருந்த நாஞ்சில் நாட்டை, ஆயர்குலத்து சிற்றரசர்கள் ஆண்டனர். ஒரு நாடு 'கிழவன்' அல்லது 'கிழார்' எனக் குறிப்பிடப்பட்ட ஒருவனின் தலைமை யின் கீழ் இயங்கியது. ஆயர்குலச் சிற்றரசர்கள் பாண்டியனுக் குக் கப்பம் கட்டியிருந்திருக்கலாம். 'அயிஒய்' என்பவன் 'பெதிகெ' எனும் பகுதியிலிருந்து குமரிவரை ஆண்டான் என தாலமி கூறுகின்றார். இதனால் ஆயர்நாடு ஒருகாலத்தில் தனிநாடாக இருந்தது எனக் கருதலாம். அசோகனின் கல்வெட்டுக்களில் ஒன்று (XIII – ஷபாசகர்கி, ஆண்டு கி. மு. 250 ?). சோழர், பாண்டியர் மற்றும் தெற்கில் 'ஹிதா ராஜா' பற்றி குறிப்பிடுகிறது. இடையர் (ஆயர்) குலத்துத் தலைவனான 'இடையர் அரசன்' என்பதையே 'ஹிதா ராஜா' எனக் கல்வெட்டு குறிப்பிடுகிறது என்பது ஒரு விளக்கம். இதனால் ஆயர்குலத்து சிற்றரசர்களின் தொன்மை கி. மு. 250

துவக்கம் எனத் தெரியவருகிறது. ஆய் அந்திரன் எனும் ஆயர் குலத்தலைவன் பற்றிப் புறநானூறு கூறுகிறது. காரைக் கண்ணணார் நற்றிணையில் ஆய் அந்திரன்பற்றிப் பாடுகிறார். அவனால் ஆதரிக்கப்பட்ட முடமோசியார், கீரனார், ஒடைக்கிழார் போன்ற புலவர்கள் தங்களது புரவலனான ஆய் அந்திரனை போற்றிப் பாடியுள்ளனர். அவனுக்குப் பின் வந்த பொதியின் செல்வன் என அழைக்கப்பட்ட திதியன், சேரன் செங்குட்டுவனின் சமகாலத்தவன்.

சேர நாட்டுக்கும் பாண்டிய நாட்டுக்கும் இடைப்பட்ட பகுதியே நாஞ்சில் நாடு. ஆரல்வாய்மொழிக் கணவாய் வழியாக இப்பகுதி மீது பாண்டிய மன்னர்கள் படையெடுத் தனர். இப்பகுதியை கைப்பற்றிய சேந்தன் அல்லது ஜெயந்த வர்மன் (கி.பி. 620 – 650), நாஞ்சில் நாட்டின் வழியாக சேரநாட்டின் மீது படையெடுத்தான். நின்றசீர் நெடுமாறன் என்ற சுந்தரபாண்டியன், நாஞ்சில் நாட்டின் மீது படையெடுத்து பாலி, நெல்வேலி, செந்நிலம், புலியூர் போன்ற இடங்களில் வெற்றி கொண்டான் என்று சின்னமனூர் செப்பேடுகள் தருகின்றன. மேலும், கழுகுமலைக் கல்வெட்டுகளும், திருவிடைக் கோடு கல்வெட்டுகளும் ஆயர்குலமன்னர் பற்றிக் குறிப் பிட்டாலும் வரலாற்று ஆசிரியர்கள் அவர்கள்பால் அதிகம் கவனம் செலுத்தவில்லை. பாண்டிய நாட்டிற்குத் தெற்கேயிருந்த குமரிமுனைதான் இன்று நாஞ்சில் நாட்டின் கடற்கரைப் பகுதிகளைக் கிழக்குக் கடற்கரை, மேற்குக் கடற்கரை எனப் பிரிக்கிறது. கிழக்குக் கடற்கரையைக் காட்டிலும் மேற்குக் கடற்கரையில் கடல் அரிப்பு கூடுதலாக ஏற்பட சாத்தியங்கள் உள்ளன. கடல் கொண்டதாகக் குறிப்பிடப்படும் தென் னாட்டின் பகுதிகள் நாஞ்சில் நாட்டின் கரைப்புறப் பகுதி களாயிருந்திருக்க முடியுமா?

தமிழ்ச்சங்கம் பற்றிய மரபு

மூன்று சங்கங்கள் இருந்ததாகக் கூறும் மரபு பற்றிய குறிப்புகள் நக்கீரனால் எழுதப்பட்டதாகக் கருதப்படும் இறையனார் களவியலுரையில் உள்ளன. இவ்வுரையின்படி, பாண்டிய மன்னர்கள் தங்கள் தலைநகரில், தமிழ் புலவர்களைக் கூட்டி தமிழை வளர்த்தனர்; தென் மதுரையில் 4440 ஆண்டுகள் இயங்கிய முதற்சங்கத்தில் சிவபெருமான், குமரவேள், அகத்தியர் உள்ளிட்ட 4449 புலவர்கள் இருந்தனர். பாண்டிய அரசர் காய்ச்சின வழுதி முதல் கடுங்கோன் ஈறாக, 89 மன்னர்கள் ஆதரித்த அச்சங்கத்தில், ஏழு மன்னர்கள் புலவர்களாகவும் விளங்கினர். இச்சங்க காலத்தில் *பரிபாடல்*, *முதுநாரை*,

முது குருகு, களரியாவுரை போன்ற நூல்களும் பேரகத்தியம் எனும் இலக்கண நூலும் இயற்றப்பட்டன.

தென்மதுரை கடற்கோளுக்கு இரையாகியதால் பாண்டிய நாட்டின் தலைநகராகிய கபாடபுரத்தில் 3700 ஆண்டுகள் செயல்பட்ட இடைச்சங்கத்தில் 3700 புலவர்கள் பங்கேற்றனர். அப்போது அகத்தியம், தொல்காப்பியம், பூதபுராணம், மாபுராணம் போன்ற நூல்களும், சில இசை நூல்களும் படைக்கப்பட்டன. கபாடபுரமும் கடற்கோளால் அழிய, தலைநகரம் இன்றைய மதுரைக்கு மாற்றப்பட்டது. 449 புலவர்கள் பங்கேற்ற கடைச்சங்கம் 1850 ஆண்டுகள் இயங்கியது. மேற்கூறிய கணக்கின் சாரம், மூன்று சங்கங்கள் 9990 ஆண்டு களாக இயங்கின. முதல், இடைச்சங்கங்கள் 237 பாண்டிய மன்னர்கள் அரசாட்சியின் கீழ் 8140 ஆண்டுகள் இயங்கின என்பதே. எந்த ஒரு வரலாற்று மாணவரையும் திகைக்க வைக்கும் காலக்கணக்கீடு இது. துடிசைக்கிழார் சிதம்பரனார் இம்மூன்று சங்கங்களின் 9990 ஆண்டுக் காலத்தைத் தோராய மாக கிறிஸ்துவுக்கு முன் 10,000 ஆண்டு முதல் கி.பி. 400 வரை என பகிர்ந்து காட்டியுள்ளார். தேவநேயப்பாவாணர் கணிப்புப்படி, முதற் சங்ககாலம் கி.மு. 10,000 முதல் 5500 வரையிலும், இடைச்சங்க காலம் கி.மு. 4000 முதல் 1500 வரையிலும் கடைச்சங்க காலம், கி. மு. 1500 முதல் கி. பி. 400 வரையிலும் நீடித்தது. வி.கோ. சூரிய நாராயண சாஸ்திரியாரின் கணிப்புபடி கி. மு. 9850 முதல் கி. பி. 100 வரை தொடர்ச்சியான 9950 ஆண்டுகளே மூன்று சங்கங்களின் காலங்கள்.

புலவர்கள் கூடிய அமைப்பு பழந்தமிழில் கூடல், அவை, மன்றம் எனக் குறிப்பிடப்பட்டன. சங்கம் எனும் வடமொழிச் சொல் புத்தமதத்தின் மூன்று அடிப்படைக் கோட்பாடுகளில் ஒன்றைக் குறிக்கும் சொல்லாகும். கி. மு. 2 நூற்றாண்டு துவக்கம் தமிழகத்தில் பரவ ஆரம்பித்த புத்த சமயம், கி. பி.2 நூற்றாண்டு வாக்கில் நிலை பெற்றிருந்தது. எனவே இதன் பின்னரே, ஆன்றோர்கள் கூடும் அவையைச் சங்கம் என குறிப்பிடும் மரபு தோன்றியிருக்க கூடும். சங்கம் எனும் சொல் பிந்தியதாகயிருந்தாலும், அது குறிக்கும் அமைப்பு தொன்மை யானது என்பது ஒரு வாதம். தாமோதரம் பிள்ளை கூற்றுப்படி கி. மு. 10,150 முதல் கி. மு. 150 வரை சங்கங்கள் செயல்பட்டன. ஆனால், பதிற்றுப்பத்தில் குறிப்பிடப்படும் சேரன் செங்குட்டுவன், இலங்கை வேந்தன் முதலாம் கயவாகு ஆகியோரிடையே இருந்த தொடர்பை ஆதாரமாகக் கொண்டு, கி. பி. முதல் மூன்று நூற்றாண்டுகளே சங்ககாலம் என்ற கனகசபை பிள்ளையின் விளக்கத்தைப் வரலாற்றாசிரியர் ஏற்றனர்.

தமிழ்ச்சங்கங்களின் காலக்கணிப்பு பற்றி கே. ஏ. நீலகண்ட சாஸ்திரியின் கூற்று கவனிக்கத்தக்கது. கடற்கோளால் அழிந்த நிலம் பற்றிய கருத்து மரபும், 10,000 ஆண்டுகளாக சங்கங்கள் இருந்ததாகக் கூறுவதும் அறிவியல் அடிப்படையற்றது என்பது அவர் கருத்து. புலவர் அவை ஒன்று இருந்திருக்கலாம். சங்க இலக்கியத்தில் குறிப்பிடப்படும் மன்னர்களின் பெயர்களை ஆதாரமாகக் கொண்டு பார்த்தால், அந்த இலக்கியத் தொகுப்பு நான்கு அல்லது ஐந்து தலைமுறைகளுக்குள் எழுதப்பட்டவையே. மேலும், சங்கப்பாடல்கள் யவனர் எனக் குறிப்பிடும் கிரேக்க, ரோமானிய வணிகர்கள், தமிழ் நாட்டிற்கு கி.பி. 1ஆம் அல்லது 2ஆம் நூற்றாண்டுகளில்தான் வந்தனர் என்பது அரிக்கமேடு, கரூர் அகழ்வாராய்ச்சிகளில் கிடைத்த தங்க – வெள்ளி நாணயங்கள் மூலம் தெளிவாகின்றது. இந்நிலைப்பாடே வரலாற்றாசிரியர்களால் ஏற்கப்படுகிறது.

தமிழர் வரலாறு பற்றி கடந்த நூற்றாண்டில் ஆய்வு செய்த கே. என். சிவராஜபிள்ளை, மன்னர் பரம்பரை, சிற்றரசர், புலவர்கள் அவர்கள் வாழ்ந்த காலம் ஆகியவற்றை வரிசைப் படுத்தினார் (Sivrajapillai K.N.-*The Chronology of Early Tamils* - 1932). சங்கம் மரபு பற்றிய அவரது ஆராய்ச்சி வெளிப்படுத்திய சில முக்கியமான கேள்விகள், முடிவுகள் வருமாறு:

1. சங்கம் பற்றிய மரபு சில இலக்கிய மற்றும் சமயவாதி களால் அவர்களுடைய சித்தாந்த பார்வைக்கேற்ப உருவாக்கப் பட்டது.

2. சங்கநூற்கள் எனக்குறிக்கப்படும் படைப்புகளில் சங்கம் பற்றிய குறிப்புகள் ஏதும் இல்லை.

3. சங்க நூற்கள் பிரதிபலிக்கும் அரசியல், சமுதாய அமைப்பு, அன்றாட வாழ்க்கை ஆகியவை சங்கம் போன்ற அமைப்புகளை உருவாக்கவோ, நடத்தவோ உகந்தவையாக இருக்கவில்லை.

4. சங்கம் பற்றிய விவரங்கள் இயல்பானவைகளாகத் தெரியவில்லை. அதன் அமைப்பு சீராகவும், செயற்கைத் தன்மையுடன் இருப்பதால் அது பற்றிய தகவல்கள் பிற்காலத் தில் திருத்தி எழுதப்பட்டிருக்கலாம்.

5. சங்கங்களின் அமைப்பில் புராணநாயகர்களும், ஆரியப் பெயர்கள் பலவும், பெருவிகிதத்தில் சேர்க்கப்பட் டுள்ளன. இது பிற்காலத்தில் சேர்க்கப்பட்டது என்பது தெளிவு.

6. மூன்று சங்கங்கள் இயங்கிய மொத்த காலம் 9,990 ஆண்டுகள். அக்காலக்கட்டத்தில் 197 பாண்டிய மன்னர்கள்

ஆண்டதாகக் கூறப்படுவதால் ஒரு தலைமுறை சராசரியாக சுமார் ஐம்பது ஆண்டுகள் அரசாண்டிருக்க வேண்டும். இது நடைமுறையில் சாத்தியமில்லை.

7. முதல் இரண்டு சங்கங்கள் பற்றியும் இடைப்பட்ட ஒன்று அல்லது இரண்டு பிரளயங்கள் பற்றி எழுதியவர்கள் தரும் ஆதாரங்கள் வரலாற்று ரீதியாக ஏற்றுக்கொள்ளக் கூடியவை அல்ல.

8. 'மதுரா' எனும் உத்தர மதுராவைக் குறிக்கும் சொல், தலையலங்கானத்துப் பாண்டியனின் காலத்துக்கும் முற்பட்ட தாக இருக்க முடியாது. அவன் காலத்தில், மதுரையின் பெயர் 'கூடல்' என்றேயிருந்தது. முதற்சங்க காலத்தவர் 'தென்மதுரை' என்ற (தமிழல்லாத) பெயரைத் தமது தென்தமிழ்நாட்டுத் தலைநகருக்கு வைத்திருக்க மாட்டார். பிற்காலத்தில் 'தென் மதுரை' என்றே வார்த்தையைப் பயன்படுத்திப் புனைகதை கலந்த வரலாறு எழுத முற்பட்டவர்கள், உத்தர மதுரை / வட மதுரை போன்ற பெயர்களை தம் வாதங்களுக்கு சப்பைக் கட்டு கட்டப் பயன்படுத்தினர்.

9. முதல், இரண்டாம் சங்க நூற்கள் ஒன்று கூட இல்லை யென்பதே, முதல் இரண்டாம் சங்கங்கள் உண்மையில் இருந்தனவா என்ற ஐயத்தை எழுப்புகிறது. நூல்கள் பற்றிய விவரங்கள் நம் தலைமுறை வரை வந்து சேர்ந்துள்ள போதிலும், நூல்கள் மட்டும் கடற்கோளில் அழிந்துவிட்டன எனக்கூறுவது வலுவற்ற வாதம்.

10. இந்தக் கருத்து மரபே இயல்பற்றதும் அறிவியல் ஆதாரமற்றதுமாகும். எந்த ஒரு நாகரிகமும் ஆரம்பநிலையி லிருந்து முன்னோக்கி வளர்ந்து முதிர்ச்சி அடைகிறது என்பதைத்தான் வரலாறு காட்டுகிறது. ஆனால் சங்கங்கள் பற்றிய கருத்து மரபு, இதைத்தலைகீழாகச் சித்தரிக்கிறது. முதற்சங்ககாலம் பொற்காலமாகக் காட்டப்படுகிறது. ஆனால் உண்மையில் மூன்றாம் சங்கம் நிலவியது. உண்மையில் இரும்புக் காலத்தில்

மறைந்த கண்டங்கள் பற்றிய மரபுகள்

லெமூரியா கருத்தாக்கம்

தோற்றம்

தொல்காப்பியருக்கு முற்பட்ட புலவர்கள் எழுதிய வற்றை 'என்ப', 'என்மனார் புலவர்', 'பாங்குற உணர்ந்தோர்' என மேற்கோள்காட்டி எழுதும் மரபு தொல்காப்பியத்தில் காணப்படுகிறது. இந்த வழக்கம் எழுநூறு அல்லது எண்ணூறு ஆண்டுகளுக்குப் பின் வந்த உரையாசிரியர்களாலும் பின்பற்றப்பட்டது. நக்கீரனார் தம் இறையனார் அகப்பொரு ளுரையில் குமரி எனும் நிலநீட்சியைப் பற்றி எழுதியதையே அடியார்க்கு நல்லாரும் நச்சினார்க்கினியரும் எழுதியுள்ளனர். புதிதாக எதையும் அவர்கள் கூறிவிடவில்லை. இதே மரபை சென்ற நூற்றாண்டில், குமரிக் கண்டம் கருத்தாக்கம் பற்றி எழுதியவர்கள் பலரும் கடைபிடித் தனர். 'இவர் கூறினார்', 'அவர் கூறினார்' என மற்றவர் கூற்றுக்களையேத் தம் வாதத் திற்கு வலிமைச் சேர்க்கும் முயற்சியாக, மேனாட்டு அறிஞர் கூறியவற்றை மேற்கோள்காட்டும் நிலையும் பரவலாக இருந்தது; இன்னும் இருந்து வருகிறது. 1940களின் துவக்கத்தில், அறிவியல் ஆய்வு போன்று தோற்றமளிக்கும் (pseudo scientific) பல நூற்களும் கட்டுரைகளும் வெளிவந்தன. ஆனால் அறிவியல் உலகு, அறிவியல் ஆதாரமற்ற லெமூரியா குமரிக் கண்டக் கோட்பாட்டை ஒரு பொருட்டாக எடுத்துக் கொள்ளவில்லை. எவரும் மறுப்பு தெரிவிக்காத நிலையில் அறிவியல் ஆதாரமற்ற இந்தக் கருதுகோள் தொடர்ந்து பேசப்பட்டது. லெமூரியா குமரிக் கண்டம் கருத்தாக்கம் வளர்ந்த விதம், அதிலுள்ள முரண்பாடுகள் இவை பற்றி இந்த அத்தியாயத்தில் காணலாம். இக் கருத்தாக்கத்தின் ஆதரவாளர்களால் அடிக்கடி மேற்கோள் காட்டப்படும் கூற்றுகளையும் ஆராயலாம்.

இவர்களில் முதன்மையானவர் ஏர்ன்ஸ்ட் ஹிக்கல் (Ernst Haeckel) எனும் ஜெர்மானிய உயிரியல் வல்லுனர். 1859இல் மருத்துவம் பயின்றுகொண்டிருந்த ஹிக்கல், உயிரினங்களின்

தோற்றம் பற்றிய டார்வின் விளக்கங்களில் ஆர்வம் கொண்டார். 'கடவுளின் படைப்பால் உயிர்கள் தோன்றின' என மதவாதிகள் பரப்பிய கொள்கைகளை எதிர்க்கவும், உயிரின ஆய்வாளர் எனும் முறையிலும் டார்வினின் கோட்பாடுகளில் இவர் ஈடுபாடு காட்டினார். உடற்கூற்றியல் பட்டப் படிப்பு முடித்த இவர், மானிடவியல், உளவியல், புவியியல் ஆகிய துறைகளிலும் தன் மேதாவிலாசத்தைப் பறைசாற்ற முனைந்தார். 1868இல் ஏர்ன்ஸ்ட் ஹிக்கல் உயிரினங்களின் தோற்றம் பற்றிய கட்டுரைகள் எழுதினார். உயிரினங்களின் ஆரம்பநிலையை மோனிரா (Monira) என அழைத்தார். அவர் கற்பனையில் உதித்த மோனிராவை விளக்கும்முகமாக முப்பது படங்களை வரைந்தார். 1876இல் அறிவியலாளர்கள் இவர் எழுதியவற்றுக்கு வெகுவாக மறுப்பு தெரிவித்தனர். ஹிக்கல் கருத்துப்படி மனிதக் குரங்குக்கும் மனிதனுக்கும் உள்ள ஒரே வேறுபாடு 'பேச்சு'. பேச்சற்ற மனிதக் குரங்குக்கும் மனிதனுக்கும் இடைப்பட்ட விலங்கு ஒன்று இருந்திருக்கக்கூடும் என்று கூறிய அவர் அதற்கு பித்தகேந்த்ரோபஸ் அலேலஸ் (Pithecantheropos alalus) எனப் பெயரிட்டார். அப்படி ஒரு விலங்கு இருக்கவில்லை என்பது வேறு விஷயம். உயிரினங்களின் கருக்கள் (Embryo) பற்றிய ஒரு ஆய்வுக் கட்டுரையில் திருத்தப் பட்ட படங்களை அவர் வெளியிட்டபோது, ஆய்வாளர்கள் எதிர்க்கேள்விகள் எழுப்பி, அவை திருத்தப்பட்டவை என நிரூபித்ததால் ஹிக்கல் தாம் செய்த குளறுபடியை ஒப்புக் கொண்டார். ஆனால் ஜெர்மனியில் இவர் ஒரு அறிஞராக மதிக்கப்பட்டார். ஆரிய (வெள்ளையர்) இனம் பரிணாம வளர்ச்சியில் உயர்ந்த இனம் என்ற ஹிக்கலின் கூற்று நாஸி இனவாதத்திற்கு வலுவூட்டியது. ஆதாரமில்லாமல், தன்னிச்சை யாக அவர் கூறிய 'அறிவியல்' விளக்கங்கள், ஜோடிக்கப்பட்ட ஆய்வுகள் போன்றவற்றால் அறிவியல் உலகில் அவர் நம்பகத் தன்மையை இழந்தார். ஆனால் சில ஜெர்மானியர்கள் இவரை ஒரு அறிஞராக கருதினர். இன வெறி, தேசப்பற்று மற்றும் சமுதாய டார்வினிஸம் (Social Darwinism) ஆகியவற்றுடன் 'பிரயோகிக்கப்படும் உயிரியலே அரசியல்' எனும் அவரது கூற்றையும், இன வெறியை நியாயப்படுத்த நாஸிகள் பயன் படுத்தினர்.

மறைந்து போனதாகக் கருதப்படும் நிலப்பகுதிக்கு லெமூரியா எனும் பெயர் எப்படி வந்தது? குரங்கு இனத்தைச் சார்ந்த லிமர் (Lemur) எனும் விலங்கு பரிணாமப் படியில் சற்றே கீழ்மட்டத்தில் உள்ள ப்ரோசிமியன் (Prosimian) எனும் பிரிவைச் சார்ந்ததாகும் (படம்: 2). இந்தப் பிரிவில் உள்ள

படம் – 2

வளையவால் லிமர்

(நன்றி: பார்பரா கிராஸ் ஜென்கின்ஸ்)

விலங்குகளில் ஒன்றான தேவாங்குகள் (loris) இந்தியா உட்பட சில தென்கிழக்கு ஆசிய நாடுகளில் வாழ்கின்றன. லிமர்கள் ஆப்பிரிக்காவின் தென்கிழக்கில் உள்ள மடகாஸ்கர் தீவிலும், அருகிலுள்ள கொமோரெஸ் தீவுகளிலும் மட்டுமே வாழ்கின்றன. இங்கு 30 கிராம் எடையுள்ள எலி லிமர் (Mouse lemur) முதல்

ஏழு கிலோ எடையுள்ள இந்திரி, சிஃபாகா எனும் லிமர்வரை பலவகை உள்ளன. தோற்றத்தில் மரநாய், கீரி போன்ற லிமர்கள், மயிர் அடர்ந்த நீண்ட வால் கொண்டவை. இவற்றின் உறவு வகைக் குரங்குகள் இந்தியா, மலேசியா மற்றும் ஆப்பிரிக்க நாடுகளிலும் காணப்படுவதால் மேற்கூறிய பகுதிகளை ஒரு காலத்தில் நிலப்பாலங்கள் இணைத்திருக்க வேண்டும் என்பது ஹிக்கலின் வாதம்.

ஹிக்கல் அத்தோடு நிற்காமல், அழிந்துபோன நிலப் பாலங்கள் இருந்த பகுதியில்தான் ஆதிமனிதன் தோன்றியிருக்க வேண்டும் என்று அறிவியல் உலகின் ஒரு முக்கியமான காலகட்டத்தில் – உயிரினங்களின் தோற்றம் பற்றிய டார்வினின் விளக்கம் வந்திருந்த காலத்தில், புவியியல் வல்லுனர்கள் இந்தியா, ஆப்பிரிக்கா, தென் அமெரிக்கா ஆகிய பகுதிகளில் உள்ள பாறைகளின் அமைப்பில் ஒற்றுமைகளைக் கண்டறிந்த காலத்தில் – ஒரு அறிக்கை விடுத்தார். ஆனால் இது கண்டங் களின் பெயர்ச்சி பற்றிய வெக்னரின் விளக்கம் (காண்க பக்கம் 80) வருவதற்கு முன்பு கூறப்பட்ட கருத்து என்பதை நாம் மனங்கொள்ள வேண்டும். (பார்க்க: கண்டங்களின் பெயர்ச்சி). வெவ்வேறு நிலப்பரப்பில் உள்ள பாறைகள், படிவங் கள், கானுயிர்கள், தாவரங்கள் ஆகியவற்றில் காணப்படும் ஒற்றுமைகளுக்கு விஞ்ஞானிகள் விளக்கம் தேடிக்கொண்டிருந்த காலம் அது. விஞ்ஞானிகள், அறிவியல் உலகு அன்று அறிந்த வற்றை மட்டுமே வைத்து இந்தப் புதிரை விளக்க முயன்று கொண்டிருந்தனர். கண்டங்களில், தாவரங்கள், விலங்குகள் ஆகியவற்றில் இருந்த ஒற்றுமைகளை விளக்க 'நிலப்பாலம்' என்ற கருதுகோள் உருவானது. அன்று இது ஏற்றுக் கொள்ளத் தக்க விளக்கமாகக் கருதப்பட்டது என்றாலும், பின்னர் அறிவியல் கண்டுபிடிப்புகளால் ஆதாரமற்றது என்று நிரூபிக்கப்பட்டது. வெக்னரின் கண்டங்களின் பெயர்ச்சி விளக்கம் இந்த ஒற்றுமை களுக்கான காரணங்களைச் சுட்டிக் காட்டிய பின்னரே, புவியியலமைப்பு மற்றும் உயிரினங்களில் காணப்படும் ஒற்றுமைகள் பற்றிய தெளிவு பிறந்தது.

ஹிக்கல் கூற்றின் தொடர்ச்சியாக இங்கிலாந்தைச் சேர்ந்த உயிரியல் வல்லுநர் ஃபிலிப் ஸ்க்லேடர் (Philip Sclator) இந்தியா விற்கும் மடகாஸ்கருக்கும் இடையே இந்து மகா சமுத்திரத்தில் இருந்திருக்கக் கூடும் எனக் கருதப்பட்ட நிலப்பாலத்திற்கு 'லெமூரியா' எனப் பெயரிட்டார். இவ்வாறு பலவீனமான ஒரு ஊகத்திற்கான வித்து விதைக்கப்பட்டது. மறைந்து விட்டதாகக் கருதப்படும் லெமூரியா, அட்லாண்டிஸ் எனும் கண்டங்கள்பற்றி முதலில் எழுத ஆரம்பித்தவர்கள் பிரம்மஞான

சபையினர்தான் (Theosophical Society). இதைக் கூர்ந்து நோக்கு முன், பிரம்மஞான சபைபற்றி நாம் தெரிந்துகொள்ள வேண்டும்.

ரஷ்யப் பெண்மணி ஹெலினா ப்ளாவட்ஸ்கியால் (Helena Blavatsky) 1875இல் நியூயார்கில் ஆரம்பிக்கப்பட்ட இந்த இயக் கத்தின் தலைமையகம், 1882இல் சென்னை அடையாறுக்கு மாற்றப்பட்டது. இந்தியா, சீனா, திபெத் போன்ற கீழை நாடுகளில் போற்றப்பட்ட மரபுகள், வாழ்க்கைநெறி ஆகிய வற்றின் கதம்பமாக பிரம்மஞான சபையின் கோட்பாடுகள் உருவாகின. 1500க்கும் மேற்பட்ட பக்கங்கள் கொண்ட *ரகசிய சித்தாந்தம்* (*The Secret Doctrine* - 1888) என்ற தனது நூலில் பிளாவட்ஸ்கி பிரபஞ்சம், உலகம், அதில் மனிதனின் தோற்றம் ஆகியவை பற்றி எழுதினார். பிளாவட்ஸ்கியின் எழுத்துக்கள், கருது கோள்கள் சர்சைக்குள்ளானவை. மறைந்ததாகக் கூறப் படும் லெமூரியா, அட்லாண்டிஸ் கண்டங்கள் பற்றி பிளாவட்ஸ்கி கருத்துக்கள் நம் ஆய்வுக்குரியவை.

ஆரிய (வெள்ளையர்) இனம் எப்படிப் பரிணமித்து உயர்ந்தது என விளக்குவதற்காக அமைக்கப்பட்ட பிரம்மஞான சபையைச் சார்ந்தவர்களின் சித்தாந்தத்தின் பின்னணியாகவே, லெமூரியா மற்றும் அட்லாண்டிஸ் பற்றிய கருத்தாக்கங்கள் இருந்தன. மறைந்த கண்டங்கள் பற்றிய கருத்துக்கள் எப்படி, எங்கிருந்து கிடைத்தன? இத்தகவல்கள் பெரும்பாலும் கீழை நாட்டு நூல்களிலிருந்து, உள்ளுணர்வு மூலம் உணரப்பட்டு பதிவு செய்யப்பட்டவை என்பதை நினைவில் கொள்ள வேண்டும். மூல இனங்களான ஏழு இனங்கள் படிப்படியாகப் பரிணாம வளர்ச்சியடைந்தன என்பதும், ஒவ்வொரு மூல இனமும் ஒவ்வொரு கண்டத்தில் வாழ்ந்தது என்பதும், இதில் பரிணாம உயர்வு பெறாத மூன்றாவது மூல இனம் ஒன்று லெமூரியாவில் இருந்தது என்பதும் அவர்கள் கருத்து. மேலும் லெமூரியன் முட்டையிட்டுக் குஞ்சு பொரித்த விலங்கு. அந்த இனத்திற்குப் பின் வந்த நான்காவது மூல இனத்திற்குப் பாலுணர்வு இருந்தது. அந்த இனம் மிருகங்களைப் புணர்ந்த தால், வாலில்லாக் குரங்குகள் போன்ற விலங்குகள் உருவாகின. அந்த இனம் கடலில் மூழ்க, அட்லாண்டிஸ் கண்டத்தில் பரிணாம வளர்ச்சி அடைந்த இனம் தோன்றியது. ஐந்தாவதாகத் தோன்றிய மூல இனமான (ஆரிய) வெள்ளையர் இனமே உயர்ந்த இனம் எனக் கூறி முடிகிறது இவ்விளக்கவுரை. சுருங்கக் கூறின், இவை வெள்ளையினம் உயர்ந்த இனம் எனப் பெருமை கொண்டாடும் உள்நோக்குடன் உருவாக்கப் பட்ட கோட்பாடுகளே. ஆரிய இனத்தின் பெருமையை நிலைநாட்ட முயன்ற பிரம்மஞான சபையினர் அக்கோட்

பாடுகளை விளக்குவதற்கு சில பதங்களையும் மரபுத்தொடர் களையும் பயன்படுத்தினர்.

ஸ்க்லேடர் உருவாக்கிய லெமூரியா எனும் பதத்தை பிரம்மஞான சபையினர் தாராளமாகப் பிரயோகித்தனர். ஆப்பிரிக்கா, ஆசியா, பசிஃபிக், இந்துமகாக்கடல் ஆகிய பகுதிகள்வரை பரவியிருந்ததாக அவர்கள் நம்பிய நிலப்பரப்பைக் குறிக்க லெமூரியா என்ற பதத்தை பயன்படுத்தினர். இவர்களில் ஒருவர்தான், குமரிக்கண்டம் கருத் தாக்கத்தின் ஆர்வலர்கள் அடிக்கடி மேற்கோள் காட்டும் ஸ்காட் எலியட் (W. Scott Elliot). 1904இல் இவர் எழுதிய *மறைந்த லெமூரியா* (The Lost Lemuria) என்ற நூல் மனித இனத்தின் ஐந்து மில்லியன் ஆண்டு வரலாற்றை பதிவு செய்யும் முயற்சியாகும். மனிதகுலம் தோன்றியே ஒன்றரை மில்லியன் ஆண்டுகள்தான் ஆயின என்பதை அறியும்போது, எலியட் கூற்று எவ்வளவு அறிவியல் ஆதாரமற்றது என்பது விளங்கும். இந்நூலுக்கான தகவல்களை அவர் உள்ளுணர்வாகப் பெற்றதாகக் கூறப்படுகிறது. அவற்றை அறிவியல் நோக்கில் ஏற்றுக்கொள்ளவியலாது. அவர் கூற்றுக்கள் பல அபத்தமானவை. எடுத்துக்காட்டாக, நுங்கு போன்ற நெகிழ்வான உடலமைப்பை முதலில் பெற்றிருந்த லெமூரியர்கள் பின்னர் திடமான உருவைப் பெற்றனர் என்றும், அவர்கள் 4 – 5 மீட்டர் உயரமானவர்கள் என்றும், அவர்களுக்கு மூன்றாவதாக ஒரு கண் தலையின் பின்னால் இருந்தது என்றும், முன்வசமாக எவ்வளவு சுலபமாக நடக்க முடியுமோ அவ்வளவு சுலபமாக பின் வசமாகவும் அவர்களால் நடக்க முடிந்தது என்றும் எழுதினார்.

லெமுரியா ஆதரவாளர்கள், இவைபற்றியெல்லாம் குறிப் பிடாமல் ‘ஸ்காட் எலியட், தெற்கில் ஒரு பெரும் நிலப்பரப்பு இருந்ததாகக் கூறினார்’ என்று மட்டும் கூறிவிடுகின்றனர். அறிவியல் பதங்களை பயன்படுத்தி, ஆய்வுக்கட்டுரைகள் போன்று தோற்றமளிக்கும், ஆனால் அறிவியல் ஆதாரமற்ற கருதுகோள்களை உருவாக்கும் மரபு இவ்வாறுதான் தோன்றியது எனலாம். 1880களில் உருவாக்கப்பட்ட மரபுகள், ஊகங்கள் ஆகியவற்றின் அடிப்படையில் ஸ்காட் எலியட் கூறிய பல கருத்துக்கள் 1920 முதற்கொண்டு ஆய்வாளர்களால் மறுக்கப் பட்டு வந்துள்ளன.

1880களில் லெமூரியா பற்றி ஐரோப்பாவில் உருவான மரபு, பிரிட்டிஷ் காலனி ஆதிக்க காலத்தில் இந்தியாவுக்குள் நுழைந்தது. அவ்வாறு புகுந்தபோது அப்போதிருந்த சிலர் இக்கருதுகோளை திராவிடர்களின் தாயகம் பற்றி விளக்கப் பயன்படுத்தினர். ஆரியர்கள் வடக்கிலிருந்து வந்தவர்கள்;

ஆனால், அதற்கு முன்னர் திராவிடர்கள் தெற்கிலிருந்த லெமூரியா கண்டத்திலிருந்து புலம்பெயர்ந்து வடக்கில் வந்து குடியேறினர் என விளக்கம் தரப்பட்டது. இருபதாம் நூற்றாண்டின் துவக்கத்தில் தமிழகத்தில் இருந்த சில வரலாற்றாசிரியர்களும், இலக்கியவாதிகளும், கட்டுரையாளர்களும் இந்த மரபையே அறிவியல் ஆதாரம்கொண்ட கொள்கைபோலப் பாவித்தனர். லெமூரியாதான் ஆதிமனித இனத்தின் தாயகம், நாகரிகத்தின் தொட்டில் எனவும், ஆதிமனித இனம் பேசிய முதன் மொழி தமிழே எனவும் கூற முற்பட்டனர். அன்று தழைத்திருந்த அவர்கள் நாகரிகம் பின்னர் ஏற்பட்ட பிரளயங்களால் அழிந்துபட்டன என்றனர். இந்த மரபுக்கு ஒரு அறிவியல் அந்தஸ்தைக் கொடுக்கவும் முயன்றனர். ஆதிமனித இனம் தோன்றிய பகுதிகளைப் பிரளயம் அழித்துவிட, தமிழ் பேசிய இந்த இனம் வடக்கில் குடியேறி சிந்து – கங்கை சமவெளி நாகரிகம் மட்டுமன்றி மெசப்பெட்டோமியா, எகிப்து, சீனா, தென் அமெரிக்கா ஆகியவற்றிலும் நாகரிகத்தை உருவாக்கியது, பரப்பியது என்ற கருத்தும் இந்த மரபின் வளர்ச்சியில் உருவாக்கப்பட்டது.

மறைந்த கண்டங்கள் பற்றிய வரைபடங்கள் எழுத்தாளர்கள் சிலரின் கற்பனையில் பிறந்தவையே. புராணங்கள் வரலாறுகளாக உலாவர ஆரம்பித்தன. நகரும் கண்டங்கள், பிரளயம், நில அதிர்ச்சி போன்ற நிலவியல் நிகழ்ச்சிகளைப் புராணங்கள் கூறும் நிகழ்ச்சிகளுடன் இணைத்து, அறிவியல் அங்கீகாரம் பெற நினைக்கும் முயற்சி லெமூரியா விஷயத்தில் பரவலாக இருந்தது. பிரம்மஞான சபையின் வெளியீடுகள், தென்னகத்தில் புழக்கத்திற்கு வந்தபோது, மறைந்த கண்டமான லெமூரியா பற்றிய கோட்பாடு தமிழ் ஆர்வலர்களின் கவனத்தை ஈர்த்தது. இச்சபையைச் சேர்ந்த ஸ்காட் எலியட், லெமூரியா எனும் மறைந்த கண்டத்தின் வரைபடத்தை உருவாக்கினார். பசிபிக் சமுத்திரம்வரை விரிந்திருந்ததாகக் காட்டப்பட்ட இந்தக் கண்டம் திடீரென ஏற்பட்ட கடல் குமுறல், நில அதிர்ச்சி, எரிமலை வெடிப்பு போன்ற இயற்கை நிகழ்வுகளால் சிதறுண்டு அழிந்து பட்டதாகக் கூறப்பட்டது.

1920களில் தென்னகத்தில் தமிழ் உணர்வு தலைதூக்க ஆரம்பித்தது. தமிழ் ஆர்வலர் லெமூரியாவுக்கு குமரிக்கண்டம் எனப் பெயர் கொடுத்தனர். லெமூரியா பற்றிய கருத்துக்கள் பாடப் புத்தகங்களிலும் இடம்பெற்றன. சிறுவர்களுக்கென எழுதி வெளிவந்த வரலாற்று நூல் ஒன்றில் லெமூரியா பற்றிய இந்தக் குறிப்பு காணப்படுகிறது : “இந்தியாவின் வரைபடத்தைப் பார்க்கவும். இந்நாட்டின் தென் முனைக்குப் பெயர் கன்னியாகுமரி.

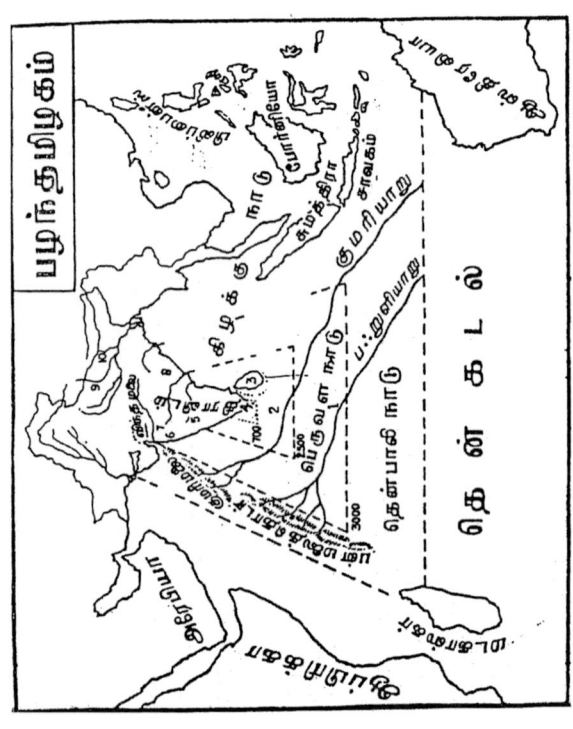

படம் – 3

புலவர் குழந்தை தயாரித்த பழந்தமிழகம் வரைபடம் (*இராவண காவியம்* நூலிலிருந்து)

1. தொன் மதுரை 2. தென்மதுரை 3. இலங்கை 4. மதுரை 5. கிட்கிந்தை 6. பஞ்சவடி 7. விந்தயகம் 8. இடைவளநாடு 9. அயோத்தி 10. மிதிலை

3000, 2500, 700 கடற்கோளைக் குறிக்கும் தி. மு. ஆண்டுகள்

இதற்குத் தெற்கே பரந்த கடல் உள்ளது. இக்கடலின் பெயர் இந்துமகாக் கடல். நமது பூமி எண்ணற்ற ஆண்டுகளுக்கு முன் உருவாகியது. கடந்த பல்லாயிரம் ஆண்டுகளில் அது பல மாற்றங்களை அடைந்துள்ளது. இப்போது இந்துமகாகடல் இருந்த பகுதியில் ஒரு பெரும் நிலப்பரப்பு இருந்தது. இதற்கு நாவலந்தீவு என்று பெயர். இந்நிலப்பரப்பை ஐரோப்பியர்கள் லெமூரியா என்றனர். கோண்ட்வானா என்பது அதற்கு கொடுக்கப்பட்ட மற்றொரு பெயர். அதன் நடுவில் இருந்த மேரு மலையின் சிகரமே இலங்கைத் தீவு. இன்று எப்படி ஆசியாக் கண்டம் உள்ளதோ அது போலவே நாவலந்தீவு அல்லது லெமூரியா வடக்கில் வியாபித்திருந்தது. நாவலந்தீவில் பல எரிமலைகள் இருந்தன. இந்த எரிமலைகளின் வெடிப்பால் பல பகுதிகள் அழிந்துபட்டன. அப்போது (இன்றைய) கன்யா குமரியை அடுத்து ஒரு பெரும் நிலப்பரப்பு இருந்தது. இங்கு வாழ்ந்தவர்கள் கன்னி அல்லது குமரி தெய்வத்தை வழிபட்ட தால் இப்பகுதி குமரிநாடு என அழைக்கப்பட்டது." (ந.சி. கந்தையா பிள்ளை, *நமது நாடு* ப. 2 – 3)

புலவர் குழந்தை தனது இராவண காவியம் (1946) நூலில் தென்கடல் பொங்கி தி.மு. (திருவள்ளுவருக்குமுன்) 3000 ஆண்டு களுக்குமுன் தென்பாலியையும் கிழக்கு நாட்டின் பெரும் பகுதியையும், தி.மு. 2500இல் பெருவளத்தின் பெரும்பகுதியை யும் கிழக்கு நாட்டையும், தி.மு. 700இல் திராவிடத்தின் ஒரு பகுதியையும் அழித்ததாகக் குறிப்பிடுகிறார். தென்மேற்கே மடகாஸ்கர் வரையிலும் தென்கிழக்கே ஆஸ்திரேலியா வரையிலும் பரவியிருந்த இந்த நிலப் பரப்பு பின்னர் மேற்கூறிய கடற்கோள்களால் படிப்படியாக மூழ்கியதாகவும் கூறுகிறார். இவர் உருவாக்கிய வரைபடத்தில், மறைந்த நிலப்பரப்பின் மேற்குபகுதியிலிருந்த பன்மலைத் தொடரிலிருந்து பஃறுளி யாறும் குமரிமலையிலிருந்து குமரியாறும் உருவாகி தென் கிழக்காக பாய்ந்ததாக காட்டப்பட்டுள்ளது (படம் : 3). இந்த வரைப்படத்தில் மறைந்ததாகக் காட்டப்பட்ட நிலப்பரப்பிற்கு இன்று கடலடியில் உள்ள அமைப்பிற்கும் எந்தத் தொடர்பையும் காணமுடியவில்லை.

ஐந்தாவது உலகத் தமிழ் மாநாட்டையொட்டி ப. நீலகண்டன் இயக்கத்தில் *குமரிக்கண்டம்* எனும் 30 நிமிட குறும்படம் தயாரிக்கப்பட்டது. உலகத்தின் உருவாக்கம் பற்றிய காட்சிகளுடன் படம் ஆரம்பிக்கிறது. ஐந்து கோடி ஆண்டு களுக்கு முன்னர், டெதிஸ் கடல் பகுதியிலிருந்து இமயமலை உருவானபோது தெற்கே நாகரிகத்தின் தொட்டிலாக லெமூரியா இருந்ததாகவும் தமிழகம் அக்கண்டத்தின் வடபகுதியாகவும்

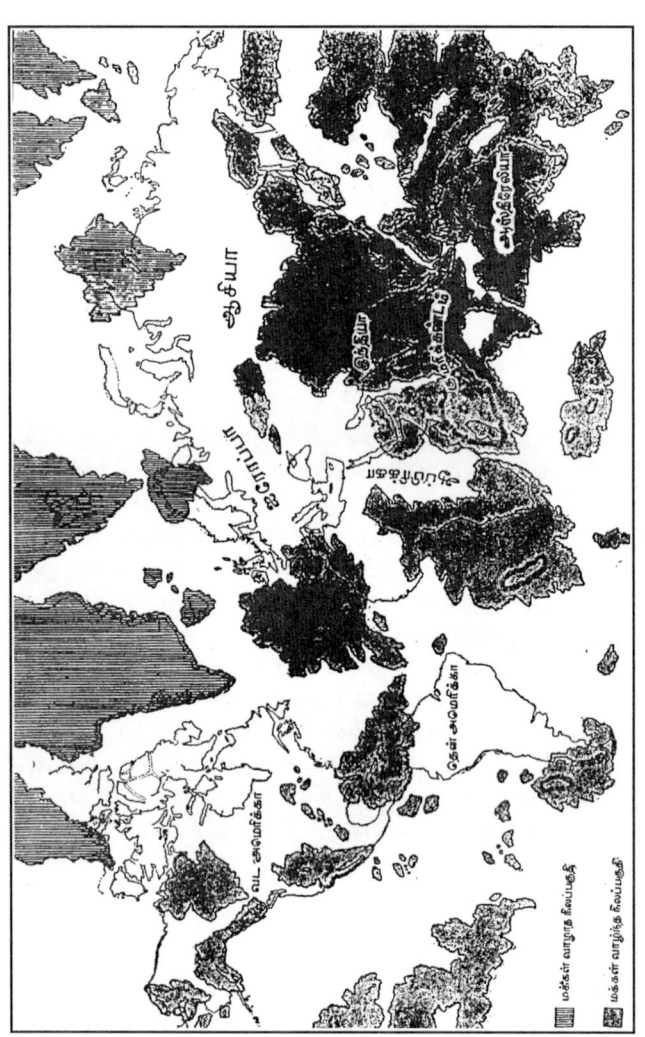

படம் – 4

லெமூரியா (இன்றைய நிலை) வரைபடம், கு. அப்பாத்துரை எழுதிய குமரிக்கண்டம் அல்லது கடல்கொண்ட தென்னாடு என்ற நூலிலிருந்து. இப்படம் பசிபிக் கடலில் மறைந்த கண்டம் பற்றி விஷார் செர்ப் எழுதிய நூலிலிருந்த படத்தை ஆதாரமாகக்கொண்டது.

காட்டப்படுகிறது. தென்மதுரையில் இருந்த முதல் தமிழ்ச் சங்கம் போன்ற தகவல்களையும் தரும் இப்படத்தின் இறுதி யில், இரண்டாம் கடற்கோளுக்குத் தப்பி மாறன் எனும் மன்னன் ஓலைச் சுவடிகளுடன் மதுரைக்கு வந்ததாகக் காட்டப்படுகிறது. டெதிஸ் கடல் இருந்த காலம் இன்றைக்கும் 13.5 கோடி ஆண்டுகளுக்கு முன். மனிதயினம் தோன்றியதோ இன்றைக்கு சுமார் 5லட்சம் ஆண்டுகளுக்கு முன்னர். கால கட்டங்கள் பற்றிய குழப்பத்திற்கும், லெமூரியா மரபு குறித்த முரண்பாடுகளுக்கும் இந்தப் படம் ஒரு எடுத்துக்காட்டு.

லெமூரியா கருத்தாக்கம், ஒரு காலகட்டத்தில் சங்க நூல்கள் குறிக்கும் நில நீட்சியுடன் தொடர்புபடுத்தப்பட்டது. இதுபற்றி வரலாற்று ஆய்வாளர் பி.ஜோசப் கூறுவதாவது "தமிழர்களிடையே தம் முன்னோர்கள் கடலால் அழிந்துபோன கண்டத்தைச் சேர்ந்தவர்கள் என்று கருதும் ஆழமான மரபு ஒன்று உள்ளது. இந்த மரபு மறைந்த கண்டத்திலிருந்த நாடுகள், அங்கு பாய்ந்த ஆறுகள், இருந்த மலைகள், அவ்வப்போது கடலில் மறைந்த பகுதிகள் பற்றியும் கூறுகிறது. கி. பி. 10ஆம் நூற்றாண்டுக்குப் பின் தமிழ்க் காவியங்களுக்கு உரை யெழுதியவர்களால் உருவாக்கப்பட்ட மரபாகும் இது. இதன் தோற்றத்தை நக்கீரனாரின் இறையனார் அகப்பொருளுரை யில் காணலாம். பின் வந்த நச்சினார்க்கினியர் மற்றும் அடியார்க்கு நல்லார் போன்ற புலவர்களும் அதே மரபைப் பின்பற்றினர். புராணக்கதையொன்று நாளாவட்டத்தில் வலுவடைந்ததாக இந்தக் கூற்றை ஒதுக்கிவிடவும் முடியாது. அப்படியே உண்மை என ஏற்றுக்கொள்ளவும் முடியாது. எப்படியிருந்தாலும், அன்றிருந்த நிலத்தின் ஒரு பகுதியைக் கடல் கொண்டது என்பது இந்த மரபின் சாரம். லெமூரியா பற்றிய இந்த மரபு ஹிக்கல், டோபினார்ட், ஹக்ஸ்லி போன்ற விஞ்ஞானிகளின் கருத்துக்களால் வலுப்பெற்றது. இதை ஹோல்டர்னஸ் மற்றும் ஸ்காட் எலியட் போன்ற எழுத்தாளர் களும் அக்கறையுடன் குறிப்பிட்டுள்ளனர். மறைந்த லெமூரியா பற்றிய கருத்தாக்கம், கடல்கோள் விழுங்கிய தமிழ்ச் சங்கம் இருந்த நிலப்பரப்பு பற்றிய மரபு இவ்விரண்டையும் ஒன்றாகப் பார்க்கும் பெரும் குழப்பம் நிலவுகிறது. சங்கம் பற்றிய மரபு பழந்தமிழ் இலக்கியங்களின் உரையாசிரியர்களால் கி. பி. 10ஆம் நூற்றாண்டிற்குப் பிறகே உருவாக்கப்பட்டது. இவ்விரண்டு மரபுகளும் கூறும் நிகழ்ச்சிகளுக்கு காலத்தால் எந்தத் தொடர்பும் இருக்க சாத்தியமில்லை. இந்தியாவிற்குத் தெற்கே இருந்த நிலம் அழிந்தது பழங்கற்காலத்தில்; சங்கத்தை அழித்த கடற்கோள் நிகழ்ந்ததோ ஒப்பீட்டளவில்

மிக அண்மை காலத்தில். (Joseph.P., *Lemuria - Fresh Evidence* in *Tamil culture - Journal of Academy of Tamil Culture*, Jan.1958, p.121-130) லெமூரியா மரபு குறிக்கும் நிலப்பரப்பும், சங்க நூல்கள் குறிக்கும் கடற்கோள் கொண்ட நிலப் பரப்பும் வெவ்வேறானவை என்பதும், இவையிரண்டிற்கும் எவ்விதத் தொடர்பும் இல்லை என்பதும் இவ்விளக்கத்தின் சாரம்.

வளர்ச்சி

லெமூரியாக் கண்டம் என்ற கருத்தாக்கம் தமிழகத்தில் உருவான காலகட்டத்தில், அதன் ஆதரவாளர்களின் கூற்றுகளுக்கு யாரும் முறையாக மறுப்புக் கூறவில்லை. தமிழரின் தொன்மையைப் போற்றும் இம்மரபின் நம்பகத்தன்மை மற்றும் ஆதாரங்கள்பற்றிக் கேள்வியெழுப்பியோர் குரல்கள் எதிர்கொள்ளப்படாமலேயே போய்விட்டன. மேலும் வரலாற்று ரீதியான விவாதமோ, பரிசீலனையோ இல்லாது போய்விட்டது. குமரி – லெமூரியா கண்டம் கருதுகோள் பற்றி பலர் நாற்பதுகளின் துவக்கத்தில் எழுதினர். இவர்களில் பெரும்பாலானோர் இக்கருத்தின் ஆதரவாளர்கள். இவர்கள் வலியுறுத்திய சில கருத்துக்களே பின்னால் வந்த கட்டுரையாளர்களால் மேற்கோளாகக் காட்டப்படுகின்றன. இவர்களது விளக்கங்களில் ஒருவித 'கவித்துவச் சுதந்திர'த்தைக் காணலாம்.

கா. அப்பாத்துரை, *குமரிக் கண்டம் அல்லது கடல் கொண்ட தென்னாடு* என்ற நூலில் லெமூரியாக் கண்டத்தின் நில அமைப்பு, அதில் வாழ்ந்த உயிரினம், மக்கள் ஆகியன பற்றி எழுதுகிறார். "இலெமூரியாக் கண்டத்தின் கிழக்குப்பகுதியின் மேல்பகுதியில் சில உயர்ந்த மலைகளே இன்று பசிபிக் கடலின் தீவுகளாகியிருக்கின்றன. இவை எரிமலைகளேயாகும். எரிமலைகளும், நில அதிர்ச்சிகளும் அக்கண்ட முழுமையையும் என்றும் குலுக்கிக் கொண்டே இருந்தன. இலெமூரிய வாழ்க்கைக்காலம் நடுக்கற்காலமாகும். உள் நாட்டுச் சதுப்பு நிலங்களிலும், கடற்கரையோரங்களிலும் டினோஸார்கள் வாழ்ந்தன. 100 அடிக்கு மேற்பட்ட டினோஸர்கள் லெமூரியாவின் பெரிய உயிரினம். ஊன் வெறியால் அவை உறுமும் பொழுதும், மரஞ் செடிகொடிகளை நெரித்து அவை நடக்கும் அரவம் கேட்கும் போதும் இலெமூரிய மக்கள் கவலையும், முன்னெச்சரிக்கையும் கொள்வர். இலெமூரிய மக்கள் தற்கால மக்களைவிட நெட்டையானவர். ஆறடிக்கு மேற்பட்டு ஏழடி வரையிலும் அவர்கள் உயர்ந்திருந்தனர். உடலின் எடை 160 – 200கல் என்று கூறப்படுகிறது."

படம் – 5

உருவகிக்கப்பட்ட லெமூரியன் படம்

மேற்கண்ட கூற்றுகள் அறிவியல் ஆதாரமற்றவை என்பதை வாதிட வேண்டியதில்லை. டினோசர்களையும் ஆதிமனித யினத்தையும் சமகாலத்தவராக்கியது மிகப்பெரிய கால முரணாகும். டினோசர்கள் அழிந்து பல லட்சக்கணக்கான ஆண்டுகளுக்குப் பின்னரே மனித இனம் தோன்றியது என்பது நாமறிந்த அறிவியல் தகவல். இலக்கியக் கூற்றுகள், லெமூரியாக் கண்டம் பற்றி பிரம்மஞான சபையினர் கூறியவை இவற்றையே ஆதாரமாகக் கொண்டு குமரிக்கண்டம் எப்படி இருந்திருக்க லாம் என்று அப்பாதுரை ஒரு வரைபடம் உருவாக்கினார் (படம் : 4). இதையே பின்வந்த ஆதரவாளர்களும், கேள்விகள் ஏதும் எழுப்பாமல் தத்தம் கருத்தை வலியுறுத்த பயன்படுத்தினர்.

ஸ்காட் எலியட்டின் மறைந்த லெமூரியா என்ற நூல் ஹெலினா ப்ளாவட்ஸ்கியின் இரகசிய சித்தாந்தம் நூலில் உள்ள மறைந்த கண்டங்கள் பற்றிய விவரங்களை புவியியல், ஆதாரங்களுடன் விளக்குவதாகக்கூறி ஆரம்பிக்கிறது. அந் நூலுடன் பழங்கால நில அமைப்பைக் காட்டும் இரு வரைபடங்கள் இருந்தன. ஒன்று பெர்மியன் – ஜுரேஸிக்

(18 – 27 கோடி ஆண்டுகளுக்குமுன்) காலத்திலிருந்த நில அமைப்பையும், மற்றொன்று கிரிடேஸியஸ் – இயோஸீன் (6 – 13.5 கோடி ஆண்டுகளுக்குமுன்) காலத்திலிருந்த நில அமைப்பையும் காட்டுமாறு அமைந்தவை. இங்கு கவனிக்க வேண்டியவை இரண்டு. ஒன்று, வரைபடங்கள் காட்டும் காலத்தே மனிதயினம் தோன்றவில்லை; இரண்டு, கண்டங்கள் அன்று பரவியிருந்தநிலை வேறு என்பதை இன்றைய புவியியல் அறிவு காட்டுகிறது. ஆனால் அன்று ஸ்காட் எலியட்டின் வரைபடங்கள் பலர் கவனத்தை ஈர்த்தன. பின்னர், அப்பாதுரை போன்ற தமிழார்வலர்களால் அவை தமிழுக்கும் வந்தன.

அந்நூலில் ஏர்ன்ஸ்ட் ஹிக்கல் கருத்துக்களின் அடிப் படையில் மூலயினங்கள் பற்றிய பட்டியல் ஒன்று உள்ளது. முதல் மூலயினம் கேம்பிரியன் – சைல்யூரியன் (60 – 44 கோடி ஆண்டுகள் முன்) காலத்திலும், இரண்டாம் மூலயினம் டெவோனியன் – பெர்மியன் (40 – 27 கோடி ஆண்டுகள்(முன்) காலத்திலும் வாழ்ந்தனர் எனவும், இந்தயிரண்டு இனத்தவரும் ஆவியுருவில் (Astral Body) வாழ்ந்ததால் அவர்களது தொல்லுயி ரெச்சங்கள் இல்லை எனவும் கூறும் இந்நூல், லெமூரியயினம் டிரையேஸிக் – கிரிடேஸியஸ் (13.5 – 22.5 கோடி ஆண்டுகளுக்கு முன்) காலத்தில் வாழ்ந்தனர் என்றும் கூறுகிறது. அப்போது டினோசார்கள் லெமூரியாவில் வாழ்ந்தன என்று அந்நூலில் குறிப்பிடப்பட்டிருந்ததால் லெமூரியா பற்றிய தமிழ் நூற் களிலும் இவை இடம்பெற்றன.

லெமூரியனுக்குப்பின் வந்த அட்லாண்டியன் எனும் நான்காம் மூலயினம் இயோஸீன் – பிளையோஸீன்(6 – 0.3 கோடி ஆண்டுகளுக்கு முன்) காலத்தில் வாழ்ந்தவர்கள் எனவும் அந்த இனத்திலிருந்து பரிணமித்த ஐந்தாம் மூலயினம் ஆரிய (வெள்ளைக்கார) இனம் ஆகும் எனவும் குறிப்பிடும் இந்நூலில் தென்னிந்தியாவில் வாழ்ந்த மூத்தகுடி பற்றிய குறிப்பேது மில்லை. லெமூரிய இனத்தை தென்னகத்தில் வாழ்ந்தவர்களின் மூதாதையராகக் குறிப்பிட்ட குமரிக்கண்ட ஆதரவாளர்கள் ஸ்காட் எலியட்டின் தமிழுக்கும், தமிழனுக்கும் ஒவ்வாத கருத்துக்களை கண்டுகொள்ளாமல் விட்டுவிட்டனர் என்பதைச் சுட்டிக்காட்ட வேண்டும். எடுத்துக்காட்டுகளாகச் சில கூற்று களைக் கவனிக்கவும் :

அ. "லெமூரியர், ஒரு சொல் வார்த்தைகளைப் (monosylables) பேசினர். சீன மொழியே, லெமூரியர் பேசிய மொழியின் மூலம் வந்த மொழி (ப. 31)." இக்கூற்று மொழி ஆய்வாளரைத்

திகைக்க வைப்பது. உலகின் மூத்த மொழிகளில் ஒன்றான தமிழ் பற்றி எலியட் எங்கும் குறிப்பிடவில்லை.

ஆ. "ஆரிய (வெள்ளைக்கார) இனமாகப் பரிணமிக்க நான்காம் மூலயினம் தேர்ந்தெடுக்கப்பட்டது (ப. 42)" இக்கூற்று ஆரிய (வெள்ளைக்கார) இனத்தை மேம்படுத்தும் கூற்று. இவை போன்ற வாசகங்களை வெள்ளையின வெறியர்கள் உபயோகித்தனர். ஸ்காட் எலியட் எங்குமே திராவிடயினம் பற்றி எழுதவில்லை என்பதை மனங்கொள்ள வேண்டும்.

"மனுவின் ஆளுகையில் இனிவரவிருக்கும் உயர்ந்த ஆறாவது மூலயினத்தை உருவாக்கும் பணியினை, பிரம்ம ஞான சபையினரின் மெய்யறிவுக் காப்பாளர்களில் தெய்வீக மேம்பாடு அடைந்த ஒருவர் செய்வார்" (ப. 42) எனத் தீர்க்க தரிசனம் கூறிமுடியும் ஸ்காட் எலியட்டின் நூல் அறிவியல் சாயம் பூசப்பட்ட மறைஞான நூல் என்பதை இனங்கண்டு கொள்ளவேண்டியது அவசியம்.

அப்பாதுரையின் நூலில் தரப்படும் லெமூரியா பற்றிய விவரங்கள், விஷார் செர்வ் (Wishar Cerve) என்பவர் 1931ல் எழுதிய, *லெமூரியா: பசிபிக் கடலில் மறைந்த கண்டம்* (*Lemuria - The Lost Continent of the Pacific*) என்ற ஆங்கில நூலில் உள்ளவை. விஷார் செர்வ் எனும் புனைபெயரில் எழுதியவர் ரோஸிகுரூஸியன் (Rosicrucians) எனும் மறைஞான (mystical) இரகசியத்தன்மை கொண்ட குழுவை நிறுவிய ஹார்வி ஸ்பென்ஸர் லூயிஸ் (Harvey Spencer Lewis) என்பவர். இவர் தம் நூலை 'மானிடவியல், தொல்லியல், புவியியல் ஆகிய துறைகளைச் சார்ந்த ஆய்வு நோக்கில் காணும் நூலாகக் கொள்ள வேண்டாம்' என எழுதினாலும் மேற்கூறிய துறை சார்ந்த விவரங்களையும், மேலும் லெமூரியா வாழ்க்கைமுறை பற்றியும் எழுதுகிறார். மனிதயினத் தோற்றம் பற்றிய காலக்கணிப்பைக் குழப்பும் இந்நூலில் கண்டங்கள் கடலில் மிதப்பதாகவும், கண்டங்கள் கடலில் மூழ்கும்போது கடல் மட்டம் குறைவதாகவும் எழுதப்பட்டுள்ளது. இவை அடிப்படை தவறுகள் என்பதை இன்றைய புவியியலறிவு சுட்டிக்காட்டு கிறது. விஷார் செர்வ் தம் நூலில் "இந்தியர்கள் லெமூரியரின் தூயகுலம், அவர் ஆரியமொழி பேசியவரின் சந்ததியினர்" (ப. 143) என்றும் கூறுகிறார். திராவிடயினம் பற்றிய குறிப்பேது மில்லாத இந்நூலில் மறைந்த கண்டங்கள் பற்றிய விவரங்கள், கிழக்கத்திய மறைஞான நூல்களிலிருந்தும், உள்ளுணர்வாலும் (Intution), புலன் கடந்தவுணர்வாலும் (Extrasensory Perception) பெறப்பட்டவை என்று கூறப்படுவதை கவனிக்கவும்.

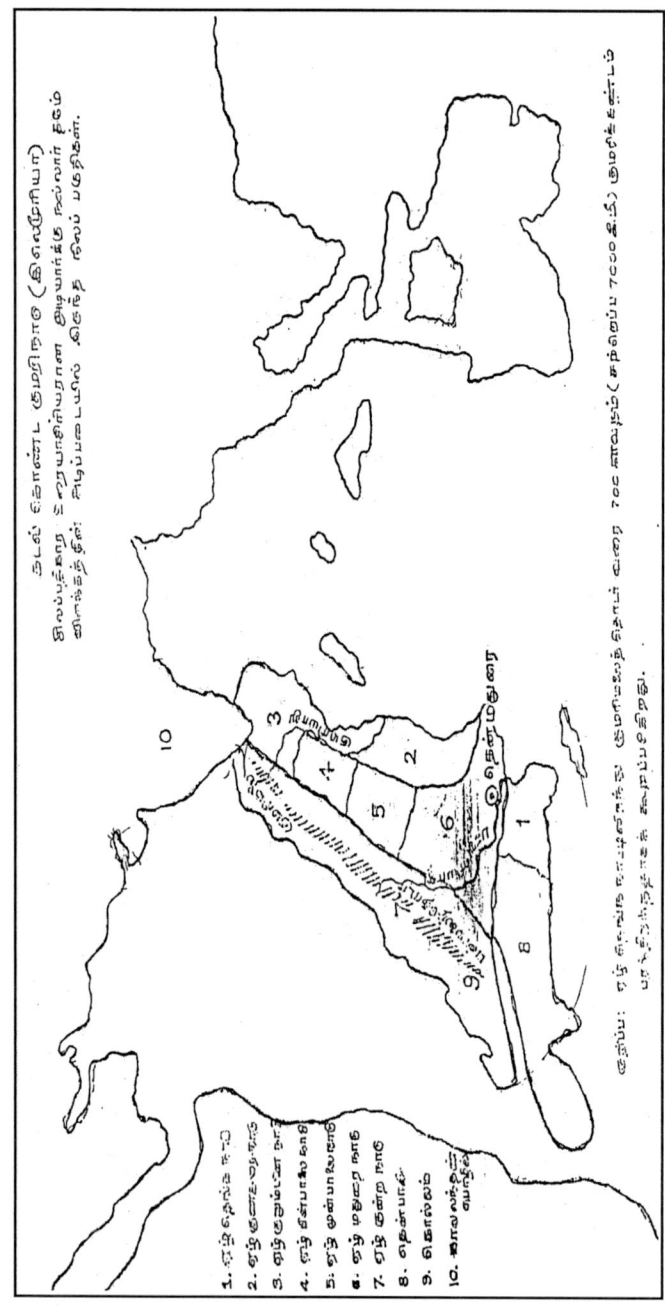

படம் – 6
இரா. மதிவாணன் தயாரித்த லெமூரியா வரைபடம்
(இலெமுரியா முதல் அரப்பாவரை நூலிலிருந்து)

தமிழரின் தொன்மையை வலியுறுத்த குமரிக்கண்டம் என்ற கருதுகோள் பயன்படுத்தப்பட்டது. குமரிக்கண்டத்தின் நிலப்படங்கள்கூட தயாரிக்கப்பட்டன. இரா.மதிவாணனின் இலெமூரியா முதல் அரப்பாவரை நூல் அணிந்துரையில் தேவநேயப்பாவாணர், குமரிக்கண்டக் கருதுகோளுக்கு ஆதரவாக எழுதினார். "தமிழ் மொழி முதன் மொழி. உலகமக்கள் தமிழரின் நீண்ட நெடுங்காலக் கிளை மரபினர். இலெமூரியா எனப்படும் குமரி நாட்டு வரலாறு இவ் வுண்மையை உலகிற்கு அறிவுறுத்திவருகிறது. எக்கொள்கை சரியாகயிருப்பினும் மாந்தன் தோன்றினது, தமிழன் தோன்றிய குமரி நாடேயென்பதுதான் நாம் இங்கு கருத்தாய் கவனிக்கத் தக்கது. தமிழ் தோன்றியது குமரி நாடே என்பதற்கு, மறுக்க வொண்ணா அகச் சான்றுகளும், புறச்சான்றுகளும் நிரம்ப வுள்ளன. தமிழ் வெளிநாட்டினின்று வந்ததென்று கொள் வோரும் கூறுவாரும், தம் அறியாமையையோ, ஆராய்ச்சி யின்மையையோ, தமிழில் பகைமையையோ காட்டிக் கொடுக்குந் தன்மையோதான் வெளிப்படக் காட்டுவர்." இக் கூற்றில் லெமூரியாபற்றி கேள்விகள் கூடக் கேட்கக் கூடாது என்ற தொனியைக் காணலாம். லெமூரியா – குமரிக்கண்டம் என்ற நிலப்பரப்பு இருந்தது, அதுதான் தமிழர் நாகரிகத்தின் தொட்டில் என்ற கூற்றோடு அதன் ஆதரவாளர்கள் நிற்க வில்லை.

இவ்விவாதத்தின் அடுத்த கட்டம், வரலாற்றுக்கும் முற்பட்ட காலத்தில், குமரிக் கண்டத்திலிருந்து உலகின் இதர பகுதிகளுக்கும் மக்கள் சென்று குடியேறினர் என்பதாகும். குமரி நாட்டில் உதித்த நாகரிகம், சிந்துவெளிக்குப் பரவியதாக இரா. மதிவாணன் கூறுகிறார். 'தமிழன் வரலாற்றைச் சொல்லும் நூல்கள் கடலுள் மூழ்கின. நகரங்கள் அழிந்துவிட்டன. வேறு எதனைச் சான்றாகச் சொல்வது என வருந்திய நேரத்தில், மேலை நாட்டு அறிஞர்களுள் பலர் முன் வந்து இலெமூரியா, மொகஞ்சதாரோ உண்மைகளை வெளிப்படுத்தியிருப்பது ஊக்கமும், பெருமையும் கொள்ளத்தக்கதாகும். ஐந்து கோடி முதல் ஐந்து இலக்கம் ஆண்டு வரையுள்ள காலம் முந்து இலெமூரியா காலம் எனவும் ஐந்து இலக்கம் முதல் 10,000 ஆண்டுவரையுள்ள காலம் இலெமூரியா காலம் எனவும் பிரிக்கப்பட்டுள்ளது. எஞ்சிய காலம் குமரி நாட்டில் நாகரிகம் மலர்ந்து, சிந்து வெளியில் பரவிய காலமாகக் கொள்ளப்பட் டுள்ளது. அதே காலத்தில் தமிழகத்துக் குமரியாற்றங்கரையிலும் நாகரிகம் செழித்திருந்தது. சிலப்பதிகார உரையாசிரியராகிய அடியார்க்கு நல்லார் மறைந்துபோன குமரிக் கண்டத்திலிருந்த

நாற்பத்தியொன்பது நாடுகளைப் பற்றியும், குமரி மலைத் தொடர், பன்மலைத் தொடர், குமரியாறு, பஃறுளியாறு, தென் பாலிமுகம், கொல்லம் ஆகியவற்றைப் பற்றியும் விளக்க மாகக் கூறுகிறார்." இந்த விளக்கத்திற்கேற்ப மதிவாணன் ஒரு வரைபடத்தையும் தயாரித்தார் (படம் : 6). இவரின் குமரிக்கண்ட வரைபடம் அடியார்க்கு நல்லாரின் கருத்துக் களை மட்டும் அடிப்படையாக் கொண்டு வரையப்பட்டவை; வரைபடங்களுக்குரிய அங்கீகரிக்கப்பட்ட அளவுகளை அடிப் படையாகக் கொண்டதல்ல. புவியியல், கடலியல் பற்றிய புரிதல் இல்லாமல் வரையப்பட்டது.

கண்டம் என்ற சொல்லாட்சியாலும், சில வடமொழிச் சொற்கள் பயன்படுத்தப்படுவதாலும் குழப்பங்கள் உருவாகின. வடமொழியிலும் இந்தியிலும் கண்டம் எனும் நிலப்பரப்பை 'மகாதீவு' எனக் குறிக்கும் வழக்கு உள்ளது. முற்காலத்தில் நான்கு புறமும் நீர் இல்லாவிட்டாலும், மூன்று புறமும் நீர் சூழ்ந்த தீபகற்பங்களையும் தீவு எனக் குறிப்பிடும் வழக்கம் இருந்தது. சிங்களவரின் வரலாறு கூறும் பாலிமொழி நூற்கள் இந்தியாவை ஜம்புத் தீவு எனக் குறிப்பிட்டன. ஜம்பு என்பது நாவல் மரத்தைக் குறிப்பதால் தமிழிலும் நாவலந்தீவு அல்லது நாவலன் தண்பொழில் என்று இந்தியத் தீபகற்பம் குறிப்பிடப் பட்டது. தேவநேயப் பாவாணர் கருத்துப்படி "ஒருகாலத்தில் முழுகிப்போன தமிழ் நாடாகிய பழம் பாண்டி நாடும், நாவலந்தீவு எனும் இந்திய தேசமும் தமிழகமாய் இருந்தன."

ந.சி. கந்தையா பிள்ளை *(தமிழர் யார் 1946)*, அழிந்துபோன தாகக் கூறப்படும் நாவலந் தீவிற்கும் சிந்துவெளி நாகரிகத் திற்கும் உள்ள தொடர்பை வலியுறுத்துகிறார். இந்திய, தமிழ் நூல்கள் தெற்கே கிடந்து அழிந்துபோன நிலப்பரப்பைப் பற்றி கூறுகின்றன. மறைந்து போன நிலப்பரப்பைத் தமிழ் மக்கள் நாவலந்தீவு எனப் பெயரிட்டு அழைத்தனர். ஒரு காலத்தில் பெரிய எரிமலையின் சீற்றத்தால் நாவலந்தீவு சின்னாபின்ன மாக்கப்பட்டது. இந்து மகாக் கடல், பசிபிக் கடல்களின் இடையிடையே தீவுக்கூட்டங்களாக விளங்குவன நாவலந் தீவின் பகுதிகளே. நாவலந்தீவு சிதறுண்டபோது அங்கு வாழ்ந்த மக்களில் எண்ணில்லாதோர் மாண்டனர். பலர் ஒருவாறு தப்பிப் பிழைத்தனர். நாவலந்தீவு மக்கள் பெரிய உலக அழிவிற்குமுன்பே நாகரிக முதிர்ச்சியடைந்தவர்கள் என்பதற்கு அவர்கள் வழங்கிய எழுத்துக்களே சான்றாகின்றன. மொகஞ்ச தாரோவில் வழங்கிய மொழி, தமிழ் என உறுதிப்படுத்தப் பட்டுள்ளது. இதனால் நாவலந்தீவின் மொழியும் தமிழேயென உறுதிப்படுகின்றது. நாவலந்தீவு அழிவுற்ற காலத்தில் இந்தியக்

குடா நாட்டைத் தொடர்ந்து தெற்கே பெரிய நிலப்பரப்பு இருந்தது. அது கன்னியாகுமரிக்குத் தெற்கே எவ்வளவு தூரம் நீண்டிருந்ததென்று வரையறுத்துக் கூறவியலாது. அது குமரி நாடு என வழங்கிற்று. குமரி நாடும், சிறிது சிறிதாக கடல் கோளுக்குட்பட்டது. இக்கடல் கோளுக்குப் பிழைத்த மக்கள் வடக்கு நோக்கிச் சென்று தென்னிந்தியாவில் குடியேறினார்கள். குமரி நாட்டினின்றும் வந்து குடியேறிய மக்கள் கடல் வாய்ப்பட்டு மறைந்த நாவலந்தீவின் பெயரையே இட்டார்கள். என்பதுதான் அவரது கருத்துகளின் சாரம். தீவுக்கும், தீபகற்பத்திற்கும் தனித்தனி சொற்கள் உருவாகாத நிலையில் வடமொழி, பாலி நூற்கள் இந்தியத் தீபகற்பத்தை, நாவல் மரங்கள் கொண்ட நிலப்பகுதி என்பதைக் குறிக்குமாறு 'ஜம்பு தீவு' என்றன. 'ஜம்பு தீவு' என்ற சொல்லின் தமிழாக்கமே 'நாவலந்தீவு' என்பதை இங்கு மனங்கொள்ள வேண்டும்.

*1975*இல் தமிழ்நாட்டு வரலாற்றுக் குழுவினர் எழுதிய *தமிழ்நாட்டு வரலாறு* என்ற நூலை தமிழ்நாடு அரசு வெளியிட்டது. இதில் நிலப்பரப்பின் தோற்றம் பற்றிக் கூறும் அத்தியாயத்தில் 'பனிப்படர்வு ஊழியும் குமரிக் கண்டமும்' எனும் பகுதி கவனத்திற்குரியது. குமரி கண்டம் பற்றிய அறிவியல் நோக்கின் ஆரம்பம் இது எனலாம். இப்பகுதியில், தென்னகத்தின் கடலோரப்பகுதிகளையும், சமவெளிகளையும் கடல் கொண்டதற்கான சான்றுகள் இருப்பதாகவும், தமிழகத்தின் கடற்கரையை ஒட்டிய நிலப்பரப்பு கடலால் அழிக்கப்பட்டிருக்கலாம் என்றும் இப்பகுதியையே சங்கப் புலவர்கள் குமரிக் கண்டம் எனக் குறிப்பிட்டிருக்கலாம் என்றும் கூறுகிறது இந்நூல். லெமூரியாக் கண்டம், அட்லாண்டிஸ் கண்டம், 'மூ' எனும் பசிபிக் கண்டம் ஆகியவை அறிவியலாளரால் ஒப்புக்கொள்ளப்படவில்லை எனினும், இலங்கை தென்னகத்துடன் இணைந்திருந்தது என்பதும் குமரி முனைக்குத் தெற்கே நிலப்பரப்பு இருந்தது என்பதும் ஏற்றுக்கொள்ளப்பட்ட உண்மைகளே ஆகும். இந்நிலப் பரப்பே இலக்கியங்கள் குறிப்பிடப்படும் குமரிக்கண்டமாக இருந்திருக்கலாம் என்கின்றனர் இந்நூலாசிரியர்கள்.

"இன்றைக்கு *4,300* ஆண்டுகளுக்கு முன்பு நிகழ்ந்த முதல் கடற்கோள் இன்றைய தமிழகத்தில் தெற்கே இருந்த நிலப்பரப்பினை – லெமூரியாக் கண்டத்தினை விழுங்கியிருக்க வேண்டும் என்று சில அறிஞர்கள் கருதுகின்றனர். வரலாற்றாசிரியர்கள் இக்கருத்தைப் ஒப்புக்கொள்ளத் தயங்குகின்றனர். லெமூரியாவைப் பற்றி இப்பொழுது நமக்குக் கிடைத்துள்ள செய்திகள் அரைகுறையானவை. அவை சரியானவையும்

அல்ல. இன்றைய தமிழ்நாட்டிற்குத் தெற்கே சிறிதளவு நிலப்பரப்புக்கூட இருந்திருக்க இயலாது என்று கூறுவதும் தவறாகும். கன்னியாகுமரிக்குக் கிழக்கே பண்டைக்காலத்தில் நிலப்பரப்பு இருந்திருக்கலாம். வரலாற்றுக் காலத்திற்குச் சற்று முன்பும் வரலாற்றுக் காலத்தின் தொடக்கத்திலும் நிகழ்ந்த கடற்கோள்களினால் அது கடலினுள் மூழ்கியும் இருக்கலாம். ஆனாலும் மூன்று தமிழ்ச் சங்கங்களின் வரலாற்றில் குறிப்பிடப்பெறும் கடற்கோள்களை வரலாற்றுக் காலத்தில் நிகழ்ந்தனவாகக் கொள்ளுதலே பொருத்தமுடைய தாகும்" என்று இந்நூலில் குறிப்பிடப்படுகிறது. குமரி எனும் நிலப்பரப்பு எதுவாகயிருந்திருக்கலாம் எனச்சுட்டிக்காட்டிய இதே வரலாற்றுக் குழு, வரைபடம் ஒன்றில் மடகாஸ்கருக் கருகில் லெமூரியாவை வரைந்து காட்டி அறிவியல் ஆதாரங் களுடன் விளக்கும் தடத்திலிருந்து புரண்டுவிட்டது முடிவில் இது ஸ்காட் எலியட்டின் லெமூரியா பற்றிய ஆதாரமற்ற கூற்றை வலியுறுத்தும் வகையில் அமைந்துள்ளது.

மேற்கூறிய கருத்துகளுக்கு எதிர்வினையாக வரலாற் றாசிரியர் என். சுப்பிரமணியம் கூற்றைக் காணலாம்:

"தமிழர்களின் வரலாற்றை ஆராய்பவர்களுக்குப் பல தடைகள் உள்ளன. முதலாவதாக, அரிதாக உள்ள மூல விவரங்கள் மற்றும் அவற்றைத் தக்க கோணத்தில் பார்க்க இயலாத நிலை. இரண்டாவதாக, அவர்களது ஆய்விற்கு முட்டுகட்டைகளாக உள்ள புராணங்கள், ஐதிகங்கள் மற்றும் மரபுகள். புராணங்கள் இந்தியர்களுக்கோ தமிழருக்கோ புதியவையல்ல. ஐதிகம் என்பது தெளிவற்ற குழம்பிய பழம் நினைவுகள். இவற்றை பொதுவாகவே நம்மவர்கள் கேள்விகள் ஏதும் எழுப்பாமல் நம்புவதுண்டு. தமிழ் நாட்டில் தமிழில் வரலாறு என்ற பெயரில் எழுதப்பட்ட பல நூல்களில், புராணங்கள், கர்ண பரம்பரைக் கதை, பழம்பெருமை ஆகியன பின்னிப் பிணைந்திருப்பதைக் காணலாம். இவற்றில் எது வரலாற்றுப் பூர்வமான உண்மை என்ற கேள்வி கேட்கப்படுவ தில்லை. தமிழர்களின் அறிவின் மீது இருக்கும் இந்த ஐதிகத்தின் பிடி, சாமானியமானதல்ல. ஐதிகம், மரபு வெறும் கட்டுக் கதைகள் என்றிருந்தால் அவற்றால் அதிகம் பாதிப்பில்லை. ஆனால் பழம் வரலாற்று நிகழ்ச்சிகளுடன் இணைக்கப்பட்டு கற்பனையால் மிகைப்படுத்தப்படும்போதுதான் அவை இடையூறை விளைவிக்கின்றன. வரலாற்று ஆதாரத்தைத் தேடும்போதுதான் அது எவ்வளவாகக் கற்பனையில் ஜோடிக் கப்பட்டுள்ளது என்பது தெளிவாகிறது. இந்த மாதிரியான கற்பனையான மரபுகளில் தலையானது குமரி முனைக்குத்

தெற்கே பாண்டிய மன்னர்களால் ஆளப்பட்ட ஒரு கண்டம் இருந்தது என்றும் அது கடற்கோளால் அழிந்துபட்டதனால் அரசன் தன் தலைநகரை வடக்கே பாதுகாப்பான இடத்தில் நிறுவினான் என்றும் கருதும் மரபு. உண்மையில், இவை யெல்லாம் பாண்டிய மன்னன் தமிழ்ச் சங்கம் நிறுவியபோது ஏற்பட்ட நிகழ்ச்சிகள்." (*The Tamils - their history, culture and civilisations*, p. 25 - 27)

முரண்பாடுகள்

லெமூரியாக் கண்டம் பற்றி எழுதியவர் பலரின் கருத்து களுக்கு ஊற்றுக் கண்களாக இருந்தவர் பிரம்மஞான சபை யினர் மற்றும் அலெக்ஸாந்தர் கோந்த்ரதோவ் (Alexander Kondratov) போன்றோர். குமரிக்கண்டம்பற்றி தமிழில் எழுதியவர்கள் இக்கருத்தாக்கத்தின் அடிப்படைகளையும், அறிவியல் ஆதாரங்களையும் பரிசோதிக்காமல், முன்னவர்கள் எழுதியவற்றையே அஸ்திவாரமாக்கி, அதன் மேல் குமரிக் கண்டம் பற்றிய மரபுகளை அடுக்கிவைத்தனர்.

ஆர். பார்த்தசாரதியால் தமிழாக்கம் செய்யப்பட்டு வெளிவந்துள்ள அலெக்ஸாந்தர் கோந்த்ரதோவின் *இந்துமாக் கடல் மர்மங்கள் (லெமூரியாக் கண்டம்)* என்ற நூல் 'அறிவியல் பூர்வமாக அறிவிக்கப்பட்ட முடிவுகளை ஆதாரமாக வைத்து எழுதப்பட்டது' என்று அதன் பதிப்புரை கூறுகிறது. இந்நூல் ஐந்தாம் உலகத் தமிழ் மாநாட்டை முன்னிட்டு 1981இல் சிறப்பு வெளியீடாக வந்தது. இந்நூலில், குமரிக் கண்டம் பற்றி கோந்த்ரோதோவ் தரும் விளக்கங்களிலுள்ள முரண்பாடு களை இங்கு நாம் காண்போம்.

1. திராவிட மக்களான தமிழர்களைப் பற்றி சர்ச்சைகள் உண்டு. தமிழர்களும், வரலாற்று ஆய்வாளர்களும் பூமத்திய ரேகையின் அருகில் தோன்றிய, பல நிலங்களில் ஒன்றான நாவலந்தீவின் தென்பகுதியில் தமிழர்களின் தாயகம் இருந்த தென்று நம்புகின்றனர். இடைக்கால இலக்கியங்கள், புலவர் களைக் கொண்டு இயங்கிய தமிழ்ச் சங்கங்கள் பற்றிக் கூறுகின்றன. தமிழ் வரலாற்றின் தொடக்க காலத்தில், சுமார் 10,000 ஆண்டுகளுக்கு முன்னர், தென் கண்டமான லெமூரியா வில் இந்த சங்கங்கள் தோன்றின. நாகரிகத்தின் தொட்டில் என்று கருதப்பட்ட லெமூரியாவும், அதன் தலைநகரான தென்மதுரையும் மூழ்கிய பிறகு இச்சங்கங்கள் அழிந்தன. இந்துமாக் கடலில் மூழ்கிய கோண்டுவானாக் கண்டத்தின் வடபுலத்தின் நீட்சியே லெமூரியா என்று தமிழர் நம்பினர்.

இந்தியத் துணைக்கண்டம் மேலைக்கடலில் மூழ்கிப்போன பெரியதொரு கண்டத்தின் எஞ்சிய பகுதி என்றும், இலங்கை இதன் ஒரு பகுதி என்றும் நில நூலார் கருதுகின்றனர்.

லெமூரியா என்பது அறிவியல் ஆதாரமற்ற ஒரு மேலை நாட்டுக் கருதுகோள். நமது இலக்கியங்கள் 'குமரி' என்ற நிலப்பரப்பைக் குறித்தாலும், கண்டம் போன்ற ஒரு பெரிய நிலப்பரப்பைக் குறிக்கவில்லை. பெரிய கண்டமான கோண்டு வானாக் கண்டம் இந்து மகாசமுத்திரத்தில் மூழ்கவில்லை. உடைந்த பகுதிகளாக, பல்லாயிரம் மைல்கள் நகர்ந்து இன்றும் மக்கள் வாழும் நிலப்பரப்புகளாக அது உள்ளது. கோண்டு வானாக் கண்டத்தின் வடபுலத்தின் நீட்சி, இன்றைய சிந்து கங்கை சமவெளிகளின் தெற்கேயுள்ள இந்தியத் தீபகற்பமும், இலங்கைத் தீவுமாகும். இது மூழ்கிப்போன ஒரு பெரும் நிலப் பரப்பின் எஞ்சிய பகுதி என்பது தவறு. சிதறுண்ட கோண்டு வானாக் கண்டத்தின், வடக்காக நகர்ந்த பகுதி என்பதே சரி.

2. கோண்டுவானா சிதைந்து, பல மில்லியன் ஆண்டு களுக்குப் பிறகு இந்துமகாக் கடலின் வட பகுதியில் லெமூரியா என்ற பெருநிலம் இருந்தது என்று கடந்த நூற்றாண்டின் இடைப்பகுதியில் வாழ்ந்த ஆங்கில உயிர் நூலார் பிலிப் ஸ்க்லேடர் கூறினார்.

கோண்டுவானாக் கண்டம் உடைந்து நகர ஆரம்பித்தது 350 மில்லியன் ஆண்டுகளுக்கு முன். அப்போது இந்துமாக் கடலின் வடபகுதியில் இருந்தது ஒரு நிலநீட்சியல்ல, 'டெதிஸ்' எனும் ஆதிப் பெருங்கடல். கோண்ட்வானாக் கண்டத்தின் ஒரு பகுதியாக இருந்த இந்தியத் துணைக் கண்டம், வடக்கு நோக்கி நகர்ந்து, வடக்கிலிருந்து லாரேஷியா எனும் பெருங் கண்டத்தை நெருங்க, அப்பகுதியில் இருந்த டெதிஸ் எனும் ஆதிக்கடல் பரப்பு சிறுத்து, இடைப்பட்ட படிவங்கள் இமயமலை எனும் மடிப்பு மலையாக உயர்ந்தன. இதில் முக்கியமாகக் கவனத்தில் கொள்ள வேண்டிய விவரம் : இது நடந்தது சுமார் 135 மில்லியன் ஆண்டுகளுக்கு முன். அதற்கும் 130 மில்லியன் ஆண்டுகளுக்குப் பின்னரே மனித இனம் தோன்றியது.

3. மனித இனங்களின் தோற்றம் பற்றி ஆராயும் போது, கடல் கொண்டதாக இப்போது கருதப்படும் லெமூரியாக் கண்டத்தில் 'ஹோமோசெபியன்' எனும் ஆதிமனிதன் தோன்றினான் என டார்வினின் இணை ஆய்வாளரான தாமஸ் ஹக்ஸ்லி கருதுகிறார். மேலும் ஆதிமனிதன் தோற்றத்

திற்கு லெமூரியாவே முதலிடம் என்றும் சிலர் அறுதியிட்டுக் கூறுகின்றனர். மேலும் உயிர்களும், தாவரங்களும் பரவுவதற்கு பாலமாக இது இருந்தது என்றும் சிலர் கூறுவர்.

உண்மையில் மனித இனங்களின் தோற்றம் ஏற்பட்டது ஆப்பிரிக்காவில்தான் என்பதை அகழ்ந்தெடுக்கப்பட்ட ஆதிமனித எலும்புகளின் மரபணு ஆய்வுகள் உறுதிப்படுத்து கின்றன. மானிடத்தின் தொட்டில் ஆப்பிரிக்காதான் என்பது உறுதியான நிலையில், இல்லாத ஒரு இடத்தைக் காட்டி இங்கு ஆதிமனிதன் தோன்றியிருக்கலாம் என்ற தாமஸ் ஹக்ஸ்லியின் கருத்து தவறு என்பதை இன்றைய ஆய்வுகள் காட்டுகின்றன. சில உயிர்களும், தாவரங்களும் பரவியது கண்டங்களின் பெயர்ச்சியால். கண்டங்கள் பிளவுபடாத போது இருந்த சில உயிரினங்களும், தாவரங்களும் மிதப்புகள் போல் நகர்ந்த கண்டங்களில் வியாபித்தன. தட்பவெட்ப மாற்றங்களால் சில உயிரினங்கள் அற்றும் போயின. எடுத்துக் காட்டு, கண்டங்கள் பிளவுபட்டபோது வாழ்ந்த டினோசார்கள்.

4. எரிமலைப் பிழம்பின் படிவம் கடலுள் காணப்படு கிறது. இது ஒரு காலத்தில் நிலமாக இருந்த பகுதி, கடலுள் மூழ்கியதாக இருக்கலாம்.

கடலின் அடித்தளத்திலும் எரிமலைகள் உண்டு. அவை குழம்பை உமிழ்வது இன்றும் நடந்து வரும் ஒரு நிகழ்வு. எனவே எரிமலைப் படிவங்கள் கடலின் அடியில் இருப்பதால் அது மூழ்கிய நிலப்பகுதியென்று கருதுவது தவறானது. சில சமயங்களில் எரிமலைக் குழம்பினால் உருவாகிய மலைகள், அவற்றின் சிகரங்கள் கடல்மட்டத்திற்கு மேலே வந்து, தீவுகளாகப் பரிணமிக்கின்றன. இவ்வாறு உருவானதே மொரீஷியஸ் தீவு. 2000 ஆண்டு மே மாதம் சாலமோன் தீவுகளுக்கருகே கடலடியில் எரிமலை வெடித்து எரிமலைக் குழம்பு வெளியேறி, இறுகி, சிறிய தீவு ஒன்று உருவானதை தொலைக்காட்சிகள் தீவின் பிறப்பு என்ற தலைப்பில் காட்டின. இவ்வாறு உருவான ஒரு தீவைத் தரையாக மாறிய கடல்மட்டம் என்று கூறுவது எவ்வளவு அபத்தமோ அதே போல் கடலடி எரிமலைப் படிவங்களைக் கடலுக்குள் மூழ்கிய நிலம் எனக் கூறுவதும் அபத்தமாகும்.

5. பல மில்லியன் ஆண்டுகள் மாற்றத்தில் கோண்டு வானாக் கண்டம் உடைந்தது. நிலம் ஆழ்ந்து, நீர் மேலிட அது கடலின் அடித்தரையாயிற்று. குறைந்த ஆழமுள்ள கடல்பகுதிகளில் பவளத் திட்டுகள் தோன்றின.

கோண்டுவானாக் கண்டம் உடைந்தது உண்மை, ஆனால் அது கடலின் அடித்தரையாக மாறவில்லை. ஆப்பிரிக்கா, அரேபியா, இலங்கையுடன் இணைந்த இந்தியத் தீபகற்பம், ஆஸ்திரேலியா, அண்டார்ட்டிகா எனப் பெரும் நிலத்தட்டு களாக பிளந்து, நகர்ந்து, இன்றுள்ள நிலையை அடைந்தது. கடல்மட்டத்திற்கு மேல் பூமியின் மேற்பரப்பாக உள்ள பகுதி களில், பல யுகங்களாக மெதுவாக நகர்ந்தபோது கண்டத் தட்டுகளின் ஓரங்களிலும் கண்டங்களின் சரிவிலும் ஏற்பட்ட சில மாற்றங்கள் தவிர, அவை வெகுவாக உருமாறவில்லை. பவளத்திட்டுகள் பூமத்திய ரேகையை ஒட்டிய பகுதிகளில் மட்டும் கடற்கரையையொட்டி வளரும். எல்லாத் தாழ்வான கடற்பகுதியிலும் வளரா.

6. பத்தொன்பதாம் நூற்றாண்டில் வாழ்ந்த தாவரவியல் வல்லுனரான எர்னஸ்ட் ஹேக்கல், குரங்குக்கும் மனிதநிலைக் கும் இடைப்பட்ட, மறைந்த இணைப்பாகக் கருதப்பட்ட உயிரினம், லெமூரியாவில் தோன்றி வடகிழக்கில் இந்தியா விற்கும், தென்கிழக்காசியாவிற்கும், மேற்கு ஆப்பிரிக்காவிற்கும் பரவியது என்ற முடிவிற்கு வந்தார். டச்சு ஆய்வாளர் துப்வாவின் கண்டுபிடிப்பான 'ஜாவா' மனிதனின் மண்டை யோடு இதை உறுதிபடுத்தியது.

ஆதிமனிதக் குடியேற்றம் ஆப்பிரிக்காவில் துவங்கி ஆசியாவிற்குப் பரவியது என்பது இன்று நிரூபிக்கப்பட்ட உண்மை. டார்வின் கூறிய பரிணாம வளர்ச்சிபற்றி சரியாகப் புரிந்துகொள்ளாத சிலர், வாலில்லாக் குரங்கிலிருந்து மனிதர் தோன்றினர் என்ற தவறான கருத்தைக் கொண்டிருந்தனர். மேலும் இவர்கள், வாலில்லாக் குரங்கு மனிதராகப் பரிண மித்தது என்றால், குரங்கிற்கும் மனிதருக்கும் இடைப்பட்ட நிலையொன்று இருந்திருக்க வேண்டும் என்றும் என்றாவது ஒரு நாள் அது கண்டுபிடிக்கப்பட்டுவிடும் என்றும் நம்பினர். இந்தக் கற்பனை விலங்கை மறைந்த பரிணாம இணைப்பு என்று குறிப்பிட்டனர். பரிணாம வளர்ச்சியில், கீழ்மட்ட உயிரினங்களிலிருந்து ஒன்றிலிருந்து ஒன்றாக, ஒரு சங்கிலித் தொடர்போல மேல்மட்ட விலங்குகள் தோன்றின என எர்னஸ்ட் ஹிக்கல் போன்றோர் தவறாக எண்ணியதால் ஏற்பட்ட குழப்பம் இது. முதன் முறையாக, ஹோமோ எரக்டஸின் தொல்லெச்சங்கள் கண்டுபிடிக்கப்பட்டபோது, அதையே மறைந்த இணைப்பாக எண்ணி 'குரங்கு மனிதன்' எனப் பொருள்படுமாறு பித்தகேந்த்ரோபஸ் எனப் பெயரிட்ட னர். பின்னர் நடந்த ஆய்வுகளால் இந்தக் கண்டுபிடிப்பு பற்றித் தெளிவு ஏற்பட்டது.

தூப்வா (Eugene Dubois) எனும் டச்சு இராணுவ மருத்துவர், ஆதிமனிதயினத்தின் தொல்லெச்சங்கள் ஜாவாவில் கிடைக்க வாய்ப்புகள் உண்டு என்ற நம்பிக்கையுடன் அங்கு ஆய்வுகள் நடத்தினார். 1891இல் சோலோ நதிக்கரையிலுள்ள டிரினில் (Trinil) என்ற கிராமத்தருகே ஒரு மண்டையோட்டின் மேற் பகுதியை இவர் அகழ்ந்தெடுத்தார். அருகாமையிலேயே, தொடை எலும்பு ஒன்றும் கிடைத்தது. மண்டையோட்டின் பகுதி கனமானதாகவும், தட்டையாகவும், மனித குரங்குக்கு உள்ளதுபோல முன்புறம் நீண்டும் இருந்தது. ஆனால் தொடை எலும்போ கற்கால மனிதனுக்குள்ளதுபோல் இருந்தது. எனவே இவையிரண்டும் ஒரே இனத்தைச் சேர்ந்தவையா என்ற கேள்வி எழுந்தது. (கண்டுபிடிப்பு நடந்த பல ஆண்டுகளுக்குப் பின்னரே கால நிர்ணயம் செய்யப்பட்டு, இரண்டும் சமகாலத்தவை என்பது உறுதிப்படுத்தப்பட்டது.) ஜாவாவின் புவியியலமைப்பு புரியாததாலும் காலக் கணிப்பு செய்ய அப்போது உபகரணங்கள் இல்லாததாலும் தூப்வா இந்த இனத்தை, நின்ற மந்தி மனிதன் (Pithecanthropine Erectus) என்று அழைத்தார். உலகின் இதர பகுதிகளில் 'ஹோமோ எரக்டஸ்' கண்டுபிடிப்புகள் வெளிவர, தூப்வாவின் கண்டுபிடிப்பில் ஏற்பட்ட சில ஐயப்பாடுகள் தெளிவடைய ஆரம்பித்தன.

7. ஆஸ்திரேலிய இயலின் முதல் மாணவர்கள் ஆஸ்திரேலியப் பழங்குடி மக்களுக்கும் திராவிடர்களுக்கும் இடையே உள்ள ஒற்றுமைகளைக் கண்டு வியந்தனர். ஆஸ்திரேலியப் பழங்குடியினரின் மூதாதைகள் சிறு படகுகளிலும் ஓடங்களிலும் மாக்கடலில் சென்றிருக்க முடியாது. சிலர் ஆஸ்திரேலியப் பழங்குடியினரின் பிறப்பிடம் இந்தியத் துணைக்கண்டம் என்பர். எனவே திராவிடர் ஆஸ்திரேலியர் தாயகம் எது? இந்த ஆஸ்திரேலியப் புதிரை விடுவிக்க, 1931ஆம் ஆண்டில் சோவியத் இனநூல் வல்லுனர் ஏ. ஜெலடார் யாவ் என்பவர் கடல்நூல், நிலநூல் விவரங் களைப் பயன்படுத்தினார். அவர் இந்தியத் துணைக்கண்ட மும், ஆஸ்திரேலியாவும் ஒரு காலத்தில் ஒரே நிலப்பரப்பாக இருந்து, பின்னர் பிரிந்து, கடல் இடைப்பட்டதானாலும் ஆஸ்திரேலியரும் (அபாரிஜினிகள்) திராவிடரும் பண்பாட்டுத் தொடர்புகொண்டிருந்தனர் என்பார். ஒரு காலத்தில் புகழ் பெற்றிருந்த வெக்கினர் கொள்கையை ஒட்டியது இவரது கொள்கை.

ஆஸ்திரேலியப் பழங்குடியினரின் தாயகம் இந்தியத் துணைக் கண்டம் என்பதை இன்றைய ஆய்வுகள் திட்டவட்ட மாகக் காட்டுகின்றன. இப்பழங்குடியினரின் முன்னோர்கள்

தீமூருக்கும் நியூகினிக்கும் இடையேயிருந்த குறுகிய கடல்வெளித் தாண்டி அன்றைய நியூகினி ஆஸ்திரேலியா இணைந்த நிலப்பரப்பில் குடியேறினர். இதற்கும் வெக்னர் கொள்கைக்கும் (கண்டங்களின் பெயர்ச்சிக்கும்) எவ்வித சம்பந்தமும் இல்லை. ஏனெனில் கண்டங்கள் பிரிந்தபோது ஆதிமனிதன் தோன்றி யிருக்கவில்லை.

8. இந்தியாவிற்கும், ஆப்பிரிக்காவிற்கும், ஆஸ்திரேலியா விற்கும் இடையே பெரும் நிலப்பரப்பு இருந்தது என்பதை ஏற்றுக்கொண்டால், பூமத்தியரேகை இனத்தவர் பரவிக் காணப்படுவதற்கு தர்க்கரீதியான விளக்கம் கிடைக்கும்.

கோந்த்ரதோவ் காலத்தில் பூமத்தியரேகையினத்தவர் பரவியதற்கு தர்க்கரீதியான விளக்கங்கள் இல்லாததால், இந்தியா, ஆப்பிரிக்கா, ஆஸ்திரேலியா இவற்றிற்கு இடையே பெரும் நிலப்பரப்பு இருந்ததாகச் சொல்வது மிக இலகுவான வழியாகப் போனது. ஆனால் உண்மை என்னவென்றால் இந்தியா, ஆப்பிரிக்கா, ஆஸ்திரேலியா இவை ஒருங்கிணைந்த கண்டம் ஒன்றிலிருந்து பிரிந்தவை. இப்படிப் பிரிந்த பின்னர் இவற்றிற்கு இடையே பெருங்கடல் தவிர நிலப்பரப்பு ஏதும் இருக்கவில்லை. பூமத்தியரேகையினத்தவர் பரவியதைத் தர்க்க ரீதியாக விளக்க இயலாத கட்டத்தில் உருவான இந்தக் கற்பனைப் பாலத்திற்கு அறிவியல் ஆதாரங்கள் எதுவும் கிடையா.

தொல்லியல் நோக்கில் தமிழகம் எனும் தொகுப்பு நூலில் ‘தொன்மை நீர்ப்பாசனம்’ எனும் ஆய்வுக்கட்டுரை எழுதிய கொடுமுடி சண்முகம் குமரிக்கண்டம் பற்றிக் கீழ்வருமாறு கூறுகிறார். “கண்ட பெயர்ச்சி கொள்கையின்படி எல்லாக் கண்டங்களும் ஒன்றாக ஒட்டிக்கொண்டிருந்ததை பாஞ்சியா என்பர். அதன் ஒருபகுதி கோண்டுவானா நிலம். கோண்டு வானாவின் ஒரு துண்டு தனியாகப் பிரிந்து, ஆஸ்திரேலியாக் கண்டத்திலிருந்து பிரிந்து மெல்ல நகர்ந்து வந்து கொண்டே யிருந்தது. இந்தப் பகுதியே விந்திய மலைக்குக் கீழுள்ள தென்னிந்தியப் பகுதி. இந்துமாக் கடலில் தனியாக நகர்ந்து வந்துகொண்டிருந்த போதுதான் அதனைக் குமரிக்கண்டம் என்றனர். அதுவே மேலும் நகர்ந்து ஆசியப்பகுதியில் முட்டியது. இந்த முட்டலின் அழுத்தத்தாலேயே, இமயமலை தோன்றி படிப்படியாக உயர்ந்துகொண்டே வந்து பெரிய மலைத் தொடராகிவிட்டது. குஜராத் பகுதியில் டயனோசரஸ் கற்படிவங்களும், அதன் முட்டைகளின் கற்படிவங்களும் கண்டுபிடிக்கப்பட்டுள்ளன. தமிழ்நாட்டின் திருவக்கரைப் பகுதியிலும், அரியலூர் பகுதியிலும் கல்லாகிப்போன மரங்கள்

கிடைத்துள்ளன. இவை பழமையின் அடையாளங்கள். இந் நிலத்தில் ஓரம் இருந்த மிகச்சிறிய நிலப்பகுதிகள் அவ்வப்போது கடலுக்குள் சரிந்து விழுந்தபோது அக்காலப் புலவர்களால் கடல்கோள் என விளக்கப்பட்டது . . . குமரிக் கண்டம் கடலுள் முழுகவில்லை. விந்தியமலை உள்ளிட்ட தீபகற்ப இந்தியா ஆசியாவோடு மோதுவதற்கு முன்னிருந்த தீவு நிலையே குமரிக்கண்டம் ஆகும். வெப்ப மண்டலமே உயிரினம் தோன்றத் தோதான இடம் என்பது அறிவியல் முடிவு. மாந்தன் தோன்றிய முதல் இடங்களுள் தென்னிந்தியா வும் ஒன்று." *(ப. 26, 27)*

ஆதிப்பெருங்கண்டமான கோண்ட்வானாக் கண்டத்தி லிருந்து இந்தியத் துணைக் கண்டம் பிரிந்தது ஏறத்தாழ 150 மில்லியன் ஆண்டுகளுக்குமுன். அப்போது மனித குலத்தின் முன்னோடிகள் கூடத் தோன்றியிருக்கவில்லை. இந்தியத் துணைக்கண்டம் வடக்காக நகர்ந்து வந்தபோதுதான் அதனை குமரிக்கண்டம் என்றனர் எனும் கூற்றும் தவறு. ஏனெனில், இந்தியத் துணைக் கண்டத்தின் வடக்கு நோக்கிய பயணம் மில்லியன் ஆண்டுகளுக்கு இடைப்பட்ட காலத்தில்தான் நடந்தது. அப்போதும் ஆதிமனிதயினம் தோன்றியிருக்கவில்லை. மேலும் இந்தியத் துணைக்கண்டம் ஆசியப் பகுதியுடன் முட்டியதும் மில்லியன் ஆண்டுகளுக்கு முன்னரே.

ஒரு காலத்தில் கண்டங்கள் உடைந்து சிதறி கடலில் மிதந்து சென்றதாகவும், நிலப்பாலங்கள் தோன்றுவதும் அழிவதும் எரிமலை, நில நடுக்கங்கள் ஏற்படுவதும் அன்றாடம் நிகழ்ச்சிகள்போலவும் கருதி, மனித இனத்தின் குடியேற்றம், இனத்தின் தொன்மை, கண்டங்களின் மறைவு ஆகியவை பற்றி முன்னரே உருவாக்கிய முடிவுகளுக்கு காரணங்களைத் தேடினர் குமரிக்கண்ட ஆய்வாளர்கள்.

அறிவியல் பதங்களைப் பயன்படுத்தி, ஐதிகங்களுக்கு விளக்கங்கள் தந்து, அறிவுலகின் அங்கீகாரம் பெற முயற்சிகள் நடந்தன. இதற்கு எரி மலை, நில அதிர்ச்சி, கண்டங்களின் பெயர்ச்சி, நிலப்பாலம், கடற்கோள் போன்ற நிலவியல் சார்ந்த கலைச் சொற்கள் பிரயோகிக்கப்பட்டன. ஒரு மேம்பட்ட நாகரிகம் அல்லது பொற்காலம் இருந்ததாகக் கூறி, அது இருந்த பகுதி மறைந்துவிட்டதாகக் கூறும் மரபு எல்லாக் கலாச்சாரங்களிலும் உண்டு. குமரி அல்லது லெமூரியா போலவே, மேலை நாடுகளிலும் சீரிய நாகரிகம் கொண்ட அட்லாண்டிஸ் கண்டம் எரிமலை சீற்றத்தால் கடலில் மூழ்கியதாகக் கூறும் மரபு உள்ளது.

தமிழகம் – இலங்கை நிலப்பகுதி பற்றிய சில விவரங்களை இங்கு நினைவில் கொள்ள வேண்டும். முதலாவதாக, இது பெரும் நிலநடுக்கம் அடிக்கடி ஏற்படக்கூடிய கண்டத் தட்டுகள் முட்டும் பகுதி அல்ல. இது நிலநடுக்கமற்ற ஸ்திரப் (Seismologically stable) பகுதி என்று கருதப்படுகிறது. இரண்டாவது, இப் பகுதியில் எரிமலை வெடித்துச் சிதறவும் வாய்ப்பில்லை. ஏனெனில் இது எரிமலை சார்ந்த பகுதியுமல்ல (Non Volcanic zone). எனவே, இப்பகுதியில் திடீரென நிலம் அதிர்ந்து, எரிமலைக் குமுறி அழிவு ஏற்பட்டிருக்க வாய்ப்புகள் குறைவு. ஆதிமனிதத் தோற்றத்திற்குப்பின், சுமார் இன்றைக்கு ஏறத்தாழ ஏழாயிரம் ஆண்டுகளுக்கு முன்வரை, தென்னிந்தியாவுடன் நிலத்தால் இலங்கை இணைந்திருந்தது. அப்போது எத்தகைய நிலப் பாலமும் ஆப்பிரிக்கா, தென்னிந்தியா மற்றும் ஆஸ்திரேலியாவை இணைக்கவில்லை என்பது நிலவியல் அடிப்படையில் உண்மை.

பிற கலாச்சாரங்களில் கடற்கோள், பிரளயம் பற்றிய மரபுகள்

உலகம் முழுவதும், பல்வேறு கலாச்சாரங்களிலும், நாடுகளிலும், கடற்கோள் அல்லது பிரளயங்கள் பற்றிக் கதைகள், ஐதிகங்கள் உள்ளன. ஆசியாவில் இந்தியா, இலங்கை, பர்மா, திபெத், சீனா, பிலிப்பைன்ஸ் ஆகிய நாடுகளின் புராணங்களிலும், ஐரோப்பாவில் கிரேக்க, ரோமானிய, வெல்ஷ், கெல்டிக், ஸ்கேண்டிநேவியன் புராணங்களிலும், அண்மைக் கிழக்கு நாடுகளில் எகிப்திய, பெர்ஸியன், அஸிரிய, பாபிலோனிய, சேல்டிய, எபிரேய – யூதேய புராணங்களிலும், மத்தியதரைக் கடல் நாடுகளின் புராணங்களிலும், அமெரிந்தியர் (செவ்விந்தியர்)களின் கர்ணபரம்பரைக் கதைகளிலும், ஆஸ்திரேலிய பழங்குடியினர் (அபாரிஜினிகள்) கதைகளிலும், ஆப்பிரிக்காவில் கீன்யா, தன்சனியா, மொசாம்பிக், தென் ஆப்பிரிக்கா, கேமரூன், செனகால் நாட்டுக் கதைகளிலும் பிரளயங்கள் பற்றிய மரபுகள் உள்ளன.

இந்தியப் புராணத்தில் முதல் மனிதனான மனு தன் உடலைக் கழுவிய நீரில் சிறிய மீன் ஒன்று வந்து, "என்னை நீ பெரிய மீன்களிடமிருந்து காப்பாற்றுவாயானால், உன்னை நான் வெள்ளப் பெருக்கிலிருந்து காப்பாற்றுவேன்'' என்று கூறுகிறது. மனு அந்த மீனை ஒரு சிறிய தொட்டியில் இட்டு வளர்த்து பெரிதான பின், அதைக் கடலில் விட்டான். மனுவைப் படகு ஒன்றைச் செய்ய அந்த தெய்வீக மீன் பணித்தது. வெள்ளப்பெருக்கு ஏற்பட்டபோது, அந்த மீன் அந்தப் படகை

இழுத்துச் சென்று வடமலையில் கொண்டு சேர்த்து மனுவை காப்பாற்றியது. இது *சதபத பிராமணத்தில்* வரும் கதை.

திபெத்

ஒரு பெரும் வெள்ளத்தால் உலகம் மூழ்கும் நிலையில் இருந்தது. கடவுள் மக்கள் பட்ட வேதனையைக் கண்டு, வங்காளம் வழியாக நீரை ஓடவிட்டு வெள்ளத்தை வற்றச் செய்தார். அப்போது திபெத்தில் வாழ்ந்த மக்கள் குரங்கு களைவிட சற்றே மேம்பட்ட நிலையில் இருந்தனர். இவர்களை மேம்படுத்தவும், அறிவுப் பாதையில் இட்டுச் செல்லுமுகமாக வும் சில சான்றோர்களைக் கடவுள் இங்கு அனுப்பியதாகக் கூறுகிறது இக்கதை.

செமிடிக்

விவிலியத்தில் உள்ள நோவாவின் கதை வருமாறு: கடவுள் மனித குலத்தின் மீது கோபமுற்று அதை அழிக்க நினைத்தார். ஆனால் தன்னை நம்பும் நோவாவைக் காப்பாற்ற எண்ணி, அவனை பிரமாண்டமான, மூன்று அடுக்குப் படகு ஒன்றைக் கட்டச் சொன்னார். நோவா எட்டு பேர் கொண்ட தன் குடும்பத்துடன், அனைத்து விலங்குகளிலிருந்து ஆணொன்றும் பெண்ணொன்றுமாக ஜோடிகளாகக் கூட்டிக் கொண்டு அந்தப் படகில் தஞ்சம் புகுந்தான். நாற்பது நாட்கள் விடாது பெய்த பெருமழையால் வெள்ளம் பெருக, நூற்றைம்பது நாட்கள் படகில் மிதந்து கொண்டிருந்தான். மழை நின்று நீர்மட்டம் தாழ ஆரம்பித்தது. ஒரு வருடம் பத்து நாட்களில் படகு தரைதட்டி நோவா வெளிவந்தான். இக்கதை திருக் குர்ரானிலும் உண்டு.

அஸீரியா

மக்கட் தொகைப் பெருக்கத்தை கட்டுப்படுத்துவதற்காக கடவுள் மக்களை அழிக்கத் திட்டம் போட, உட்னாபிஸ்டீம் என்பவனுக்கு இது கனவில் தெரியவந்தது. அவன் ஏழு அடுக்குகள் ஒரு கொண்ட படகைக் கட்டி தன் குடும்பத்தினர் மற்றும் பல விலங்குகள், விதைகள் ஆகியவற்றுடன் தஞ்சம் புகுந்தான். வெள்ளம் பெருகி மக்களை அழித்தபோது கடவுளே அதன் உக்கிரத்தைப் பார்த்து அழிவை நிறுத்தினார். பின்னர் படகு தரைதட்ட, உட்னாபிஸ்டீம் தன் குடும்பத்துட னும் மற்ற ஜீவராசிகளுடனும் வெளியே வந்தான். அவனது

இனம் பல்கிப் பெருகியது. இது விவிலியக் கதையிலிருந்து வெகுவாக வேறுபட்டதல்ல.

கிரேக்கம்

மனித குலத்தை அழிக்க தேவர்களின் தலைவன் சியூஸ் ஒரு பெரும் வெள்ளத்தை ஏவினான். அக்னி தேவன் ப்ரொமீதியஸ் தன் மகன் டியூகேலியனிடம் படகு ஒன்றைச் செய்யச் சொன்னான். வெள்ளம் பெருகியபோது டியூகேலியன் தன் மனைவியுடன் படகில் ஏறி ப்ராஸ்னஸ் எனுமிடத்திற்கு தப்பிச் சென்றான். அங்கு அவன் சியூஸ் சொல்படி கற்களைப் பொறுக்கி எறிய, அவை மனிதர்களாக மாறின.

அலாஸ்கா (அமெரிக்கா)

பெருத்த பனிப்புயலால் வெள்ளம் ஏற்பட்ட, ஒரே ஒரு மனிதன் மட்டும் சில ஜீவராசிகளையும் கூட்டிக்கொண்டு படகில் ஏறி தப்பிச் சென்றான். வெகு நாட்கள் படகில் மிதந்தவனுக்கு, எங்கு தேடியும் நிலம் தெரியவில்லை. கடைசியாக அவன் நீரின் மீது மிதந்த பாசியை உருட்டி எடுத்து அதன் மேல் தன் சுவாசக் காற்றை ஊத, அது ஒரு தீவாகப் பரிணமித்தது. அவனும் இதர விலங்குகளும் அங்கே கரையேறி வாழ்ந்தனர்.

விஸ்கான்ஸின் மாநிலத்திலுள்ள சிப்பேவா அமெரிந்திய குடியினரிடையே பிரளயங்கள் பற்றிய கதைகள் உள்ளன. ஆரம்பத்தில் ஒரு பெரும் பனிப்பரப்பு இருந்தது. சூரியனின் வெம்மை ஒரு தோல் பையில் மூட்டையாகக் கட்டி வைக்கப் பட்டிருந்தது. அந்த பையை ஒரு எலி கடித்து ஓட்டைப்போட, வெம்மை வெளியேறி பனியை உருக்கி, நீர் பெருகி வெள்ளம் ஏற்பட்டது. வெள்ளப்பெருக்கு மலைகளையும் மூழ்கடிக்க ஆரம்பித்தது. இப்படி நடக்கும் என்று அறிந்திருந்த முதியவன் ஒருவன் மற்றவர்களிடம் இதுபற்றி சொல்லியும், அவர்கள் செவிமடுக்காததால் அவர்கள் நீரில் மூழ்கிவிட்டனர். ஆனால் அந்த முதியவனோ, தான் கட்டியிருந்த படகில் ஏறி தப்பினான். வழியில் வந்த விலங்குகளையும் ஏற்றிக்கொண்டான். படகில் சென்ற அவன், நிலத்தைக் கண்டறிய ஒரு வாத்தை அனுப்பினான். அது தன் அலகில் கொண்டு வந்த மண்ணை எடுத்து அவன் மந்திரித்து நீரில் போடவும் அது நிலமானது. இக் கதையில் பனி உருகி, கடல் மட்டம் உயர்ந்ததாகக் குறிப்பிடப் படுவதைக் கவனிக்கவும்.

சு.கி. ஜெயகரன்

திமூர்

ஒரு காலத்தில் கடல் பெருகி நிலப்பரப்புகளை மூழ் கடித்தது. ஒரேயொரு மனிதன் மட்டும் தன் குடும்பத்துடன் மலைமீது ஏறி வெள்ளத்துக்குத் தப்பி வாழ ஆரம்பித்தான். வெள்ளம் பெருகி கடல் மட்டம் உயர்ந்துகொண்டேயிருந்தது. அவன் கடலிடம் தன் உயிருக்காக மன்றாடினான். அதற்குக் கடல், உடலில் உள்ள ரோமங்களைப் பிடுங்க இயலாத விலங்கு ஒன்றைத் தந்தால், தான் பின் வாங்கிப் போவதாகச் சொன்னது. மனிதன் ஆடு, பன்றி, நாய் இவற்றைக் கொடுத்தும் கடலுக்கு உடன்பாடில்லை. கடைசியில் ஒரு பூனையைக் கொடுக்க, கடலும் ஒத்துக்கொண்டு பின்வாங்கியது. அப்போது ஆலா ஒன்று பறந்து வந்து, கடலில் சில மண் கட்டிகளைத் தூவ, அது நிலப் பகுதியாக மாறியது, மனிதன் அதில் குடியேறினான்.

ஆஸ்திரேலியா

கடற்கோளால் நிலம் அழிந்தது பற்றியும், அதிலிருந்து தப்பி வந்த தம் மூதாதையர் பற்றியும் ஆஸ்திரேலிய (அபாரிஜினி) பழங்குடியினரிடையே பல கதைகள் உள்ளன. இவற்றில் 'குல்லிபுல்' குடியினர் பழங்கதை ஒன்று, மூன்று சகோதரர்கள் அவர்கள் மனைவியருடன் உலகின் மத்தியப் பகுதியிலிருந்து கட்டு மரங்களில் ஏறி, வந்ததாகவும், கட்டுமரங்கள் கரையின் மீது மோதி சேதமடைய, அவர்கள் ஆஸ்திரேலியாவிலேயே தங்கிவிட்டதாகவும் கூறுகிறது.

யோகன்னஸ் நிம் (Yohanas Nimms) என்ற ஜெர்மானியர் உலகெங்கிலும் வெள்ளப்பெருக்கு, கடற்கோள்கள் ஆகியவை ஏற்பட்டதாக நம்பப்படும் இடங்களை ஒரு வரைபடமாக உருவாக்கியுள்ளார். அவர் ஆசியாவிலும், அமெரிக்காவிலும் வெள்ளப் பெருக்கு குறித்த நம்பிக்கைகள் அதிகமாக உள்ளதாகக் கூறுகிறார். இந்தியாவில், அந்தமான் தீவின் பூர்வகுடிகளின் ஐதிகக் கதைகள், புயல், பெரு வெள்ளம் இவற்றால் நீரில் மூழ்கிய தீவுகள் பற்றியும், மலையின் உச்சிக்கு போய் உயிர் பிழைத்த மக்கள் பற்றியும் கூறுகின்றன. இங்கு 10,000 ஆண்டு களுக்கு முன் கடல் மட்டம் உயர்ந்து பல நிலப்பரப்புகள் முழுகின என்று புவியியலாளர்கள் கணிக்கிறார்கள்.

ஒரு பெரிய கடற்கோள் அல்லது பிரளயம் பற்றிய ஐதிகம் பல சமூகங்களில் உள்ளன. ஆகவே உலக மக்கள் அனைவரும், மத்திய இடமொன்றிலிருந்து பரவியதற்கு முன்

இக்கடற்கோள் நிகழ்ந்திருக்க வேண்டும் என்பது ஒரு சாராரின் வாதம். இந்த வாதத்தின் தொடர்ச்சி, அப்படி ஒரு இடத்தில் மானிடர் தோன்றி, நாகரிகம் அடைந்திருந்தால் அது அட்லாண்டிஸ், லெமூரியா அல்லது குமரிக் கண்டமாகத்தான் இருந்திருக்க வேண்டும் என்பதாகும். ஆனால், உலகம் முழுவதும் உள்ள கடற்கோள் பற்றிய கதைகளைக் கவனித்தால், மனித குலம் தோன்றியது முதல் பல்வேறு இடங்களில் பல்வேறு காலகட்டங்களில் கடற்கோள்கள், பிரளயங்கள் ஏற்பட்டன என்பதையே இவை காண்பிக்கின்றன. பிரளயத்திற்குத் தப்பிப் பிழைத்த முன்னோர்களின் அனுபவங்களை, நினைவுகளைச் சுற்றி ஜோடிக்கப்பட்ட, உலகின் வெவ்வேறு இடங்களில் உருவாகிய புராணங்களிலும், கதைகளிலும் ஒரு பொதுத் தன்மையைக் காணலாம். சிலவற்றில் பிரளயம் ஏற்பட்டதற்கான காரணங்கள் பற்றியும் ஓரளவு அறிய வாய்ப்புகள் உள்ளன. உலகின் பல்வேறு பகுதிகளில், வெவ்வேறு கால கட்டங்களில், பல காரணங்களால் (பார்க்க: *கடல் மட்ட மாற்றங்கள்*) வெள்ளப்பெருக்கு, கடற்கோள்கள் ஏற்பட்டன. உதாரணமாக சிலி நாட்டுக் கதை ஒன்று, எரிமலையாலும் அதைச் சார்ந்து உண்டான நில நடுக்கத்தாலும் உருவான கடற்கோள் பற்றிக் கூறுகிறது. அமெரிந்திய பிரளயக்கதை, பனி உருகி கடல் மட்டம் உயர்ந்து பிரளயம் உண்டானதாக கூறுகிறது. அமெரிக்காவில் ஆதி மனிதக் குடியேற்றங்கள் பனிப்பரப்புகளின் எல்லைகளை ஒட்டி ஏற்பட்டன. எனவே இக்கதைகளில் பனிப்பரப்புகள் உருகியதால் ஏற்பட்ட பிரளயங்கள் சொல்லப்படுகின்றன.

ஆஸ்திரேலிய பழங்குடியினரின் கதையில் தம் முன்னோர் உலகின் மத்தியப் பகுதியில் இருந்து வந்ததாகக் குறிப்பிடுவது ஒரு சுவாரஸ்யமான விஷயம். ஏனெனில் இன்றைய மானிட வியல் கண்டுபிடிப்புகள் அவர்கள் மேற்கிலிருந்து, ஆசியாவிலிருந்து வந்ததைக் குறிப்பிடுகின்றன. (பார்க்க: *ஆஸ்திரேலியாவில் ஆதி மனிதக் குடியேற்றம்*).

பின்வரும் அத்தியாயங்களில் கடல்மட்ட மாறுதல்கள் எவ்வாறு கடலின் எல்லைகளை மாற்றின, மனிதவரலாற்றில் எவ்விதமானத் தாக்கங்களை உருவாக்கின என்பவற்றை காண்போம்.

அட்லாண்டிஸ் கண்டம்

அட்லாண்டிஸ் கண்டம் பற்றிய கதை ஒன்றை கிரேக்க தத்துவ ஞானி பிளேட்டோ (கி. மு. 36) தன் சீடர்கள் டிமியஸ்,

கிரிடியஸ் ஆகியோருடன் நடத்திய உரையாடலில் கூறுகின்றார். "11,000 ஆண்டுகளுக்கு முன்னர், அட்லாண்டிஸ் எனும் ஒரு பெரும் தீவு அட்லாண்டிக் கடலின் நடுவே இருந்தது. அங்கு வாழ்ந்தோர் கலாச்சார மேம்பாடு கொண்டவர்கள். அட்லாண்டிஸை முதலில் ஆண்ட பொஸைடன் எனும் தேவர் குலத்தைச் சார்ந்த கடல் அரசன், கிளிடோ எனும் மானிடப் பெண்ணிடம் காதல்கொண்டு, அவளை அத்தீவின் நடுவேயிருந்த மலையில் குடிவைத்தான். இவர்களுக்குப் பிறந்த ஐந்து சோடி இரட்டையர் இந்நாட்டை ஆண்டனர். அட்லாண்டிக் தீவில் வாழ்ந்தவர்கள் கடவுளுக்குப் பயந்தவர்களாக நேர்மை வழுவாமல் வாழ்ந்தனர். ஆனால் நாளாவட்டத்தில் நெறிபிறழத் தொடங்கியதால் சியூஸ், அவர்களுக்கு என்ன தண்டனை கொடுக்கலாம் என்று இதர கடவுளரைக் கூட்டி கலந்தாலோசித்தபின், ஒரு பெரும் பிரளயத்தை உருவாக்கி, அட்லாண்டிஸ் தீவை முழுகடித்து அம்மக்களை அழித்தான்." தனக்கு இருநூறு ஆண்டுகளுக்கும்முன் ஏதேன்ஸ் நகரில் வாழ்ந்த சோலோன் (Solon) எனும் செல்வந்தர் ஒருவருக்கு செவிவழியாக வந்து சேர்ந்த அட்லாண்டிஸ் பற்றிய இந்த மரபு முற்றிலும் உண்மை என பிளேட்டோ வாதிட்டார்.

பிளேட்டோவின் சீடர் அரிஸ்டாட்டில், இதை ஒத்துக் கொள்ளவில்லை. "பிளேட்டோவின் அட்லாண்டிஸ் பற்றிய கூற்று ஒரு கட்டுக்கதை. நடைமுறையில் தாம் வாழ்ந்த சமுதாயம் அவ்வாறில்லாததால், நீதி, நேர்மை, நாகரிகம் தழைத்த இலட்சிய சமுதாய கற்பனாவுலகு பற்றி மக்கள் எண்ணி ஏங்கியிருக்கின்றனர். அட்லாண்டிஸ்பற்றி பிளேட்டோ தவிர பழைய கிரேக்க அல்லது எகிப்திய இலக்கியங்கள் எதுவும் கூறவில்லை, இது வரலாற்று உண்மை அல்ல" என்று கூறுகிறார் அவர். அட்லாண்டிஸ் கண்டம் கருதுகோளின் விமர்சகர் ஸ்ப்ராக் த காம்ப் (Sprage de camp) கண்டங்கள் பற்றி மறுப்புக் கூறும் தன் நூலில் (*The Lost Continents*) இக்கருத்தை எதிர்கொள்கிறார். "பிளேட்டோ ஒரு தத்துவஞானி; வரலாறு மற்றும் புவியியல் அவரது பலமல்ல. இல்லையென்றால் வரலாற்றைக் கூறமுற்படும்போது அதில் கடவுளர் வந்திருக்க மாட்டார்கள்."

ஐரோப்பியர் பலர் பிளேட்டோவின் கூற்றை நம்பினர். கடந்த இரண்டாயிரம் ஆண்டுகளில் ஏறத்தாழ இரண்டாயிரம் நூல்கள், அட்லாண்டிஸ் கண்டம் பற்றி எழுதப்பட்டுள்ளன. இவற்றில் பெரும்பாலானவை ப்ளேட்டோ கூறியவற்றை ஆதரித்து எழுதப்பட்டவை. இக்னேஷியஸ் டாணலி (Ignatius Donnelley) எனும் அமெரிக்கர் 'அட்லாண்டிஸ் – பிரளயத்திற்கு

முற்பட்ட உலகு' (Atlantis . . . Antidiluvian World) என்ற நூலை எழுதினார். இதில் ப்ளேட்டோ சுட்டிக்காட்டிய இடத்தில்தான் மறைந்த அட்லாண்டிஸ் கண்டம் இருந்திருக்க வேண்டும் என்றும், அக்கண்டம் ஏறத்தாழ எட்டாயிரம் ஆண்டுகளுக்கு முன்னர் கடற்கோளால் அழிந்திருக்கும் என்றும் கூறினார். அங்கு மக்கள் வாழ்ந்த முறை பற்றிய விவரங்களை அளித்த தோடு நகரமைப்புப் பற்றி படங்களையும் வரைந்து மிகைப் படுத்தப்பட்ட கற்பனை உலகு ஒன்றைப் படைத்தார். அட்லாண்டிஸ் பற்றி பின்னர் எழுத வந்தவர்கள், அவர் சொன்னதையே ஆதாரம் என எடுத்துக்கொண்டு அம்மரபை மேலும் வளர்த்தனர்.

மத்திய அட்லாண்டிக் கடலடி மலைத்தொடர் (Mid Atlantic Ridge) உலகிலேயே பெரிய மலைத்தொடர்களில் ஒன்றாகும். ஆனால் இம்மலைத்தொடர் கடலின் அடியி லுள்ளது. இதில் உயரமான மலை முகடுகளும், ஆழ்ந்தகன்ற (30 – 50 கி.மீ.) பள்ளத்தாக்குகளும் உண்டு. அட்லாண்டிக் சமுத்திரத்தைக் கிழக்கு மேற்காகப் பிரிக்கும் இம்மலைத் தொடரின் பெரும்பகுதி எரிமலைப் பாறைகளால் ஆனது. கண்டத் தட்டுகளின் எல்லையிலுள்ள இப்பகுதியில் எரிமலை வெடிப்புகள், நில அதிர்ச்சிகள் அவ்வப்போது நிகழ்கின்றன. எரிமலை வெடித்து, குழம்பு இறுகும்போது புதிய தீவுகள் உருவாவதும், நில நடுக்கம் போன்றவற்றால் சில தீவுகள் அழிவதும், பூமியின் வரலாற்றில் அவ்வப்போது ஏற்படும் நிகழ்வுகள். பூமியின் முதுகெலும்புபோல் கடல்தரையினின்று புடைத்து எழும்பும் இப்பெரிய மலைத் தொடரின் உச்சிப் பகுதிகள் ஆங்காங்கே பல தீவுக்கூட்டங்களாகத் தெரிகின்றன. கடல் மட்டம் தாழ்ந்திருந்த பனியுகத்தில் இவை இன்று இருப்பதை விட அகன்று பெரிய நிலப்பரப்புகளாக இருந்தன. இவற்றின் ஒரு பகுதியே அட்லாண்டிஸ் மரபு காட்டும் நிலப்பரப்பாய் இருந்திருக்ககூடும் என அட்லாண்டிஸ் மரபின் ஆதாரங்களைத் தேடியவர் கருதினர். இவர்கள் கவனம் அமெரிக்காவிற்கும், ஐரோப்பாவிற்கும் இடையேயுள்ள அட்லாண்டிக் கடலடி மலைத் தொடரில் (நியூயார்க்கிலிருந்து 21,100 கி. மீ. கிழக்கும் லிஸ்பனிலிருந்து 900 கி. மீ. மேற்கிலும்) அமைந்துள்ள அஸோரிஸ் தீவுக் கூட்டங்கள்பால் திரும்பியது. கடலின் அடிமட்டத்திலிருந்து 3050 மீ. உயரத்திலுள்ள இப் பகுதியில் உள்ள ஒன்பது தீவுகளில் பெரியது சான் மிகேல் (San Miguel) தீவு ஆகும். கடல் மட்டத்திலிருந்து சுமார் 1070மீ. உயர்ந்துள்ள இத்தீவில், அழிந்துபட்ட நாகரிகம், ஊர்கள், மக்கள், மன்னர் பரம்பரை பற்றிய மரபுச் செய்திகள் நிலவுகின்றன. சுமார் 400 சதுர கி. மீ. பரப்புகொண்ட சான்

மிகேல் தீவுதான் அட்லாண்டிஸ் கண்டம் என்ற மரபிற்கான ஆதாரம் என்று ஒரு சாரரார் கருதுகின்றனர்.

அட்லாண்டிஸ் கண்டம் கருதுகோளின் ஆதரவாளர்கள் 'கண்டம்' எனும் வார்த்தையைத் தவறாகப் பயன்படுத்தினர் என்று எண்ண வேண்டியுள்ளது. ஏனெனில் இன்றைய ஆய்வுகளின் அடிப்படையில், அட்லாண்டிக் கடலில், ஒரு கண்டம் மூழ்கும் அளவுக்கு இடமேயில்லை என்பது தெளி வாகிறது. அட்லாண்டிக் கடலடி மலைத் தொடர் பகுதியில் 5,500 மீ. ஆழம் வரை ஆழ்கடல் புகைப்படம் எடுத்து ஆராய்ச்சி நடத்திய மாரிஸ் யூயிங் (Maurice Eweing) எனும் விஞ்ஞானி, அங்கு நகரங்கள் இருந்ததற்கான அறிகுறிகள் ஏதும் இல்லை என்று 1949இல், *ஸயன்ஸ் டைஜஸ்டில்* வெளியிட்ட தன் ஆய்வுக் கட்டுரையில் (Myth called Lost Continent) குறிப்பிடுகிறார்.

அமெரிக்க ஆய்வாளர்களைவிட, ரஷ்ய விஞ்ஞானிகள் சிலர் அட்லாண்டிஸ் பற்றிய தேடலில் கூடுதலான அக்கறை காட்டினர். 1970இல் சோவியத் ஆய்வாளர் ஒருவர் அட்லாண்டிஸின் பகுதிகள் கண்டுபிடிக்கப்பட்டுவிட்டதாக எழுதினார். ஓலெக் ஸல்கின் (Oleg Sulkin) என்ற ரஷ்ய ஆய்வாளர், செப்டம்பர் 1980 *ஸோவியத் லைஃப்* எனும் இதழில், மோஸ்கோவ்ஸ்கி யூனிவர்ஸிடி (Moskovsky University) எனும் ஆய்வுக் கப்பல், அட்லாண்டிக் கடலடி மலைத் தொடரில் உள்ள ஆம்பியர் சீ மவுண்ட் (Ampere Sea Mount) பகுதியில் எடுத்த ஆழ்கடல் புகைப்படங்களில் தெரிந்த பிம்பங்கள் இராட்சதப் படிக்கட்டுகளின் பிம்பங்களாக இருக்கலாம் என்றார். எரிமலைப் பாறைகளில் இவ்விதமான படிக்கட்டுகள் போன்ற அமைப்பு இயற்கையாகவே உருவாவது உண்டு. தக்காணப் பீடபூமியில் உள்ள பாஸால்ட் (Basalt) எனும் எரிமலைப் பாறைகளை டெக்கான் ட்ரேப்ஸ் (Deccan Traps) என்பர். ட்ரேப்ஸ் எனும் ஸ்காண்டிநேவிய வார்த்தைக்கு "படிக்கட்டு" என்று பொருள். சோவியத் ஆய்வுக்கப்பல் எடுத்த படங்கள் பற்றி பல விளக்கங்கள் கொடுக்கப்பட்டன. 1981இல் ஷிர்சோவ் கடலியல் ஆய்வுக்கூடத்தில் (Shirsov Institute of Oceanography) பணிபுரிந்த ஆந்திரேய் அக்ஸியோநோவ் (Andre Aksyonov) என்ற விஞ்ஞானி, இப்பகுதியில் எடுக்கப்பட்ட படங்கள், இயற்கையில் ஏற்பட்ட அமைப்புகளைத்தான் காட்டு கின்றன என விரிந்துரைக்க இப்பகுதியில் அட்லாண்டிஸ்ஸைத் தேடும் படலம் முடிவுற்றது.

அட்லாண்டிஸ் கண்டம் பற்றிய மரபின் அடிப்படையை அறிய முயன்றவர்களின் கவனம், பழைய ஐரோப்பியக் கலாச்சாரங்களின் மீது பதிந்தது. இவற்றில் மிகத்

தொன்மையானது ஏஜியன் (Aegean) கடற்பகுதியில் கி.மு. 6000 ஆண்டுவாக்கில் வேளாண்மையை அடிப்படையாகக் கொண்டு உருவான ஒரு நாகரிகம். மத்திய தரைக் கடலின் வடபுறம் (ஏஜியன் கடல் கிரீசையும், துருக்கியையும் பிரிக்கும் கடற்பகுதி) கிரீசுக்கு அருகிலுள்ள கிரீட் (Crete) தீவிலும், அதை அடுத்துள்ள தீவுகளிலும் வளர ஆரம்பித்த இந்த நாகரிகம், எகிப்திய, மெசப்பெட்டோமிய நாகரிகங்களுடன் ஒப்பிட்டால் மிகவும் பிற்பட்டது. ஆனால் கி.மு. 2200 – 1200 காலகட்டத்தில் அது வேகமாக வளர்ந்தது. இதற்கு முக்கிய காரணம் இத்தீவில் வாழ்ந்தவர்கள் எகிப்திய, மெசப்பெட்டேமிய மக்களுடன் கொண்டிருந்த வாணிகத் தொடர்புகளே. எகிப்தில் ஏற்பட்ட பஞ்சம், போர் போன்ற நெருக்கடிகளால் அங்கிருந்து இப் பகுதிக்குப் பிழைப்பிற்காக வந்த எகிப்தியர், மேம்பட்ட வேளாண்மை, கட்டிடக் கலை ஆகியவற்றைக் கற்றுக் கொடுத்திருக்கலாம். கிரீட் தீவிலும், அதையடுத்துள்ள திரா, ரோட்ஸ் தீவுகளிலும் செழித்த இந்த நாகரிகம் மினோவன் நாகரிகம் எனப் பெயரிடப்பட்டது, பிற்காலத்தில் அதன் தாக்கம் கிரேக்க நாகரிகத்திலும் பதிந்தது. எகிப்திய நாகரிகத்தின் பாதிப்பால் கி.மு. 2000 – 1450 காலகட்டத்தில், இங்கு ஒரு தனித்தன்மை கொண்ட எழுத்துக்கள் உருவாகின. லினியர் கி எனக் கல்வெட்டாய்வாளர்களால் குறிக்கப்படும் இவ்வெழுத்து இன்னும் முழுவதுமாக புரிந்துக்கொள்ளப்படவில்லை.

இத்தீவு நாகரிகத்தை உருவாக்கியவர்கள் தலைநிலத்திலிருந்த கிரேக்கர்களைவிட பொருளாதாரத்தில் முன்னேற்றம் அடைந்திருந்தனர். இதற்கு முக்கியக் காரணம், ஏஜியன் கடல் வாணிபம் இவர்கள் கட்டுப்பாட்டில் இருந்ததுதான். மேலும், கிரீசுடன் ஒப்பிட்டால் இத்தீவுகள் வளமையானதாகவும், மரம், தாமிரம், மீன் ஆகிய இயற்கை செல்வங்கள் மிகுந்ததாகவும் இருந்தன. இங்கு விளைந்த பழங்கள், மூலிகைகள் ஆகியவற்றையும் பீங்கான் பொருள்களையும் விற்று அயல் நாட்டினரிடம் தந்தம், பொன் ஆகியவற்றை வாங்கி வாணிகம் செய்தனர். இத்தீவின் நாகரிகம் கிரீசைவிட வளமானதாகவும், மேம்பாடுடனும் இருந்ததால் இதையே ஒரு இலட்சிய சமுதாயம் (Utopia) என கிரேக்கர் நினைத்தனர். இதுவே பிளேட்டோவின் அட்லாண்டிஸ் பற்றிய கதைக்கு ஆதாரம் என்பது இந்த நூற்றாண்டின் ஆரம்பத்தில் நடத்தப்பட்ட ஆய்வுகளால் தெளிவாகிறது. எவ்வாறு?

1894இல் ஆர்தர் இவான்ஸ் என்ற ஆங்கிலேயச் செல்வந்தர் ஒருவர் கிரீசில் உள்ள பழைய பொருட்களை விற்கும் கடையொன்றில் அடுக்கிவைக்கப்பட்டிருந்த பழங்காலத்திய

கற்கள் பதித்த பீங்கான், மட்பாண்டங்கள் ஆகியவற்றின் தொன்மை கண்டு வியந்தார். இவை கிரீட் தீவிலிருந்து வந்தவை என அறிந்து, 1900இல் அத்தீவிற்குச் சென்று சிதைவுகள் இருந்த நோஸோஸ் (Knossos) எனுமிடத்தில் ஆறு ஏக்கர் நிலத்தை வாங்கி அகழாய்வு மேற்கொண்டார். அவரது குழு நடத்திய அகழாய்வு சில மாதங்களில் ஒரு பரந்த, சிதைந்து போன அரண்மனையின் அமைப்பை வெளிக்கொணர்ந்தது. மலையோரத்தில், நில நடுக்கத்தால் சேதமடையாமலிருக்க சமதளங்கள் அமைத்து அதில் கட்டப்பட்ட பன்மாடிக் கட்டிடமும், அதன் கீழே பாதாள அறைகளும் சுரங்கப் பாதைகளும் இருந்தது தெரியவந்தது. அந்தப் பாதாள அறையில், மனிதன் பாதி, காளைபாதியான மினோடார் (Minataur) என்ற விலங்கு வாழ்ந்ததாகவும் இதற்கு வருடந்தோறும் இளம்பிள்ளைகள் நரபலியாகக் கொடுக்கப்பட்டதாகவும் ஒரு ஐதிகம். பொதுவாக இம்மக்களிடையே நரபலிப் பழக்கம் இருந்ததாலேயே மினோடர் பற்றிய ஐதிகம் உருவாயிருக்கலாம். மினோஸ் எனும் மன்னன் அல்லது அரச பரம்பரையினர் மினோடாரைப் பாதாள அறையில் அடைத்துவைத்திருந்தனர் என்ற ஐதிகத்தை நம்பிய இம்மக்களை மினோவன்கள் என்றும் இவர்களது நாகரிகத்தை மினோவன் நாகரிகம் என்றும் இவான்ஸ் குறிப்பிட்டார்.

ஏதென்சுக்குத் தென்கிழக்கேயுள்ள திரா தீவில் ஃபிரா (Fira) எனும் இடத்திலுள்ள ஒரு கல்லுடைக்கும் பகுதியின் அடிமட்டத்தில், மரங்கள் தொல்லுயிர் எச்சங்களாக உருவாகியுள்ளன. கார்பன்[14] முறையில் கால நிர்ணயம் செய்யப்பட்ட போது, இவை கி. மு. 1640 (± 30 ஆண்டுகள்) அழிந்துபட்டன என்பது தெரியவந்தது. எரிமலை வெடிப்புகள், மரவளையத்தில் தாக்கத்தை ஏற்படுத்துவதால், மரவளைய எண்ணிக்கை முறையிலும் கால நிர்ணயம் செய்து இந்தக் காலக் கணிப்பு உறுதிபடுத்தப்பட்டது.

கிரீட், திரா, ரோட்ஸ் ஆகிய தீவுகள், பல இலட்சம் ஆண்டுகளுக்குமுன் வெளியேறிய எரிமலைக் குழம்பு இறுகி உண்டான பாறைகளால் (Volcanic Rocks) ஆனவை; பல்லாயிரம் ஆண்டுகள் எரிமலையுடன் தொடர்புடையவை. கிரீட்டுக்கு 110 கி.மீ. தொலைவில் உள்ள திரா தீவின் பெரும் பகுதி எரிமலை வெடித்துச் சிதறியதால் அழிந்துபட்டது. எரிமலைச் சாம்பல் ஊர்களை மூடி, கட்டிடங்கள், பொருட்கள் ஆகியவற்றைத் தொல்லெச்சங்களாக மாற்றி வைத்துள்ளது. அங்குள்ள சுவரோவியங்கள் அவர்களது அன்றாட வாழ்வின் நிகழ்ச்சிகளைத் தெரிந்து கொள்ள உதவின. அமைதியான முறையில்

வேளாண்மை, மீன் பிடித்தல் மற்றும் கடல் வாணிகம் செய்த திரா தீவினரின் வாழ்க்கை கி.மு. 1628இல் ஏற்பட்ட பெரும் எரிமலைக் வெடிப்பால் அழிவுற்றது. எரிமலைக் குழம்பு, விஷவாயு இவற்றால் மட்டுமன்றி, கடல் மூலமாகவும் அழிவு வந்தது. கடற்புரத்தை அடுத்த பகுதியில், எரிமலை குமுறுகையில் அதனால் ஏற்படும் நிலநடுக்கம், கரையோரம் சில சமயங்களில் 20 – 30 மீ. உயரத்திற்கு எழும்பும் சுனாமி (Tsunami) எனும் இராட்சத அலைகளை உருவாக்கும் (பார்க்க: சுனாமி). இந்த அலைகள், கடற்புறப் பகுதியை அழித்து நாசம் செய்தன. எரிமலை வெடிப்பு, நில முறிவு மற்றும் நில நடுக்கம் ஆகியவை இத்தீவின் பெரும் பகுதியைக் கடலில் மூழ்கடித்தன. மினோவன் நாகரிகத்தின் அழிவுக்குக் காரணம், இயற்கையின் சீற்றங்கள் மட்டுமின்றி கிரேக்கத் தலை நிலத்தி லிருந்து போர் வெறிகொண்டு ஆக்கிரமித்த கிரேக்கர்களும்தான்.

அட்லாண்டிஸ் எங்கெங்கே இருந்திருக்கலாம் என்று அட்லாண்டிஸ் கோட்பாட்டாளர்கள் வெவ்வேறு இடங்களைச் சுட்டிக்காட்டுவதே இக்கருத்தாக்கத்தின் பலவீனத்தைக் காட்டுகிறது. எது எப்படியிருப்பினும், அட்லாண்டிஸ் மரபு பற்றி ஆராய்ந்தவர்கள், அழிந்துபட்ட திரா தீவே பிளேட்டோ வின் அட்லாண்டிஸ் பற்றிய உருவாக்கத்திற்கு வித்தாக இருந்திருக்கலாம் என்கின்றனர். திரா தீவின் வரலாறு, அட்லாண்டிஸ் கண்ட பற்றிய ஐதிகமாக உருவெடுத்தது போல குமரிக்கண்டம் மரபிற்கும் வித்தேதும் இருந்திருக்குமா?

பூமி – ஓர் அறிமுகம்

ஆதிமனிதக் குடியேற்றம்

நாகரிக வளர்ச்சி

பூமி - ஓர் அறிமுகம்

உலகம் உருவானது எப்படி? வெடித்த விண்மீன் கூட்டத்தின் சிதறல்கள், ஈர்ப்பு சக்தியால் மெல்லத் திரண்டு ஒரு தீக்கோளமாக உருவாகின. விண்கற்களின் தாக்கம், அவற்றின் சேர்க்கை, அணுக்கதிர் வீச்சு ஆகிய செயல்களால் வெம்மையடைந்திருந்த இக்கோளம், குளிர்ந்து 12,600 கி.மீ. விட்டமுடைய பூமியாக ஆனது. இது போலவே தான் சூரிய மண்டலத்திலுள்ள இதர கோள்களும் உருவாகின. இவ்வாறு உருவாவதற்கு எத்தனை கோடி ஆண்டுகள் ஆகியிருக்கும் என்பதை திட்டவட்டமாகக் கூற முடியாது. பழம் பாறைகளை ஆராயும்போது, பூமி உருவானது சுமார் 460 கோடி ஆண்டுகளுக்கு முன் என்று தெரியவருகிறது. இந்தக் கணிப்பு சந்திரனின் மேற்பரப்பிலுள்ள கற்கள், விண்கற்கள் ஆகியவற்றின் வயதுடனும் ஒத்து வருகிறது.

பூமியின் கட்டமைப்பு பல காலகட்டங்களில் மனிதர்களின் கவனத்தை ஈர்த்திருக்கிறது. நம் மூதாதையருக்கு இதுபற்றி வேறுவிதமானப் புரிதல்கள் இருந்தன. பாதாளம் பற்றிக் கதைகள், புராணங்கள், மரபுகள் பல கலாச்சாரங்களில் உள்ளன. இவை தவிர, அவ்வப்போது சிலர் பூமியின் அமைப்பு பற்றி யூகங்களின் அடிப்படையில் எழுதினர். பூமி ஒரே மையம் கொண்ட பல கோளங்களால் ஆனது என்றும் பாதாளத்தை பிரகாசிக்கவைத்த எரிவாயுவே வடக்கு துருவத்தில் வெளியாகி, வானத்தில் பல வர்ணக்கோலங்களாத் தெரியும் வடவைக்கனல் (Aurora Borealis) என்றும் எட்மண்ட் ஹேலி (Edmund Haley) 17ஆம் நூற்றாண்டின் இறுதியில் கூறினார். ஹேலியின் கூற்று தவறானது என்று ஐசக் நியூட்டனின் புவியீர்ப்பு சக்தி பற்றிய கோட்பாடு நிரூபித்தது. பூமியின் அடர்த்தியைக் கணக்கிட முடியும் என்பதும் நிரூபிக்கப்பட்டது.

அண்மைக்கால கண்டுபிடிப்புகள், பூமியின் உருகிய மையம் பற்றியும், மேற்பரப்பில் கண்டங்கள் நகருவது பற்றியும் பல விவரங்களை நமக்குத் தெரிவிக்கின்றன. இந்தப் புவியியல் மாற்றங்களின் பரிணாமம், பரிமாண மாற்றம் ஆகியவற்றை மனிதர் பல நூற்றாண்டுகளாக உணரவில்லை; இந்த நிகழ்வு

களைப் பல்லாயிரக்கணக்கான ஆண்டுகளில் கணிக்கும்போது, மனிதன் தோன்றி வாழ்ந்த காலம் சில மணித்துளிகள் போலவேயாகும்.

இரண்டாம் உலகப் போருக்குப் பின், புவியியல் ஆய்வு, வேகமாக முன்னேற்றமடைந்தது. முந்தைய காலத்தில் ஏற்பட்ட ஆய்வுகளுடன் ஒப்பிட்டால், இதை நாலுகால்ப் பாய்ச்சல் எனலாம். பாறைகளையும், படிவங்களையும் காலக்கணிப்பு செய்யும் ஆய்வு நெறிமுறைகள், எண்ணெய் தொடர்பாக ஆழ்கடலின் அடிமட்டத்தைத் துளையிட்டு படிவங்களை ஆராயும்முறை, நிலநடுக்கம் மற்றும் பேரலைகள் பற்றிய ஆராய்ச்சி விவரங்கள் இவற்றுடன் 1960களில் ஏற்பட்ட கணினி புரட்சி போன்றவை புவியியல் புதிர்கள் பலவற்றை விடுவித்துள்ளன. கடந்த பத்தாண்டுகளுக்கு முன்புவரை, கடலின் அடித்தளத்தை அறியவுதவும் ஆய்வுமுறைகளும் கருவிகளும் கிடையாது. இன்றோ, கடலின் அடிமட்டத்தில் 7 கி. மீ. ஆழமுடைய துளை போடக் கூடிய கப்பல்கள் உள்ளன. கடலின் அடிமட்டம், அதன் அமைப்பு ஆகியவை பற்றிய அரிய விபரங்கள் நமக்குக் கிடைத்துள்ளன. கடலின் அடி மட்டம் பெரும்பாலும் கேப்ரோ (Gabbro), பாஸால்ட் (Basalt) பாறைகளால் ஆனது என்ற தகவல் இதற்கு ஒரு எடுத்துக்காட்டு.

நிலநடுக்கங்கள் பற்றிய ஆய்வினாலும் பூமியின் உள் ளமைப்பு பற்றிய பல விவரங்கள் தெரிய வந்தன. ஒவ்வொரு ஆண்டும் பல இடங்களில் நிலநடுக்கங்கள் ஏற்படுகின்றன. 1950இல் அஸ்ஸாமில் ஏற்பட்ட நிலநடுக்கம் பல அணுகுண்டு களின் வீரியத்துடன் இருந்தது. இது போலவே 1989இல் சான்ஃபிரான்ஸிஸ்கோவில் ஏற்பட்ட நில நடுக்கமும் சக்தி வாய்ந்ததாயிருந்தது. நிலநடுக்க அதிர்வு, அலைகளாக (earth quake waves) பரவுகிறது என்பது தெரியவந்தது. கி. பி. 132இல் சாங்ஹெங் (Chang Heng) என்ற சீனர் நிலநடுக்கத்தை உணரும் எளிமையான கருவி ஒன்றைத் தயாரித்தார். பெரிய மணி போன்ற அமைப்பின் நடுவில் நாக்குப் போன்ற தொங்கும் மரக்கட்டை ஒன்று இருந்தது. நில அதிர்ச்சியின் போது மரக்கட்டை ஆடி, மணி போன்ற அமைப்பின் சுவரைத் தாக்க, அதில் இலேசாக பொருத்தப்பட்டிருந்த உலோகக் குண்டு கீழே விழுந்துவிடும். 19ஆம் நூற்றாண்டின் இறுதியில் ஜான் மில்ன் (John Milne) என்ற ஆங்கிலேயர் சீஸ்மோக்ராஃப் (Seismograph) எனப்படும் கருவியை கண்டுபிடித்தார். நில அதிர்ச்சி ஏற்படும் போது உண்டாகும் விசை அலைகளை நிலநடுக்கப்பதிவு (Seismogram) எனப்படும் வரைபடமாக இது காட்டும்.

1897இல் ஆர்.டி. ஒல்டேம் (R.D.Oldam) விசை அலைகள் மூன்று வகைப்படும் என்பதை விளக்கினார். பூமியின் பாதாளத்திற்குப் பாய்ந்து வெளிவரும் எக்ஸ்ரே கதிர்கள் போன்ற இந்த விசை அலைகள், பூமியின் அமைப்பு பற்றி அறிய உதவுகின்றன. முதன்மையான P (Primary) அலைகள் ஒலியலைகள்போலச் சுருங்கி, விரிந்து பரவும். இரண்டாவதான எஸ் (Secondary - S) அலைகள், 'பி' அலைகள் பரவும் தளத்திற்குச் செங்கோணமான தளத்தில், நீட்டி நெளியும் தன்மையுடையவை. மூன்றாவதான 'எல்' (L) அலைகள் பூமியின் மேற்பரப்பில் 30 கி. மீட்டருக்குள் பரவுபவை. ஆனால் பூமியுள் புகுந்து எதிர்ப்புறமும் வெளிவரக்கூடிய திடப் பொருட்களை மட்டுமே ஊடுருவும். 'எஸ்' மற்றும் 'எல்' அலைகளைவிட திட, திரவப் பொருள்களை ஊடுருவக்கூடிய 'பி' அலைகள் வேகம் குறைந்தவை. பாதாளத்தில் பாயும் நிலநடுக்க விசை அலைகள், வெவ்வேறு அடர்த்தியுள்ள பகுதிகளில் வேறுபட்ட வேகங்களில் ஊடுருவிச் செல்பவை. ஒளி அலைகள் நீரின் மேற்பரப்பில் பட்டு திசை திரும்புவதுபோல, சில பகுதிகளில், இந்த அலைகளும் திசை மாறும்.

நிலஅதிர்ச்சி ஆரம்பமாகும் பகுதி நிலநடுக்க மையம் (Epicentre) எனப்படும். நிலநடுக்கம் ஒன்றின் மையம் தென் துருவம் என்றால், பூமியை ஊடுருவும் விசை அலைகளை வடதுருவத்தில் உணர முடியும். ஆனால் வடபகுதியில், 15 டிகிரி முதல் 52 டிகிரிவரை அட்சரேகைக்கு உட்பட்ட பகுதிகளில் இவை வராமல் மற்ற எல்லாப் பகுதிகளிலும் வெளிவரும். விசை அலைகள் மறைந்துவிடும் இந்தப் பகுதியை நிழற்பகுதி (Shadow zone) என்பர். இந்த நிழற் பகுதியில் ஏன் விசை அலைகள் வெளிவருவதில்லை என்ற புதிரை 1906இல் ஒல்டேம் விடுவித்தார். பூமியின் மையத்தில் உள்ள அடர்த்தியான பகுதி 'பி' விசை அலைகளைப் பிரதிபலிக்கிறது என்பதை இவர் 1906இல் கண்டறிந்தார். 1914இல் பெனோ குட்டன்பெர்க் (Beno Gutenberg) என்ற ஜெர்மானிய புவி இயற்பியலாளர் பூமியின் 29000 கி. மீ. ஆழத்தில் இந்த அடர்ந்த மையப்பகுதி உள்ளது எனக் கணித்தார். பூமி எனும் கோளத்தின் ஆரம் 6300 கி.மீ.; பூமியின் மையப்பகுதியின் ஆரம் 3370 கி.மீ.; 'எஸ்' அலைகள், பூமியின் கீழே 2900 கி. மீ. ஆரத்தில் மறைந்து விடுகின்றன என்பதிலிருந்து பூமியின் அடர்த்தியான மையப்பகுதியின் வெளிப்புறம் திரவ நிலையிலுள்ளது என்பது தெளிவானது. இந்த விசை அலைகள் சென்ற வேகத்தைக் கணித்து, மையப்பகுதியின் அடர்த்தி பற்றிப் புவியியல் ஆய்வாளர்கள் அறிந்தனர். இது போலவே விண்கற்களின்

அமைப்பை ஆராய்ந்து பூமியின் மையப்பகுதி இரும்பு நிக்கல் கலந்த கனிப்பொருட்களால் ஆனதாக இருக்கும் என்று ஊகித்தனர்.

பூமியின் அமைப்பைப் பல பாளங்கள் அல்லது அடுக்குகள் கொண்ட கோளமாக வர்ணிக்கலாம். ஒவ்வொரு அடுக்கும் அடர்த்தியில் வேறுபடுகிறது. தார், மண்ணெண்ணெய், நீர் ஆகியவற்றை ஒரு பாத்திரத்தில் ஊற்றினால் அடர்த்தி குறைந்த எண்ணெய், மேலேயும், அடர்த்தி அதிகமான தார் அடியிலும், அதன் மீது நீரும் அமையும். இதுபோலவே, பூமி அடுக்குகள் திடப்பொருட்களேயாயினும், அடர்த்தியைப் பொருத்து ஒன்றின்மேலொன்றாக 'மிதப்பது' போல அமைகின்றன. இதில் மிகவும் அடர்த்தி குறைந்த லேசான பகுதி மேல் ஓடாகும். (படம் : 7)

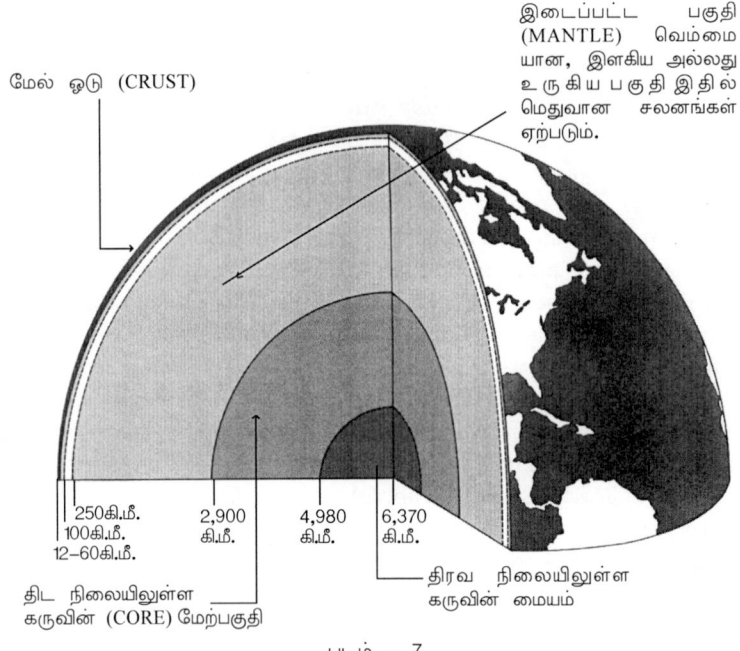

படம் – 7
பூமியின் உள் அமைப்பு

இந்த ஆய்வுகளின் அடிப்படையில் பூமியின் அமைப்பு இப்படி இருக்கும்:

சு.கி. ஜெயகரன்

1.	மேல் ஓடு (Crust)	30 — 40 கி. மீ.
2.	இடைப்பட்ட பகுதி (Mantle) திரவ நிலையிலுள்ள மேற்புறம்	2900 கி. மீ.
	திடநிலையிலுள்ள உட்புறம்	2000 கி. மீ.
3.	மையப் பகுதி (Core)	1370 கி. மீ.

நம் சொல்லாடலுக்கு முக்கியமானது, மேல் ஓடு எனக் குறிக்கப்படும் பகுதியே. இப்பகுதியின் வெளிப்பரப்பில் அமைந்தவையே கண்டங்கள் எனும் நிலப்பரப்புகளும், ஆழ்கடற்பரப்புகளும். இதன் சராசரி கனம் 30 கி. மீ. ஆகும். கடலின் அடித்தளத்தில், இந்த மேலோட்டின் அளவு சுமார் 8 கி.மீ. ஆகும். மலைகளினடியில் வேர் போன்ற அமைப்பு சுமார் 60 கி. மீ. ஆழம் கொண்டது. உலகின் மேல் ஓட்டுப் பகுதியில் அமைந்த கண்டங்கள் தட்டுபோன்ற அமைப்பு உடையவை. இந்தக் கண்டத் தட்டுகளின் உயர்ந்த பகுதிகளே இன்றுள்ள நிலப் பரப்புகள்.

சுனாமி (Tsunami)

நிலநடுக்கத்துடன் தொடர்புள்ள, பேரழிவை உண்டாக்கும் கடலலைக்குப் பெயர் சுனாமி. இந்த ஜப்பானியச் சொல் துறைமுகங்களைத் தாக்கும் அலைகளைக் குறிக்கிறது. இவை ஓத அலைகள் (tide) அல்ல. புயலடிக்கும்போது எழும் அலை களும் அல்ல. கடலடியில் உள்ள நிலமுறிவுகள் உரசுவதாலோ, கடலடியில் எரிமலை குமுறுவதாலோ அல்லது பெரிய விண்கற்கள் பூமியைத் தாக்குவதாலோ ஏற்படும் நிலநடுக்கங் களின்போது உருவாகும் சக்தி கடல் நீரில் சுனாமி அலைகளாக பரிணமிக்கிறது. இவை நடுக்கடலில் பெரும் அலைகளை உருவாக்காது. ஆனால் இவை கரையை நோக்கி வரும்போது மணிக்கு 500 – 600 கி. மீ. வேகத்துடன் அசுரப் பரிமாணம் கொண்டுவிடுகின்றன. நடுக்கடலில் 1 மீ. அளவேயிருந்த அலைகள் 10 மீ. முதல் 30 மீ. வரை உயர்ந்து கரைகளைத் தாக்கும். நீராலான பெரும்மதில்போல் முன்னேறும் சுனாமி அலைகள் கரையோரப் பகுதிகளில் பேரழிவை உண்டாக்கும். அப்போது துறைமுகங்களில் உள்ள கப்பல்கள், படகுகள் தூக்கியெறிப்படுவதாலேயே இவற்றை ஜப்பானியர் துறைமுக அலைகள் என அழைக்கின்றனர். ஆழிப்பேரலை என்று

தமிழில் குறிப்பிடப்படும் சுனாமியால் கடற்கரையோரமிருந்த பழங்குடியிருப்புகள் மூழ்கி அழிந்ததற்கான சாத்தியக்கூறுகள் உள்ளன. இப்படித்தான் 1883இல் ஜப்பானில் கடலடியில் எரிமலை வெடித்துக் குமுறி, அதனால் ஏற்பட்ட சுனாமியால் 30,000 பேர் மாண்டனர். 1896இல் சன்ரிகு (Sanriku) எனும் ஜப்பானிய கடற்பகுதியைத் தாக்கிய சுனாமி ஏழுமாடி கட்டிட உயரத்திற்கு எழும்பி இதனால் 26,000 பேர் மாண்டனர். 1998இல் பாப்புவா நியூகினியில் 7.1 என்ற அளவில் அதிவீர்யம் கொண்ட நிலநடுக்கம் ஏற்பட்டது. இதனால் உருவாகிய 12மீ உயரம் கொண்ட சுனாமி அலை கரையைத் தாக்கி அரோப் (Arop). வராப்பு (Warapu) என்ற இரு கடற்கரை கிராமங்களை அழித்ததில் 3000 பேர் மாண்டனர். சுனாமி அலைகள் கண்டத்தட்டுகள் முட்டுவதினாலுள்ள நிலநடுக்கம் மற்றும் எரிமலை வெடிப்புகள் ஏற்படும் பகுதிகளில் உருவா கின்றன.

கண்டங்களின் பெயர்ச்சி

16ஆம் நூற்றாண்டு விஞ்ஞானிகள், பூமியில் நிலப்பகுதி கள் ஸ்திரமானவை என நம்பினர். இத்தகைய நம்பிக்கைகள் பின்னர் நடத்தப்பட்ட ஆய்வுகளால் ஆட்டங்கண்டன. ஐரோப்பா, ஆப்பிரிக்கா கண்டங்கள் ஒரு காலத்தில் இணைந் திருந்திருக்கலாம் என்று 1620இல் ஃப்ரான்சிஸ் பேகன் (Francis Bacon) தெரிவித்த கருத்தை, 1820இல் அந்தோனியோ ஸ்னைடர் (Antonio Snider) உறுதிப்படுத்தினார். 30 கோடி ஆண்டுகளுக்கு முற்பட்ட கார்பானிஃபரஸ் காலத்தில், ஐரோப்பாவிலும் அமெரிக்காவிலும் ஒரே வகையான தாவரங்கள் காணப் பட்டன என்பதும், அக்காலத்தில் கண்டங்கள் இணைந்தே இருந்தன என்பதும் ஸ்னைடரின் கண்டுபிடிப்புகள். 19ஆம் நூற்றாண்டின் இறுதியில், எட்வார்ட் சூயஸ் (Edward Suess), பூமத்தியரேகையின் தென்பகுதியிலுள்ள கண்டங்களில் காணப்படும் பாறைகளுக்கிடையேயான ஒற்றுமைகளைக் கண்டு, அவை ஒரு காலத்தில் ஒரே கண்டமாக இருந்திருக்க வேண்டும் என்றார். இந்தப் பெருங் கண்டத்திற்கு (super continent) கோண்ட்வானாக் கண்டம் எனப் பெயரிட்டார். (இந்தியாவிலுள்ள 'கோண்ட்' எனும் பழங்குடியினரின் பெயர் தான் இந்தக் கண்டத்திற்குச் சூட்டப்பட்டது).

1908இல் டெய்லர் (F. B. Taylor) என்ற அமெரிக்க ஆய்வாளரும், 1910இல் ஆல்ஃபிரட் வெக்கனர் (Alfred Wegener) என்ற ஜெர்மானிய வானவியல் ஆய்வாளரும், ஒன்றாக இருந்த கண்டங்கள் பிளவுபட்டு பெயர்ச்சி அடைந்தன

எனத் தனித்தனியாக அறிவித்தனர். புவியியல் மற்றும் தொல்லுயிர் எச்சங்களின் ஒற்றுமைகளைக் காட்டி, வெக்னர் அட்லாண்டிக் கடலின் இருபுறமுள்ள தென் அமெரிக்காவும் ஆப்பிரிக்காவும் ஒரு காலத்தில் ஒன்றாக இருந்திருக்க வேண்டும் என்ற முடிவுக்கு வந்தார். எல்லாக் கண்டங்களும் ஒருங்கிணைந்திருந்த பெருங்கண்டத்தை 'பாஞ்சியா' (Pangea) என வெக்னர் குறிப்பிட்டார். அப்போது தொடங்கிய ஆய்வுகளின் அடிப்படையில், வடக்கே லாரேஷியா (Laurasia) என்ற பெருங்கண்டமும், தெற்கே கோண்ட்வானா எனும் பெருங்கண்டமும் இருந்தன என்பது இன்று அறிவியல் உலகத்தால் ஏற்றுக் கொள்ளப்பட்ட கோட்பாடு ஆகும்.

பெர்மோ – கார்பானிஃபரஸ் (Permo-Carboniferous) காலத்திலிருந்த (சுமார் 27–35 கோடி ஆண்டுகளுக்குமுன்) கோண்ட்வானாக் கண்டத்தில், தென் அமெரிக்கா, ஆப்பிரிக்கா, மடகாஸ்கர், இந்தியா, ஆஸ்திரேலியா, தென்துருவம் அனைத்தும் ஒன்றிணைந்திருந்தன. தென் துருவத்தில் மட்டு மல்லாது தென் அமெரிக்காவின் பெரும் பகுதியிலும் ஆப்பிரிக்காவின் தென்பகுதியிலும் மடகாஸ்கர், இந்தியா, ஆஸ்திரேலியாவின் பெரும்பகுதியிலும் பனிப்பரப்பு பரந்திருந்தது. இன்றும் இந்த இடங்களிலெல்லாம் பனியாற்றுப் படிவங்களையும், பனியாறுகள் பாறைகளில் உரசி நகர்ந்ததால் ஏற்பட்ட சிராய்ப்புக்களையும் காணலாம். பெர்மோ – கார்பானிஃபரஸ் காலத்தில் குளொசோடெரிஸ் (Glossopteris), கங்கமோடெரிஸ் (Gangamopteris) என்ற தாவரங்கள், கோண்டு வானாக் கண்டம் முழுவதும் பரவலாக வளர்ந்திருந்தன. இந்தத் தாவரங்களின் தொல்லுயிரெச்சங்கள் பிரேசில், அர்ஜென்டீனா, ஆப்பிரிக்கா, ஆஸ்திரேலியா, இந்தியா, தென் துருவம் பகுதிகளில் கண்டெடுக்கப்பட்டுள்ளன. இன்று இந்தியாவில் வெட்டியெடுக்கப்படும் நிலக்கரிப்படிவங்கள் கோண்ட்வானா காலத்திய காடுகளின் தொல்லெச்சங்களே ஆகும்.

கண்டங்களின் பெயர்ச்சிக்கு மற்றுமொரு ஆதாரம் உண்டு. ஒரு உலகப்படத்திலுள்ள கண்டங்களை, கடல் பகுதிகளை விடுத்து, அதிகமான நெளிவு சுளிவில்லாமல் மழுங்கலாகக் கத்தரித்தால் ஒன்றுடன் ஒன்றைப் பொருத்தலாம். இதை 1858இல் முதலில் செய்து காட்டியவர் ஸ்னைடர். பின்னர் கேம்பிரிட்ஜ் பல்கலைக் கழகத்தைச் சேர்ந்த எட்வர்ட் புல்லர்ட் (Edward Bullard) கம்ப்யூட்டரின் உதவியுடன் கண்டங்களின் கடற்கரைப் பகுதிகளை வடிவாகப் பொருத்திக் காட்டினார் (படம் : 8).

படம் – 8

கம்ப்யூட்டரின் உதவியுடன் எட்வர்ட் புல்லர்ட் செய்த கண்டங்களின் பொருத்தம்

கண்டங்கள் பிளவுபட்டு நகர்ந்தன என்பதில் ஐயப்பாடு ஏதுமில்லை. ஏன், எப்படி நகர்ந்தன என்பது அடுத்த கேள்வி. உருகிய நிலையில் இருந்த பூமி வெப்பத்தை இழந்து, இறுக ஆரம்பிக்க, இறுக்கத்தால் மலைகளும், பள்ளத்தாக்குகளும் உருவாகின என்ற கருத்தை முதலில் ஐசக் நியூட்டன் தெரிவித்தார். இந்த நிகழ்வை ஆரஞ்சுப்பழம் ஒன்று உலரும்போது அதன் தோலின் மேல் பள்ளங்களும் மேடுகளும் விரிசல்களும் ஏற்படுவதற்கு ஒப்பிட்டார். கண்டங்கள் பக்கவாட்டில் நகருகின்றன என்று வெக்கனர் கண்டறிந்தார். பூமிக்குள்ளே ஏற்படும் வெப்பச்சலனமே இதற்கு முக்கிய காரணம். கண்டங்களுக்குக் கீழே பாறைகள் இளகிய நிலையில் உள்ளன. பூமியின் மையம் நோக்கிச் செல்கையில் வெப்பம் அதிகரிக்கும். வெப்பச் சலனத்தினாலும், பூமியின் சுழற்சியினாலும் கண்டங்கள் நகருவதை பனிச்சறுக்கலுடன் ஒப்பிடலாம். பனியில் சறுக்கும் போது, சறுக்குபவனின் எடையால் சறுக்கும்பட்டைக்கும்

பனிக்கட்டிப் பரப்புக்கும் இடையேயுள்ள பனிக்கட்டி இளகி, நீராக மாறுகிறது. இந்த உருகிய நீரின் மீது சறுக்கு வழுக்க, சறுக்குப்பட்டை முன்னேறுகிறது. இதுபோலவே கண்டங்களும் நகர்ந்தன, நகர்ந்துகொண்டிருக்கின்றன. உடைந்த கண்டங் களின் பத்திற்கும் மேற்பட்ட பகுதிகள் பூமியின் மேற்பரப்பில் ஆமைவேகத்தில் நகர்ந்துகொண்டிருக்கின்றன. வருடத்திற்குச் சில சென்டிமீட்டர்களே நகர்ந்தாலும், பல லட்சம் ஆண்டு களில் அவற்றின் பெயர்ச்சி பல்லாயிரக்கணக்கான கிலோ மீட்டர்களாகும் என்பதை நாம் மனங்கொள்ள வேண்டும். இந்தத் தட்டுகள் ஒன்றோடொன்று முட்டும்போது அல்லது ஒன்றை விட்டு ஒன்று விலகும்போது, பூமியின் மேற்பரப்பில் மாற்றங்கள் நிகழ்கின்றன. இன்றும் அரேபியா வடகிழக்காக நகர்ந்து வருவதால் செங்கடலின் அகலம் அதிகரித்து வருகிறது. தென்துருவத்துடன் இணைந்திருந்த இந்தியா இன்று பூமத்திய ரேகைக்கு வடக்காக வந்துவிட்டது. இவ்வாறு கண்டங்கள் நகவர்வதால் இன்னும் 50 மில்லியன் ஆண்டுகளில் உலகம் எவ்வாறு அமையும் என்பதை எமிலியானி (Emiliani) என்ற ஆய்வாளர் வரைபடமாகக் காட்டியுள்ளார் (படம் : 9).

கண்டத் தட்டுகளின் அமைப்பு (Plate tectonics)

கண்டங்களின் பெயர்ச்சி, மடிப்பு மலைத்தொடர் உருவாக்கம், நிலநடுக்கம், எரிமலைகள் உருவாக்கம் போன்ற புவியியல் நிகழ்வுகளுக்கான காரணங்கள் சென்ற நூற்றாண் டின் இறுதியில் கண்டத்தட்டுகளின் அமைப்பு பற்றிய கண்டு பிடிப்புகளால் தெளிவாயின. புவியியல் ஆய்வுகளில் ஒரு புரட்சியை ஏற்படுத்திய கண்டத்தட்டுகள் (Plates) கருத்தாக்கம் எவ்வாறு உருவானது?

கண்டங்களின் பிறப்பு பற்றிய அறிவியல் அணுகுமுறை 19ஆம் நூற்றாண்டின் இறுதியில் ஆரம்பமானது. 1879இல் சார்லஸ் டார்வினின் மகனான சர் ஜார்ஜ் டார்வின், சந்திரன் பூமியிலிருந்து பிரிந்து உருவாயிருக்கக் கூடும் என்ற கருத்தைத் தெரிவித்தார். இக்கருத்து, பூமி மற்றும் கண்டங்களின் பிறப்பு பற்றிய ஆய்வை ஒரு புதிய கோணத்தில் முடுக்கிவிட்டது. இதைத் தழுவி 1889இல் ஆஸ்மாண்ட் ஃபிஷர் (Osmond Fisher) எனும் மதபோதகர், சந்திரன் பிரிந்ததால் பூமியின் மேற் பரப்பில் ஏற்பட்ட பள்ளமே பசிபிக் பெருங்கடல் என்றும், பசிபிக் பெருங்கடலின் மறுபக்கம் இருந்த நிலப்பரப்பு இந்தப் பள்ளம் நோக்கிச் சரிய, அந்நிலப்பரப்பு பிளந்து அட்லாண்டிக் பெருங்கடல் உருவானது என்றும் கூறினார். ஆனால் பசிபிக் கடல் உருவானதற்கும் சந்திரனின் பிறப்புக்கும் தொடர்பில்லை

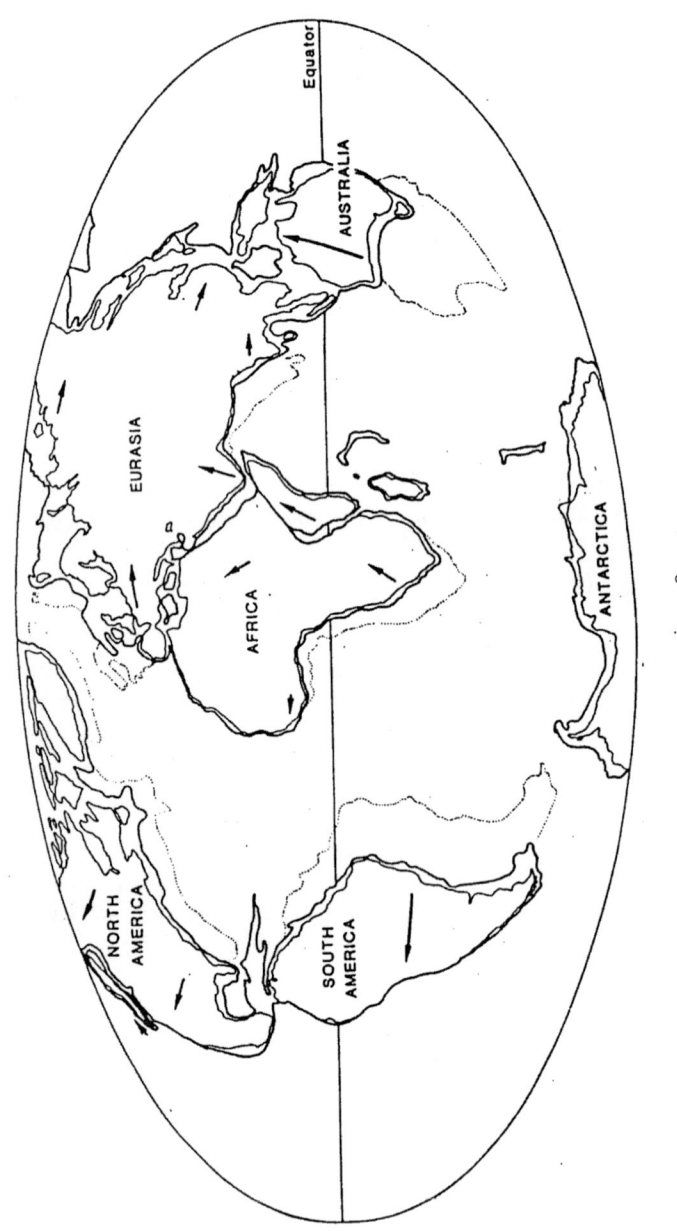

படம் - 9

கண்டங்கள் நகர்வதால் 50 மில்லியன் ஆண்டுகளுக்குப்பின் உலகம். (எமிலியானி. 1988)

என்பது பின்னர் தெரியவந்தது. இருபதாம் நூற்றாண்டில் சூரியமண்டலம், அதிலுள்ள பூமி மற்றும் இதர கோள்களின் பிறப்பு பற்றியும் பல புதிய விவரங்கள் தெரியவந்தன. பூமி உருவானபோதே சந்திரனும் உருவானது என்பதும், சூரிய மண்டலத்தில், தனிக்கோளாக உருவாகவியலாத நிலையில் பூமியைச் சுற்றிவரும் கோளாக சந்திரன் உருவாகியது என்பதும் தெரியவந்தது.

பெனோ குட்டன்பெர்க் கண்டங்கள் வெப்பச் சலனத் தினால் நகரும் என்பதைக் கண்டறிந்தார். 1924இல் பிரிட்டிஷ் புவியியலாளர் ஆர்தர் ஹோம்ஸ் (Arthur Holmes) வெப்பசலனத் தால் கண்டங்கள் நகர்ந்தன, நகர்ந்து கொண்டிருக்கின்றன எனத் தெரிவித்தார். இரண்டாம் உலகப் போருக்குப்பின், புவியியலாளர்கள் ஆழ்கடல் தளத்தில் பல ஆய்வுகளைப் மேற்கொள்ள, கண்டங்களின் அமைப்பு பற்றிய விவரங்கள் பல புலப்பட்டன. அவற்றில் முக்கியமானவை :

1946	–	பசிபிக் கடலடியில் தட்டை முகடுகள் கொண்ட மலைத்தொடர்
1948, 49	–	கடலடியில் படிந்துள்ளப் படிவங்களின் அமைப்பு
1952	–	பசிபிக் கடலடியில் உள்ள வெப்பமானப் பகுதிகள்
1953	–	காந்த அலைகள் உண்டாக்கும் அட்லாண்டிக் கடலடிப் படிவங்கள்
1955, 56	–	கடலடி நிலநடுக்கப் பகுதிகள்

இந்த கண்டுபிடிப்புகளின் அடிப்படையில் 1961இல் ராபர்ட் ஸ்மால்ஸ் (Robert Smalz), ஹேரி ஹெஸ் (Harry Hess) என்ற இரு அமெரிக்க விஞ்ஞானிகள் வெப்பமடைந்த பாறைக்குழம்பு கடலடித் தளத்திலிருந்து வெளிவரும்போது புடைத்தெழும் கடலின் அடித்தளம் விரிவடைகிறது எனத் தனித்தனியாக அறிவித்தனர். இக்கண்டுபிடிப்பு புவியியல் – கடலடித்தள ஆய்வில் ஒரு திருப்பத்தை ஏற்படுத்தியது எனலாம். இதைத் தொடர்ந்து 1967இல் புவியியல் ஆய்வாளர் டேன் மெக்கன்ஸி (Dan Mckenzie) கண்டத் தட்டுகள் எவ்வாறு நகர்ந்திருக்கக்கூடும் என்பதை விளக்கினார். அவரது கூற்று, 1970இல் மேற்கொண்ட ஆழ்கடல் ஆய்வுத் துளைகள் மூலம் உறுதிப்படுத்தப்பட்டது. மத்திய அட்லாண்டிக் கடலடி மலைத்தொடர் அருகில் இருந்த பாறைகள் இளையவை. இவற்றிற்கும், கண்டங்களுக்கும் இடைப்பட்ட பாறைகள் பழமையானவை. எப்படி? 1968இல் முதலாவதாக பூமியின் மேற்தோல் போன்ற தட்டுகளின் அமைப்பு பற்றிய வரைபடம் உருவாக்கப்பட்டது. இத்தட்டுகள்,

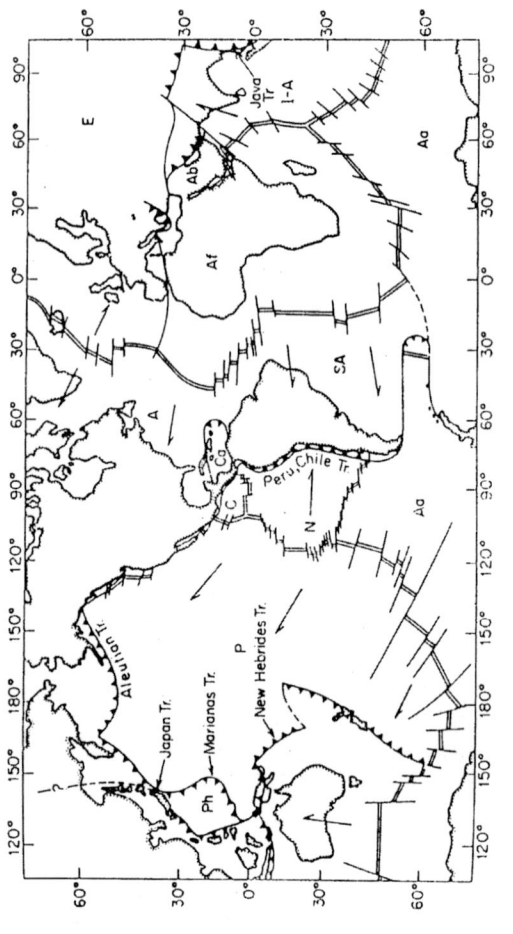

படம் – 10

கண்டத் தட்டுகளின் எல்லைகள்

(after Oxburgh 1974)

P. பசிஃபிக் தட்டு. A. வட அமெரிக்கத் தட்டு, S A – தெற்கு அமெரிக்கத் தட்டு, A f – ஆப்ரிக்கத் தட்டு, E – யூரே ஸியன் தட்டு, I - A – இந்திய–ஆஸ்திரேலியத் தட்டு, Aa – அன்டார்க்டிகா தட்டு, Ph – பிலிப்பைன்ஸ் தட்டு, Ca–கரிபியன் (Caribeean) தட்டு, N – நாஸ்கா (Nazca) தட்டு, C – கோகோஸ் (Cocos) தட்டு, Ab – அரேபியத் தட்டு, ——— நிலமுறிவு, // கடலடி விரிவடையும் பகுதி, ▲▲▲ தட்டுகள் அடிச்செருகும் பகுதி

ஒரு அவித்த முட்டையின் ஓட்டை உடைத்த பின் சிதறிய பகுதிகளை மறுபடியும் பொருத்தினால் எப்படியிருக்குமோ அதுபோன்ற அமைப்பையும், சீரற்ற எல்லைகளையும் கொண்டவை. பூமியின் மேற்தோல் போன்ற கண்டத் தட்டுகள் பன்னிரண்டு. இவற்றில் பெரியவை ஆப்பிரிக்க, யூரேஸிய, பசிபிக், வடஅமெரிக்க, அண்டார்டிக், இந்தோ – ஆஸ்டிரேலிய மற்றும் நாஸ்கா (Nazca) தட்டுகள். சிறிய தட்டுகள் கோகோஸ் (Cocos), கரிபிய (Caribean), அரேபிய, பிலிப்பைன்ஸ் மற்றும் ஸ்கோஷியா (Scotia) தட்டுகள் (படம் : 10). பசிபிக் தட்டு 12,000 கி. மீ அகலமும், நாஸ்கா தட்டு 3,000 கி. மீ. அகலமும் கொண்டவை. இத்தட்டுகளின் பெரும் பகுதி கடலடியில் உள்ளன. யூரேஸியத் தட்டின் பெரும்பகுதி நிலப்பரப்பாகும். இத்தட்டுகள் நிலப்பரப்பில் ஏறத்தாழ 120 கி.மீ கனமும், கடலடியில் 65 கி.மீ கனமும் கொண்டவை. அவற்றிற்கு அடியில் உள்ள ஆஸ்தனேஸ்பியர் (Aesthensphere) எனும் பகுதி இளகிய நிலையிலுள்ளது.

இத்தட்டுகள் தானியங்கிகள்போல நகர்வதில்லை. நங்கூர மற்ற பெரும் தெப்பங்கள் நீரோட்டத்தைப் பொறுத்து நகருவது போல வெப்பச் சலனத்தினால் மெதுவாக நகர்கின்றன. ஒன்றைவிட்டு ஒன்று விலகி, எதிரெதிர் திசையில் நகரும்போது இத்தட்டுகளுக்கிடையுள்ள பிளவில் ஆஸ்தனேஸ்பியரிலிருந்து பாறைக்குழம்பு வெளிப்படுகிறது. இதன் உந்துதலால் சலனம் ஏற்படுகிறது. பிளவில் வெளிப்பட்ட பாறைக்குழம்பு இறுக, புதிய கடலடித்தளம் உருவாகி, அது விரிவுமடைகிறது (படம்: 11). இதையே கடலடித்தளத்தின் விரிவு (Sea Floor Spreading) என்பர். புதிய கடலடித்தளம் உருவாகி, தட்டுகள் நகர்வது நம் நகங்கள் வளரும் வேகத்திலிருப்பதாக கொண்டாலும், பல லட்சம் ஆண்டுகளில், வெகுவாகத் தட்டுகள் நகர்ந்து நெருங்கி ஒன்றுடன் ஒன்று மோதிப் புடைக்கலாம். இமயமலைத் தொடர் இதற்கு ஒரு எடுத்துக்காட்டு. இந்தியாவும் ஆஸ்திரேலியாவும் அமைந்த இந்தியத்தட்டு, யூரேஸியத் தட்டை நோக்கி, இன்றும் ஆண்டுக்கு ஏறத்தாழ 5 செ. மீ என்ற விகிதத்தில் நகர்ந்து கொண்டிருக்கிறது. இந்திய உபகண்டம், யூரேஸியக் கண்டத்துடன் மோத, இடைப்பட்ட டெதிஸ் எனும் ஆதிக் கடலடியில் படிந்த படிவங்கள் இமயமலையாக எழும்பின (படம் 12). இந்த ஆதிக்கடல், பதின்மூன்று கோடி ஆண்டுகளுக்கு முன்னர் இருந்தது. அக்காலத்திய படிவங்களை, அன்று கடலில் வாழ்ந்த உயிரினங்களின் தொல்லுயிரெச்சங்களை திபெத் பீடபூமியில் காணலாம். இந்தியத் தட்டு நகர்வதால் இமயமலையின்

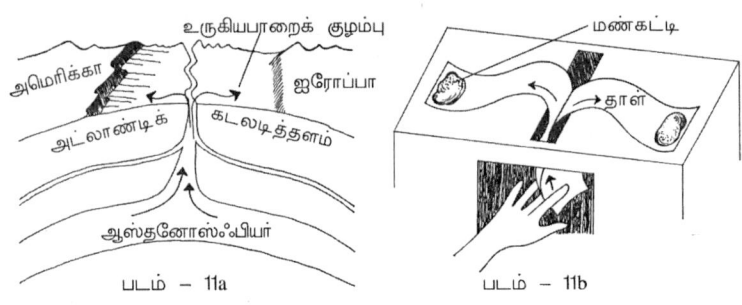

படம் – 11a

படம் – 11b

படம் – 11

கடலடித் தளம் விரிவடைதல்

11a. பூமியின் மேற்புறத்தில் ஓடுபோல் உள்ள கண்டத்தட்டுகள், அவற்றின் கீழேயுள்ள வெம்மையான, இளகிய, ஆஸ்தனேஸ்பியர் எனும் பகுதி மேலே நகருகின்றன. ஆஸ்தனேஸ்பியரிலிருந்து வெளிவரும் உருகிய பாறைக் குழம்பால் கடலடித்தளம் விரிவடைகிறது.

11 b. நீண்ட தாளின் நடுவில் மடிக்கப்பட்ட பகுதி, ஒரு பெட்டியின் வாயில் நுழைக்கப்பட்டுள்ளது. தாளின் இருமுனைகளிலும் களிமண் கட்டிகள் வைக்கப்பட்டுள்ளன. இப்போது தாளின் மடிப்பை பெட்டியின் கீழிருந்து மேலே தள்ளினால் மேற்பரப்பிலுள்ள தாளின் பகுதி இருபுறமும் நீண்டு, அதன் மேலுள்ள மண்கட்டிகளும் பெட்டியின் வாய்ப் பகுதியைவிட்டு நகர்கின்றன. மேற்கூறிய சோதனையில் காட்டப்பட்ட மண்கட்டிகளை வடஅமெரிக்கா – ஐரோப்பா கண்டத்தட்டுகளுக்கு ஒப்பிடலாம். பெட்டியின் மேற்பரப்பில் எழும் தாளை கடலடி விரிசலிலிருந்து வெளிப்படும் பாறைக் குழம்புக்கு ஒப்பிடலாம். இவ்வாறு வெளிப்படும் பாறைக்குழம்பு விரிசலின் இருபகுதியிலுள்ள கடலடித்தளப் பாறைகளை நகர்த்திவிட்டு புதிய கடலடித்தளமாக அமைகிறது. மத்திய அட்லாண்டிக் மலைத்தொடரில் உள்ள கடலடித்தளம் ஆண்டுக்கு 2.5 செ.மீ வேகத்தில் விரிவடைந்து கொண்டிருக்கிறது. இவ்வாறு கடலடி விரிவதால் கண்டத்தட்டுகள் நகர்கின்றன. சில சமயங்களில் ஒன்றுடன் ஒன்று முட்டுவதும், சில சமயங்களில் ஆஸ்தனோஸ்பியரில் செருகி உருகிவிடுவதும் உண்டு.

அடிவாரத்தில் நிலநடுக்கங்கள் ஏற்படுகின்றன. இதனால் இமயமலை மெதுவாக நகர்ந்துகொண்டும், உயர்ந்துகொண்டும் இருக்கிறது. ஆண்டுக்கு 5 மி. மீ. உயரம் எவரெஸ்ட் உயர்வதாகக் கணிக்கப்பட்டுள்ளது. இந்த விகிதத்தில் இன்னும் பத்து லட்சம் ஆண்டுகளில் 500 மீ. வளர்ந்துவிடும்.

கண்டத்தட்டுகள் ஒன்றுடன் ஒன்று முட்டும்போது ஒரு தட்டு, அடுத்த தட்டின் அடியில் செருகிப்போவதும் உண்டு. இவ்வாறு செருகும்பகுதி, ஆஸ்தனேஸ்பியரிலுள்ள

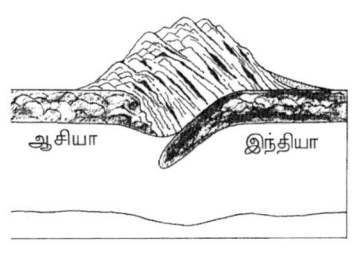

படம் – 12a

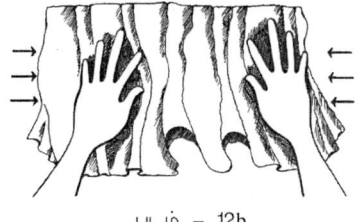

படம் – 12b

படம் – 12

இமயமலை – மடிப்பு மலைகள் உருவாதல்

12a. 40 மில்லியன் ஆண்டுகளுக்கு முன்னர் இந்திய உபகண்டம் ஆசியாவுடன் மோத இமயமலை மடிப்பு மலையாக உருவானது.

12b. இவ்வகையான மடிப்பு மலைகள் உருவாவதை படத்தில் காட்டிய சோதனை மூலம் விளக்கலாம். ஒரு சம தளத்தில் பரப்பப்பட்ட கற்றைத் தாளை இருகைகளால் நெருக்கும் போது கற்றைத் தாள் வளைந்து கொடுத்து மடிப்புகள் புடைத்து எழுவதற்கு ஒப்பிடலாம்.

வெப்பத்தால் இளகி உருகி விடலாம். எனவே இப்பகுதியில் நிலநடுக்கம் மற்றும் எரிமலைகளும் உருவாகின்றன. இதற்கு எடுத்துக்காட்டு இந்தோனேஷியா மற்றும் பாப்புவா நியூகினித் தீவுகள். இப்பகுதியில் பசிபிக் தட்டு, யூரேஸியத் தட்டுடன் மோதி அதன் அடியில் செருகுவதால் இங்கு இருபதுக்கும் மேற்பட்ட குமுறும் எரிமலைகள் உள்ளன. இப்பகுதியைப் புவியியலாளர் தீவளையம் (Ring of Fire) என அழைக்கின்றனர். கண்டத்தட்டுகள் பெரும் மிதவைகள்போலப் பூமியின் மேற்பரப்பில் நகருகின்றன. இவை பூமியின் உட்புறத்திலுள்ள அமைப்புகளைவிட அடர்த்தி குறைவானதால் கீழே அமுந்தி விடுவதில்லை.

பனியுகம் (The ice age)

வட, தென்துருவங்களிலுள்ள பனிப்பரப்பு பூமியின் நிலப்பரப்பில் பத்து விழுக்காடு. ஆனால் இந்தப் பனிப்பரப்புகள் இன்றுள்ளதைவிட மூன்று மடங்கு அதிகமான பரப்பை வெவ்வேறு காலகட்டங்களில் ஆக்கிரமித்திருக்கின்றன. பூமி குளிர்வதால் பனிப்பரப்புகள் பரவுவதும், பின்னர் வெம்மையடைவதால் அவற்றின் எல்லைகள் சுருங்குவதும் அவ்வப்போது நிகழ்ந்தவை. இன்று துருவப் பகுதிகளில் மட்டுமே உள்ள பனிப்பரப்புகள் முன்பு பூமியின் மத்தியப்

பகுதி நோக்கிப் பரவியிருந்த காலத்தைப் பனியுகங்கள் என்பர்.

பனியுகங்கள் ஏற்பட்டதற்கு ஏறத்தாழ எழுபது காரணங்கள், விளக்கங்கள் கூறப்பட்டுள்ளன. 1924இல் யூகோஸ்லேவியப் புவி இயற்பியலாளர் மிலுடின் மிலன்கோவிச் (Milutin Milankovitch), பூமி சூரியனைச் சுற்றிவரும் பாதையில் உண்டாகும் மாற்றங்களால், பூமியின் சுழற்சி, நடுக்கம் ஆகிய வற்றால் பனியுகங்கள் ஏற்பட்டன என்றார். 100,000 ஆண்டு களுக்கு ஒருமுறை ஏற்பட்ட பனியுகங்கள் எவ்வாறு பூமி சூரியனை வலம்வரும் பாதையைப் பொறுத்தவை? சுமார் 97,000 ஆண்டுகளுக்கு ஒருமுறை, பூமி சூரியனைச் சுற்றிவரும் பாதை வட்ட வடிவில் இல்லாமல் சற்றே நீண்ட கோள (Eliptical) வடிவில் அமைகிறது. பூமி சூரியனை விட்டு அதிக தூரம் செல்லும்போது வெகுவாகக் குளிர்வடைகிறது என்பது மேற்கூறிய கருத்தாக்கத்தின் சாரம். விண்துகள் (Celestial dust) நிரம்பிய பிரபஞ்சத்தின் ஒரு பகுதி சூரியமண்டலத்தை நெருங்கும்போது சூரியமண்டலம் முழுவதிலும் வெப்பம் தணிந்து, பூமியில் பனியுகங்கள் ஏற்பட்டன என்பது மற்றொரு விளக்கம். பூமியின் வளி மண்டலத்தில் ஏதோ காரணத்தால் கரியமிலவாயு குறைந்துவிட, பூமி வெப்பத்தை வெகுவாக இழந்து பனியுகம் தோன்றியது என்பது இன்னுமொரு விளக்கம். பூமி குளிர்வடையும் முன்பு வெம்மையடைவது புவியியல் வரலாற்றில் காணும் நியதி. பனியுகங்கள் ஏறத்தாழ ஒரு லட்சம் ஆண்டுகளுக்கு ஒருமுறை ஏற்பட்டன. நாம் இத்தகைய பனியுகங்களுக்கு இடைப்பட்ட காலத்தில் வாழ்ந்து கொண்டிருக்கிறோமா? ஆம் என்பது இப்போது மாறிவரும் பருவநிலைகளை ஆராய்ந்த பல வானிலை ஆய்வாளர்களின் பதில். இவர்கள் விளக்கப்படி, நாம் இன்று பனியுகம் ஒன்று முடிந்ததற்குப் பின் வந்த காலத்தில் வாழ்கிறோம். உலகம் வெம்மையடைந்து கொண்டிருக்கிறது. இதைச் சுற்றுப்புற சூழலில் மாசு விளைவிக்கும் செயலால் நாம் முடுக்கிவிட் டிருக்கும் நிலையில், நாம் அடுத்து ஒரு பனியுகத்திற்குள் செல்லவிருக்கிறோம்.

பனியுகங்கள் பூமியின் வரலாற்றில் எந்தெந்த காலகட்டங் களில் ஏற்பட்டன? அவை விட்டுச் சென்ற தடயங்கள் என்ன? கேம்பிரியனுக்கு முற்பட்ட (Pre Cambrian) காலத்தில் மட்டும் மூன்று முறை (இன்றைக்குமுன் 94 கோடி ஆண்டுகள், 77 கோடி ஆண்டுகள், 62 கோடி ஆண்டுகள்) தோன்றின. மேலும் 40 கோடி ஆண்டுகளுக்கு முற்பட்ட டெவோனியன் (Devonian Period) காலகட்டத்திலும், 30 கோடி ஆண்டுகளுக்கு முற்பட்ட

பெர்மோ – கார்பானிஃபரஸ் கால கட்டத்திலும் ஏற்பட்டன. இவை மனிதகுலம் தோன்றுவதற்கு முன் ஏற்பட்டவை. தமிழ்நாட்டில் பனிப்படர்வுகள், பனியாறுகள் இருந்ததற்கான தடயங்கள் இன்றுவரை கண்டுபிடிக்கப்படவில்லை. பெர்மோ – கார்பானிஃபரஸ் காலத்தில் தென்துருவத்துடன் இணைந்திருந்த கோண்ட்வானா எனும் ஆதிக்கண்டத்தின் வடபகுதியில் இந்தியா இருந்தது (பார்க்க : கண்டங்களின் பெயர்ச்சி). அப்போது பூமியின் வடபகுதியில் பரவ ஆரம்பித்த பனிப்பரப்பு இந்தியாவின் சில பகுதிகளிலும் தாக்கத்தை ஏற்படுத்தியது. ஒரிஸாவில் உள்ள தால்ச்சிர் (Talchir) படிவங்கள் இதற்கு ஆதாரம். பனியாறுகள் (Glaciers) உருகும்போது, இறுகிய நிலையில் அவை ஏந்திவந்த பாறைகள், கற்கள், மணல், மண் போன்ற சுமைகளை இறக்குவதால் ஏற்பட்ட படிவங்கள் 'தால்சிர்' வகைப் படிவங்கள். மேலும், இந்தப் படிவங்கள் பரப்பப்பட்ட பனியாறுகள் அன்று நகர்ந்ததால் பாறைகளில் ஏற்பட்ட தேய்மானம் உரசல் இவற்றைக் காட்டுகின்ற கோடுகளையும் பள்ளங்களையும் புவியியல் ஆய்வாளர்கள் கண்டுபிடித்தனர். பெர்மோ – கார்பானிஃபரஸ் காலத்துப் பனிப்பரப்புகள் ராஜஸ்தான், மத்தியப்பிரதேசம், இமயமலை யின் அடிவாரம் வரையிலும் பரவியிருந்தன. சிம்லாவிலும், அஸ்ஸாமிலும், பீகாரில் கோசி ஆற்றின் படுகையிலும் 'தால்ச்சிர்' படிவங்கள் உள்ளன. பெர்மோ – கார்பானிஃபரஸ் காலத்தி லிருந்த தென்னிந்திய நிலப்பரப்பு, பிற்காலத்தே இயற்கையின் சக்திகளால் வெகுவாக உயர்த்தப்பட்ட பகுதியாகும். எனவே பனியுகத்தின் தடயங்கள் ஏதும் இல்லாமலிருப்பதற்கு, இவ்வாறு உயர்த்தப்பட்ட பாறைப் பகுதியின் மேற்பரப்புகள் மக்கி மண்ணாகியதும் ஒரு முக்கிய காரணம்.

மேற்கூறிய பனியுகங்கள் அல்லாது, கடந்த இருபது லட்சம் ஆண்டுகளில் நான்கு முறை ஏற்பட்ட பனியுகங்களே மனிதகுலத்தின் மூதாதையர்களை இன்னல்படுத்தி, அவர்களை இயற்கையின் தேர்வுக்கு உள்ளாக்கியவை. இவற்றில் கடைசி யாக பன்னிரெண்டு ஆயிரம் ஆண்டுகளுக்கு முன் ஏற்பட்ட பனியுகமே நம் தேடலில் முக்கியமானது. இந்நூலில் பனியுகம் எனக் குறிக்கப்படுவது இந்தக் காலகட்டமே. இன்று கிரீன்லாந்தி லும், அண்டார்டிகாவிலும் உள்ள பனிப்பரப்புகள் (Polar Ice Sheets) மேற்கூறிய பனியுகத்தின் எஞ்சிய பனிப்பரப்புகள் எனலாம். இக்காலத்தில் பனியாறுகள் இன்றுள்ளதைவிட கீழிறங்கியிருந்தன. பின்னர் பூமி வெம்மையடைந்தபோது, பனியுகம் முடிந்து, பனியாறுகள் உருகி முன்னேறின. அப்போது அவை ஏந்திவந்த மண், மணல், கற்கள் ஆகியவை தரையில்

படிந்தன; பனியாறுகள் உருட்டி வந்த பாறைகள் சிறு அணைகள் போன்று அமைந்தன; இவற்றையும் கடல்மட்டத்திலிருந்து உயர்ந்த பகுதிகளையும் ஆராய முற்பட்டவர்கள் முதலில் இவை விவிலியம் கூறும் நோவாவின் காலத்தவை என நம்பினர். இவை பனியுகத்தில் ஏற்பட்டவை என்ற தெளிவு பத்தொன்பதாம் நூற்றாண்டின் மத்தியில் ஏற்பட்டது.

பூமியின் மேற்பரப்பு குளிர்ந்து பனியுகம் ஏற்பட்ட போதிருந்த நிலவியல் அமைப்பு இன்றுள்ளதைவிட வெகுவாக மாறுபட்டிருந்தது. எடுத்துக்காட்டாக,

1) பிரிட்டிஷ் தீவுகள், வடகடல் (North Sea), ஹாலந்து, ஜெர்மனியின் வடக்குப் பகுதி, ரஷ்யா, ஸ்கோண்டிநேவியா போன்ற பகுதிகள் பால்டிக் கடலை மையமாகக் கொண்ட பனிப்பரப்பாக இருந்தன.

2) ஆல்ப்ஸ் மலைத்தொடரிலிருந்த பனியாறுகள் வெகுவாகக் கீழிறங்கி இருந்தன. அக்காலத்தே பைரின், சைபீரியா, கமாட்ச்காப் பகுதிகளில் விரிந்த பனிப்பரப்புகள் இருந்தன.

3) வட அமெரிக்காவில் மான்டேனா, இலினாய் மற்றும் நியூஜெர்ஸிப் பகுதிகளில் பனிப்பரப்புகள் இருந்தன. ராக்கி மலைத் தொடரிலிருந்து (Rocky Mountain) பனியாறுகள் கீழிறங்கிய வண்ணம் இருந்தன.

4) தென் அமெரிக்காவின் அர்ஜன்டீனாவில் பனிப் பரப்புகள் விரிவடைந்தன. ஆண்டீஸ் மலைத்தொடரிலிருந்து பனியாறுகள் கீழறங்கி வந்தன.

5) தென் துருவத்திலிருந்த பனிப்பரப்பு பெருகி வடக்கி லிருந்த நியூசிலாந்து, டாஸ்மேனியாவரைப் பரவியிருந்தது.

பிளைஸ்டோசீன் (Pleistocene) காலகட்டத்தில் ஏற்பட்ட பனிப் படர்வுகள், மனிதகுல மூதாதையர்களுடன் தொடர் புடையவை என்பதால் இக்காலகட்டம் பற்றிய தெளிவு நமக்குத் தேவை. இக்காலத்தில் நான்கு முக்கியமான பனிப் படர்வுகள் உருவாகின. நான்குமுறை ஏற்பட்ட பனிப்படர்வு களுக்கு (Glacial Periods) ஐரோப்பாவில் ஆல்ப்ஸ் மலைத் தொடரில் அமைந்துள்ள பகுதிகளின் பெயர்கள் – 1) குயூன்ஸ் (Gunz) 2) மிண்டல் (Mindel) 3) ரிஸ் (Riss) 4) உர்ம் (Wurm) – புவியியலாளர்களால் இடப்பட்டன.

இந்தப் பனிப்படர்வுகளுக்கு இடைப்பட்ட காலத்தில் படிந்த படிவங்கள், தொல்லுயிரெச்சங்கள் மற்றும் தொல்

பொருட்களைக் கொண்டவை என்பதனால் மனித குலத்தின் தோற்றுவாயைத் தேடும் ஆய்வில் முக்கியப் பங்கு பெறுகின்றன.

பிளைஸ்டோசீன் காலத்தில் பூமி குளிர்வடைந்த நிலை பற்றிப் பார்த்தோம். இந்தியாவில் அதன் தாக்கம் என்ன? இமய மலைத் தொடரின் மீது பனிப்பெருக்கு உண்டாகி, பனியாறுகள் (கடல் மட்டத்திலிருந்து) 1,500 மீட்டர் வரை கீழிறங்கின. இக்கால கட்டத்தில் மட்டும் பனிப்பரப்புகள், மாறிவந்த தட்பவெப்ப நிலையைப் பொறுத்து முன்னேறுவதும், பின்னோக்கி செல்வதுமாக இருந்தன. இந்தச் சலனத்திற்கு

அண்மைக் காலம்	பனியுகத்திற்குப் பின்	கி.மு. 2000 இரும்புகாலம் கி.மு. 3500 வெண்கல காலம் கி. மு. 8000 – புதிய கற்காலம் (மிருகங்கள் வளர்ப்பு, பயிர் சாகுபடி, குடியிருப்புகள்) இடைக் கற்காலம்
மேல் பிளைஸ்டோசீன் (இன்றைக்குமுன் 50 ஆயிரம் ஆண்டுகள்)	நான்காம் (உர்ம்) பனிப்படர்வு	மேல் பழைய கற்காலம்
	மூன்றாம்இடைப் பட்ட காலம்	நடு பழைய கற்காலம்
மத்திய பிளைஸ்டோசீன் (இன்றைக்குமுன் 75 ஆயிரம் ஆண்டுகள்)	மூன்றாம் (ரிஸ்) பனிப்படர்வு	கீழ் பழைய கற்காலம்
	இரண்டாம் இடைப்பட்ட காலம்	
	இரண்டாம் (மிண்டல்) பனிப்படர்வு	
கீழ் பிளைஸ்டோசீன் (இன்றைக்குமுன் ஒருஇலட்சம் ஆண்டுகள்)	முதலாம் இடைப்பட்ட காலம்	ஆரம்ப கற்காலம்
	முதல் (குயூன்ஸ்) பனிப்படர்வு	

இடைப்பட்ட காலத்தை, அதாவது பனிப் பரப்புகளின் ஆக்கிரமிப்புகளுக்கு இடைப்பட்ட காலத்தை பனிப் படர்வு இடைக்காலம் (Inter Glacial Period) என்பர். இத்தகைய காலகட்டத்தில் படிந்த படிவங்களில், ஆதிமனிதர் சார்ந்த தொல் பொருட்கள் அகழ்ந்தெடுக்கப்பட்டுள்ளன. இந்தியாவில் பாட்வார் பகுதி, காஷ்மீர், நர்மதை நதிப்பள்ளத்தாக்கு ஆகிய இடங்களில் தொல்லெச்சங்கள் கிட்டியுள்ளன. 1983இல் புவியியலாய்வாளர் அருண் சோனாக்கியா கண்டெடுத்த ஆதிமனித மண்டையோடு – இந்தியத் துணைக்கண்டத்தில் கண்டுபிடிக்கப்பட்ட முதல் ஆதிமனிதயின மண்டையோடு – மிக முக்கியமானது. மத்திய பிளைஸ்டோசீன் காலத்தில் வாழ்ந்த, 'நர்மதை மனிதன்' எனப்பெயரிடப்பட்ட இந்த ஆதிமனித மண்டையோட்டின் அமைப்பை ஆராய்ந்து, இது நிமிர்ந்து நின்ற மனித இனத்தைச் (*Homo Erectus*) சார்ந்தது எனத் தீர்மானித்தனர். இந்த ஆதிமனிதர்கள் கல்லாயுதங்களை உபயோகித்தவர்கள், நெருப்பின் பயனையும் அறிந்தவர்கள். சோனாக்கியா இவர்கள் உபயோகித்த வெட்டும் கல், கிழிப்பான், கோடரி போன்ற அஷூலியன் (Acheulian) வகைக் கல்லாயுதங் கள் பலவற்றை அகழ்ந்தெடுத்தார்.

கடந்த பனியுகம் பற்றிய விவரங்கள் எவ்வாறு ஆராயப் பட்டன? இப்பகுதிகளிலுள்ள குளங்கள் குட்டைகள் இவற்றில் ஆண்டுதோறும் படியும் படிவங்கள், பனிப்படர்வுகள் பற்றியும் பனியாறுகளின் முன்னகர்வு மற்றும் பின்னடைவு பற்றியும் அறிய உதவுபவை. பனிப்படர்வுகளின் காலத்திற்கு இடைப் பட்ட காலத்திய படிவங்களில் மிகுதியாக படிந்த மகரந்தத் தூள், தொல்லுயிரெச்சங்கள் (Fossils) ஆகியவை அக்காலத்திய பருவநிலைபற்றி அறிய உதவுகின்றன. தொல்லுயிரெச்சங்கள் காலநிர்ணயங்களுக்கு முக்கியமான ஆதாரங்கள். அவை எவ்வாறு பழங்கால பருவநிலைகள் பற்றி அறிய உதவுகின்றன. இந்தியாவின் இதர பகுதிகளில் பரவலாகக் கிடைத்த ப்ளைஸ்டோசீன் காலத்திய தொல்லுயிரெச்சங்கள் தமிழ் நாட்டில் வெகுசில இடங்களில் மட்டுமே கிட்டியுள்ளன. அக்காலத்திய பாலூட்டிகள் சிலவற்றின் தொல்லுயிரெச்சங்கள் அகழ்ந்தெடுக்கப்பட்ட இடங்கள் வருமாறு:

i) திருநெல்வேலி மாவட்டத்தில் ஆயனிடுப்பு (பழம் யானையினம்), சாயர்மலை (மாட்டினம், மானினம், யானையினம்)

ii) திருச்சிராப்பள்ளி மாவட்டம் அரியலூர் (குதிரை, மாட்டினம்), மருவத்தூர் (மாட்டினம்)

iii) இவைதவிர, இந்நூலாசிரியர் எழுபதுகளில் தூத்துக்குடி மாவட்டம் சாத்தான் குளத்தில் பிளைஸ்டோசீன் படிவங் களிலிருந்து காண்டாமிருகத்தின் (*Rhinoceras Unicornis*) மண்டையோட்டு சில எலும்புகளையும் மாட்டினத்தின் (Bos.species) கண்டெடுத்தார். காண்டாமிருகம் கண்டுபிடிப்பு முக்கியத்துவம் வாய்ந்தது. ஏனெனில் காண்டாமிருகம் இந்தியாவில் இன்று அஸ்ஸாமிலும், மேற்கு வங்காளத்திலும் மட்டுமே காணப்படுகிறது. ஆனால் ப்ளைஸ்டோசீன் காலத்தே அவை பரவலாக வாழ்ந்தன என்பது இந்த முதல் தமிழ் நாட்டுக் காண்டாமிருகத் தொல்லுயிரெச்சத்தால் புலப்பட்டது. இலங்கையில், ரத்தினபுரி மண் படிவங்களிலும் அக்காலத்தில் வாழ்ந்த காண்டாமிருகத்தின் எலும்புகள் கண்டுபிடிக்கப் பட்டன. இவை வாழ்ந்த காலத்தே திருநெல்வேலிப் பகுதி களிலும் தெற்கே இலங்கையின் ரத்தினபுரி வரையிருந்த பகுதிகளில் காடுகளும், ஏரிகளும் அவற்றையொட்டிய புல்வெளிகளும், சில இடங்களில் சதுப்பு நிலங்களும் ஏரிகளும் இருந்தன. (அந்நாட்களில் அதிக மழைபெய்தது என்ற விவரத்தை பிளைஸ்டோசீன் படிவங்கள் மீது நடத்திய ஆய்வுகள் தெரியப்படுத்தின.)

பனியுகத்தின் போது உலகத்திலுள்ள நீரின் பெரும்பகுதி உறைந்திருந்தது. இதனால் கடல்மட்டம் உலகெங்கிலும் ஏறத்தாழ 120 மீ. தாழ்வாக இருந்தது. இன்றுள்ள தீவுகள் பல தலைநிலங்களுடன் இணைந்திருந்தன. அன்றைய நிலவியலமைப்பு, ஆதிமனிதயினம் உலகெங்கிலும் குடியேற உதவியது (பார்க்க: ஆதிமனிதக் குடியேற்றங்கள்). உலகம் முழுவதும் உள்ள நீரில் இரண்டு விழுக்காடு மட்டும் இன்றுள்ள வட, தென்துருவப் பகுதிகளில் உறைந்திருக்கிறது. இது குறைந்த அளவேயென்றாலும், இது ஒருக்கால் முழுவது மாக உருகும் நிலை ஏற்பட்டால், ஒரு கணிப்பின்படி, உலக அளவில் கடல்மட்டம் ஏறத்தாழ 40 மீ வரை உயர்ந்துவிடும். இன்று பனிப்பரப்புகள் நிலப்பரப்பில் மட்டுமின்றி, கடற் பகுதியிலும் பரவியுள்ளன. பனிப் பரப்புகளின் பளுவால் துருவப் பகுதிகளிலுள்ள நிலம் அழுந்திய நிலையில் உள்ளது. உருகினால் அந்நிலப்பரப்பு உயரும். எடுத்துக்காட்டாக பால்டிக் (Baltic) பகுதியில் பன்னிரண்டாயிரம் ஆண்டுகளுக்கு முன் னிருந்த பனிப்பரப்பு உருகியதால் நிலமட்டம் உயர்ந்துள்ளது. பனியுகம் பற்றி நமக்கு கிட்டியுள்ள இத்தகைய அறிவியல் தகவல்களைக் கொண்டு இக்காலகட்டம்பற்றி வருமாறு விளக்கலாம் :

பூமி முழுவதும் தட்பவெப்ப நிலை வெகுவாக மாறியது. மேகக் கூட்டங்கள் பூமியைச் சுற்றி குடைபோலக் கவிழ்ந்து சூரியனின் கதிர்வீச்சைப் பூமியின் மேற்பரப்பில் படர விடாமல் தடுத்தன. இதனால் பூமியின் மேற்பரப்பு குளிர்ந்து, பனிப் பரப்புகள் நாலாபுறமும் படர ஆரம்பித்தன. பூமி குளிந்த போது, நிலப்பரப்பு 3 – 8 டிகிரி செல்ஸியஸ் வெப்பமும், கடற்பரப்பு 2 – 6 டிகிரி செல்ஸியஸ் வெப்பமும் கொண்டிருந்தன. பனியாறுகள் 1,500 மீ. (கடல்மட்டத்திலிருந்து உயரம்) வரை கீழிறங்கின. பனிப்பரப்புகள் பெருகி உலகின் பல பகுதிகளில் படர்ந்து பூமியின் 30 விழுக்காட்டை மூடின. பூமியில் பெருவாரியான நீர் உறைந்து கடல்மட்டம் இன்றுள்ளதைவிட 60 – 120 மீ. தாழ்ந்தது. இதனால் கடற்கரைகள் சில ஆழமற்ற கண்டச் சரிவையொட்டிய பகுதிகளில் அகன்று விரிந்தன. சில நிலப்பரப்புகள் இணைந்தன. எடுத்துக்காட்டாக,

1) பிரிட்டிஷ் தீவுகள் ஐரோப்பாவுடன் நிலப்பரப்பால் இணைக்கப்பட்டிருந்தன.

2) நியூகினி, ஆஸ்திரேலியா, டாஸ்மேனியா இவை நிலப்பரப்பால் இணைக்கப்பட்டிருந்தன.

3) தென்னிந்தியா இலங்கையுடன், தாழ்வான நிலப் பரப்பால் (இன்றைய மன்னார் வளைகுடா) இணைக்கப்பட் டிருந்தது.

அன்று நிலப்பரப்பு இன்றிருப்பதைவிட அதிகமாக இருந்ததோடு, இன்று பிரிந்து காணப்படும் சில பகுதிகள் இணைந்துமிருந்தன என்பதே இதன் சாரம்.

ஆதிமனிதக் குடியேற்றங்கள்

ஆஸ்திரேலியா

ஆஸ்திரேலியப் பெருந்தீவில் மனிதர்களின் முன்னோடிகள் இருந்த தடயம் ஏதுமில்லை. அப்படியானால் ஆதிமனிதக் குடியேற்றம் அங்கு எவ்வாறு, எப்போது ஏற்பட்டது? இந்தக் கேள்விக்குப் பதில், குமரிப்பரப்பு தேடும் ஆய்வில் ஒரு முக்கியமான அம்சம்.

ஆஸ்திரேலியாவில் குடியேறியவர்களின் எலும்புகள் பல இடங்களில் தோண்டியெடுக்கப்பட்டுள்ளன. கண்டெடுக்கப் பட்ட பல மண்டையோடுகள் ஹோமோ செபியன் இனத்தவ ருடையவை. 1886ஆம் ஆண்டில் குவின்ஸ்லாந்து மாநிலத்தில் டால்கை (Talgai) எனுமிடத்தில் அகழ்ந்தெடுக்கப்பட்ட

மண்டையோடு, 14 அல்லது 16 ஆயிரம் ஆண்டுகளுக்கு முன் வாழ்ந்த 15 வயதுச் சிறுவனுடையதாகும். 1940இல் விக்டோரியா மாநிலத்திற்கு அருகில் கெய்லோர் (Keilor) என்னுமிடத்தில் சுமார் 13 ஆயிரம் ஆண்டுகளுக்கு முந்தைய மண்டையோடு ஒன்று கிடைத்தது. மேற்கூறிய மண்டை யோடுகள் பரிணாம வளர்ச்சியில் ஜாவா மனிதனைவிட மேம்பட்டிருந்தன. 1967இல் ஆலன் தார்ன் (Alan Thorne) என்பவர், விக்டோரியா தேசிய அருங்காட்சியகத்திலுள்ள மண்டையோட்டையும் சில எலும்புகளையும் பார்த்து அவற்றின் தொன்மையை அறிந்தார். பின்னர் அந்த எலும்புகள் கிடைத்த இடத்தில் அகழாய்வு மேற்கொண்டார். அங்கு அவர் அகழ்ந்தெடுத்த எலும்புகள், அருங்காட்சியகத்தில் இருந்த எலும்புகளுடன் இணைந்திருந்தவைகளாகும். இதேபோல் கௌ (Kow) எனும் சதுப்பு நிலப் பகுதியில் அகழாய்வு செய்தபோது ஒரு முழு எலும்புக்கூடு கிடைத்தது. இவை இன்றைக்கு 6 முதல் 15 ஆயிரம் ஆண்டுகளுக்கு முன் வாழ்ந்தவ ருடையது. மேற்கு ஆஸ்திரேலியாவில் கண்டுபிடிக்கப்பட்ட கோசாக் (Cossack) மண்டையோடு, கி. மு. 6500 ஆண்டைச் சேர்ந்த சுமார் 40 வயது மதிக்கத்தக்க ஒருவருடையதாகும். அவன் ஆதிமனிதன் என்றாலும் இன்றைய ஆஸ்திரேலியப் பழங்குடியினரைப் போன்ற தோற்றம் கொண்டிருந்தவன். மேற்கூறிய தொல்லெச்சங்களின் ஆய்வில் முக்கியமாகத் தெரியவந்தது திராவிட இனத்தவர்களுக்கும் ஆஸ்திரேலியப் பழங்குடியினருக்கும் உள்ள ஒற்றுமை. இந்த முடிவு ஆஸ்திரேலிய ஆதிமனிதர் இந்தியத் துணைக்கண்டத்திலிருந்து வந்தனர் என்பதைக் காட்டியது.

கடல் சூழ்ந்த ஆஸ்திரேலியப் பெருந்தீவில் எவ்வாறு கற்கால மனிதர் குடியேறினர்? பனியுகத்தின் போது இன்றைய ஆஸ்திரேலியாக் கண்டமும், அதன் வடகிழக்கிற்கு அருகாமையிலுள்ள நியூகினி தீவுகளும் இணைந்திருந்தன. இந்த நிலப்பரப்பை ஆஸ்திரேலியப் பெருந்தீவு எனக் குறிப் பிடுகிறோம். இந்தோனேஷியாவை ஆசியாக் கண்டத்துடன் அப்போது இணைத்திருந்த சாகுல் மட்டம் (Sahul Shelf) என அழைக்கப்படும் தாழ்வான நிலப்பரப்பு, இன்று கடல் மட்டத் திற்குக் கீழே சுமார் 50 மீ. ஆழத்திலுள்ளது. இந்தோனேஷி யாவைச் சேர்ந்த தீவுகளுக்கும், சாகுல் மட்டத்திற்கும் இடையே இருந்த வளைகுடாவின் குறுகிய பகுதியின் அகலம் சுமார் 70 கி. மீ. ஆகும். கற்கால மனிதகுலம் இந்தோனேஷியத் தீவின் எல்லை வரை பரவியது. இவர்கள் சுமார் 50 ஆயிரம் ஆண்டுகளுக்கு முன்னர் குளிர், எரிமலை, பூகம்பம் போன்ற

நிர்ப்பந்தங்களால், புதிய நிலப்பரப்பை நாடி கடல் பயணம் செய்ய முற்பட்டனர். மூங்கிலினாலான மிதப்புகளில் கடலில் பயணம் செய்து, தொலைவில் காட்டுத்தீயால், அடையாளம் காட்டப்பட்ட நிலப்பரப்பை நோக்கிச் சென்றனர் என்று ஆய்வாளர் பார்ட்ஷெல் (Bardshell) விளக்கம் கொடுத்தார். (இன்றும் ஆஸ்திரேலியாவில் எரியும் காட்டுத்தீயைச் சுமார் 120 – 150 கி.மீ. வரை இரவு நேரங்களில் காண முடியும்.) அங்கு போய்ச் சேர்ந்தவர் திரும்பிச் செல்லாததற்கு இரண்டு காரணங்கள் கூறலாம். முதலாவது, அங்கு விலங்கினங்கள் மற்றும் மற்ற ஆதிமனிதர் மூலம் இடையூறுகள் ஏதும் இல்லை; நீண்ட நேரம் கடலில் மிதக்கக்கூடிய மூங்கில் ஆஸ்திரேலியா வில் கிடைக்காதது மற்றொரு காரணம். குடியேறிய ஆதி மனிதருடன் வந்த நாயினத்தின் வழித்தோன்றல்களே இன்று ஆஸ்திரேலியாவிலுள்ள, மாமிசபட்சியான 'டிங்கோ' எனும் காட்டு நாய்கள். பனியுகத்தில் கடல்மட்டம் தாழ்ந்தபோது நடந்த இக்குடியேற்றம், பூமி வெம்மையடைந்து கடல்மட்டம் உயர்ந்ததும் முடிவுற்றது.

வட அமெரிக்கா

வட, தென், மத்திய அமெரிக்காகளில் ஆதிமனிதருக்கு முற்பட்ட மனிதயின முன்னோடிகளின் தடயங்கள் ஏதும் இல்லை. அப்படியானால் அமெரிக்காவில் குடியேற்றம் எப்போது நடந்தது? வட அமெரிக்காவின் பனிப்பிரதேசமான அலாஸ்காவிற்கும், ரஷ்யாவின் வடமேற்குப்பகுதியில் உள்ள சைபீரியாவிற்கும் இடையிலிருப்பது 90 கி.மீ. அகலமுள்ள பெர்ரிங் நீரிணை (Berring Strait). சுமார் 30,000 ஆண்டுகளுக்கு முன்னர், கடல்நீரின் பெரும்பகுதி பனி நிலையிருந்து கடல் மட்டம் சுமார் 60 மீ. தாழ்ந்திருந்தபோது, அலாஸ்காவும் சைபீரியாவும் நிலப்பாலம் ஒன்றால் இணைக்கப்பட்டிருந்தன. இந்தப் பாலம் வழியாக, விலங்குகள் வலசைபோயின. ஐரோப்பாவில் இருந்த குதிரையின் முன்னோடிகள், யானையின் முன்னோடியான மயிர்ப்படர்ந்த மாமதம் (Wooly mammoth) போன்ற விலங்குகள் அமெரிக்காவிற்கும் சென்று பரவின. கற்கால மனிதர்கள் வடகிழக்கு ஆசியாவிலிருந்து, சைபீரியா வழியாக, பெர்ரிங் நிலப்பாலம் கடந்து, வேட்டை யாடிய வண்ணம், வடஅமெரிக்காவில் குடியேறினர். இவர்களின் வழித்தோன்றல்களே அமெரிந்தியர் (Amerindian) என அழைக்கப்படும் செவ்விந்தியர். இக்குடியேற்றம் நடந்த தற்கு முக்கிய ஆதாரம் 1930இல் நியூ மெக்ஸிக்கோ மாநிலத்தில் (New Mexico) குளொவிஸ் (Clovis) என்ற இடத்தில் கண்

டெடுக்கப்பட்ட கல்லாயுதங்கள். இதைச்செய்த குளோவிஸ் மனிதர் வாழ்ந்தது சுமார் 11,500 ஆண்டுகளுக்கு முன்னர். இவர்களே முதல் அமெரிக்கர் என்பதும், இவர்களுக்கு முன் வட, தென் அமெரிக்காகளில் மனிதன் காலடியெடுத்து வைக்கவில்லை என்பதும் ஏற்றுக்கொள்ளப்பட்ட முடிவு. எனினும் மேற்கண்ட முடிவு, புதிய கண்டுபிடிப்புகள் சிலவற்றால் அண்மையில் சற்றே மாற்றமடைந்துள்ளது.

வடஅமெரிக்காவில் அகழ்வாராய்ச்சியில் கிடைத்த பல எலும்புகள் அருங்காட்சியகங்களில் இருந்தன. அமெரிந்தியர்கள் வாழ்ந்த இடங்களில் கிடைத்த எலும்புகளை, தம் முன்னோர் களின் எலும்புகள் என நம்பும் அவர்களுக்கே, இறுதி மரியாதை செலுத்தும் முகமாக, திருப்பிக் கொடுக்கும்படியாக அமெரிக்க அரசு இதன் பொருட்டு ஆணையிட்டது. 1990இல் ஒரு சட்டம் பிரகடனப்படுத்தப்பட்டது. திருப்பிக் கொடுக்குமுன்னர் அவற்றை ஆராயுமாறு வல்லுனர்கள் பலர் அழைக்கப் பட்டனர். சுமார் 2000 தொல்லெச்சங்கள், முக்கியாக 90 மண்டையோடுகள், எந்த இனங்களைச் சார்ந்தவை என்றறிய ஆராயப்பட்டன.

1) முதல் அமெரிக்கனுடையது என்று நிரூபிக்கப்பட்ட மண்டையோட்டின் வயது 11,500 ஆண்டுகள். இது கிடைத்த இடம் மத்திய பிரேஸில். சான் பாவ்லோ பல்கலைக்கழகத்தைச் சேர்ந்த மானிடவியல் ஆய்வாளர் வால்டர் நெவே (Walter Neves) 1998இல் எழுதிய ஆய்வு அறிக்கை, இது தெற்கு ஆசியா மற்றும் ஆஸ்திரேலிய இனத்தைச் சார்ந்தவரின் மண்டை யோட்டின் அமைப்பை ஒத்திருக்கிறது என்கிறது.

2) நெப்ராஸ்கா மாநிலத்தில் லைம் கிரீக் (Lime Greek) எனுமிடத்தில் கிடைத்த மண்டையோடு ஒன்றும், மின்ன சோட்டாவில் கண்டெடுக்கப்பட்ட மண்டையோடுகள் இரண்டும், 7,840 – 8,900 ஆண்டுகளுக்கு முன் வாழ்ந்த முன்னோர் களுடையவை. இவை தெற்கு ஆசியர் மற்றும் ஐரோப்பியர் இனங்களின் சாயல் கொண்டவை.

3) இடஹோ மாநிலத்தில் புல் (Bhul) எனுமிடத்தில் கிடைத்த எலும்புகூடு, 19 வயது பெண்ணினுடையது. டென்னஸி பல்கலைக்கழக மானிடவியல் அறிஞர் ரிச்சார்ட் யான்ட்ஸ் (Richard Jantz) கூற்றுப்படி 10,600 ஆண்டுகளுக்கு முற்பட்ட இப்பெண்ணின் தோற்றம், மேற்கூறிய எந்த இனத்தின் சாயலும் இல்லாமல் பாலினீஸிய இனங்களின் சாயலைக் கொண்டிருந்தது.

4) நெவாடா மாநிலத்தில் ஃபேலன் (Falon) என்னுமிடத்தில் கிடைத்த மனிதனின் மண்டையோடு 9,400 ஆண்டுகளுக்கு முந்தியதாகும். அம்மனிதன் ஜப்பானியப் பழங்குடியான 'அய்னு' இனச் சாயலைக் கொண்டிருந்தான் என்பது தெரிய வந்தது.

5) 1996இல் இரு கல்லூரி மாணவர்களால் கண்டுபிடிக்கப் பட்ட எலும்புக்கூட்டை கெண்ணவிக் (Kennewick) மனிதர் என்று அழைத்தனர். ஏறத்தாழ 8,000 ஆண்டுகளுக்கு முற் பட்ட இவன் 'அய்னு' அல்லது 'பாலினீஸிய' இனங்களின் சாயலைக் கொண்டிருந்தான்.

இன்றைய அமெரிந்தியர்கள் மேற்கூறிய இனங்களின் சாயலை ஒத்தில்லாததால், இவர்களை எவ்வாறு அந்த இனங்களின் வழித் தோன்றல்கள் என்று ஒத்துக் கொள்ள முடியும்? இக்கேள்விக்கு டேவிட் ஹெர்ஸ்ட் தாமஸ் (David Hurst Thomas) என்ற அமெரிக்க அருங்காட்சியக (American Museum of Natural History) ஆய்வாளர் தரும் பதில்: ஒன்று, சுமார் 9,000 ஆண்டுகளில் இவர்களின் தோற்றத்தில் மாறுபாடுகள் ஏற்பட்டிருக்கலாம். இரண்டாவது, ஐரோப்பா, பாலினீஸியாவிலிருந்து வந்த மக்கள், அமெரிந்தியர்களின் முன்னோடிகள் அல்லர். பின்னர் வந்தவர்களே அமெரிந்தியர் களின் மூதாதையர்கள். இவர்கள் முந்தைய ஐரோப்பிய பாலினீஸிய ஆதிமனிதர்களை அழித்திருக்க கூடும் அல்லது அவர்களுடன் கூடி இனப்பெருக்கம் செய்து வழித் தோன்றல் களை உருவாக்கியிருக்கக் கூடும். மேற்கூறிய ஆய்வின் முடிவு களும், 1977இல் கென்டக்கி (Kentucky) பல்கலைக்கழகத்தைச் சேர்ந்த டாம் டில்ஹி (Tom Dilhey) எனும் ஆய்வாளர் சிலி (Chille) நாட்டிலுள்ள மான்ட் வெர்த் (Monte Verde) எனுமிடத்தில் நடத்திய அகழாய்வின் முடிவுகளும், பெர்ரிங் நிலப்பாலம் வழியேயான ஆதிமனிதனின் அமெரிக்க குடியேற்ற கொள்கையை மறுபரிசீலனை செய்யும் நிலையை உருவாக் கியது. அவர் புதிய கற்கால மனிதர்கள் வாழ்ந்த இடங்களில் பல தடயங்களைச் சேகரித்து அவர்கள் வாழ்ந்த விதம்பற்றி அறிவித்தார். இவர் கருத்துப்படி, மான்ட் வெர்த் புதிய கற்கால மனிதர்கள், வேட்டையாடியும் உணவு சேகரித்தும் வாழ்ந்தனர். மாமதத்தின் தோல், எலும்புகளைக் கொண்டு குடிசைகளைக் கட்டினர். அவர்கள் வேட்டையாடிய விலங்கினங்களின் இறைச்சி மட்டுமல்லாது, மீன், சிப்பி, காட்டுக் கிழங்கு, கனி, கொட்டை ஆகியவற்றையும் உண்டனர். மான்ட்வெர்த் கண்டுபிடிப்பின் முக்கியத்துவம் என்னவெனில்,

குளொவிஸ் கலாச்சாரத்தைவிட சுமார் ஆயிரம் ஆண்டுகளுக்கு முற்பட்டது மாண்ட்வெர்த் குடியிருப்பு என்பதாகும். பொதுவாக பெர்ரிங் நிலப்பாலம்வழி அலையலையாய் வந்தவர்களே படிப்படியாய் கிழக்கு, தெற்கு அமெரிக்கா நோக்கி குடியேறினர் என்று நம்பப்பட்டது. எனவே டாம் டில்ஹியின் விளக்கங்களை, குளொவிஸ் மனிதன்தான் முதல் அமெரிக்கன் என நம்பிய பெரும்பான்மையினர் ஏற்றுக் கொள்ளவில்லை. பின்னர் மான்ட்வெர்த் குடியேற்றம் குளொவிஸ் குடியேற்றத்திற்கு முற்பட்டது என்பது நிரூபிக்கப் பட்டது. இதற்குப் பின்னரே குளொவிஸ் மனிதன் முதல் அமெரிக்கன் என்ற கொள்கையை எதிர்க்கத் தயங்கியவர்கள், தங்களின் மாற்றுக் கருத்துக்களை வெளியிட ஆரம்பித்தனர்.

வட அமெரிக்காவில் மெடோக்ராஃப்ட் (Meadowcroft rock shelter) எனுமிடத்தில் கண்டுபிடிக்கப்பட்ட குகை ஓவியங்கள் 14,000 – 17,000 ஆண்டுகளுக்கு முன் வாழ்ந்த கற்கால மனிதர்கள் வரைந்தவை என்பது அறியப்பட்டது. சால்ட் வில் (Salt Vile) எனுமிடத்தில் 14,000 ஆண்டுகளுக்கு முன்னர் கற்கால மனிதக் குடியிருப்பு இருந்ததும் இவர்கள் மாமதம் ஒன்றைக் கொன்று அதன் இறைச்சியை உண்டனர் என்பதும் தெரிய வந்தது. 1782இல் ஜனாதிபதி தாமஸ் ஜெபர்ஸனுக்கு சால்ட்வில் பகுதியில் கிடைத்த மாமதத்தின் பல் ஒன்றை அன்பளிப்பாக ஒருவர் கொடுத்திருக்கிறார் என்றாலும், அண்மைக்கால ஆய்வுகளே இந்த அகழாய்வின் முக்கியத்துவத்தை அறிவியல் உலகுக்கு உணர்த்தின. தெற்கு கரோலினா (South Carolina) பல்கலைக்கழகத்தைச் சார்ந்த மானிடவியலாளர் ஆல்பர்ட் குட் இயர் (Albert Good Year), சவன்னா ஆற்றின் கரையில் 20,000 ஆண்டுகளுக்கு முற்பட்ட கல்லாயுதங்களை அண்மையில் கண்டுபிடித்தார். இந்த கண்டுபிடிப்புகள், குளொவிஸ் மனிதனுக்கு முன்னரே மனிதக் குடியேற்றங்கள் பல ஏற்பட்டிருக்க வேண்டும் என்பதை உணர்த்தியுள்ளன.

தொல்பொருள் ஆய்வாளர் ப்ரூஸ் பிரேட்லி (Bruce Bradely) குளொவிஸ் கல்லாயுதங்களின் கலாச்சாரத்திற்கும், பிரெஞ்சு – ஸ்பானிய கல்லாயுதக் கலாச்சாரமான சொல்யுட்டிரின் (Soltrean) கலாச்சாரத்திற்கும் உள்ள ஒற்றுமைகளைச் சுட்டிகாட்டினார். ஒரே காலகட்டத்தில் பிரான்ஸிலும், ஸ்பெய்னிலும், அமெரிக்காவிலும் வாழ்ந்தவர்கள், ஒரேமாதிரியான கல்லாயுதங்களை உருவாக்கியிருக்கலாம் என்பது ஒரு விளக்கம். வட அமெரிக்காவின் மத்திய பகுதி வரை பனிப் பரப்பு பரவியிருந்ததால், கரையோரமாக தெப்பங்களில் மனிதர்கள் வந்திருக்கலாம் என்ற மற்றொரு விளக்கம்,

அமெரிக்காவில் ஆதிமனிதக் குடியேற்றம் பற்றிய கருதுகோள் களுக்குப் புதிய பரிமாணத்தை அளித்துள்ளது. இந்த விளக்கத்தை ஆதரிப்பவர்கள் 40,000 – 50,000 ஆண்டுகளுக்கு முன் தெற்காசியாவிலிருந்து ஆஸ்திரேலியா – நியூகினித் தீவுகளுக்குத் தெப்பம்கட்டிச் சென்ற பழங்கற்கால மனிதர் களைச் சுட்டிக்காட்டி, குகைகளில் வாழ்ந்திருந்தாலும் கடற் பயணம் மேற்கொண்ட அவர்களின் ஆற்றலை குறைத்து எடைபோட வேண்டாம் என்கின்றனர். தென்கலிபோர்னியா வில் (South California) உள்ள சேனல் தீவுகளில் (Channel Island) கோரையாலும் நாணலாலும் செய்யப்பட்ட மீன் வலைகள் கண்டுபிடிக்கப்பட்டுள்ளன. நிலத்தில் வேட்டை யாடியவர்கள், நீர்நிலைகளிலும் உணவு தேட ஆரம்பித்தனர் என்பது புலப்படுகிறது. நீரின் மீது மிதக்க தெப்பங்கள் கட்டிய காலம் இதுவாக இருந்திருக்கலாம்.

இக்கண்டுபிடிப்புகளால், அமெரிக்காவில் ஆதிமனிதக் குடியேற்றம் பெர்ரிங் நிலப்பாலம் தவிர வேறுவழியிலும் நிகழ்ந்திருக்கலாம் என்று உணர ஆரம்பித்தனர் ஆய்வாளர்கள். எடுத்துக்காட்டாக, பேஃலன் பகுதியில் உள்ள ஆவிக் குகையில் (Spirit Caves) 9,400 ஆண்டுகளுக்கு முன் வாழ்ந்த 'ஆவிக் குகைமனிதர்' தோற்றத்தில் அமெரிந்தியர் போன்று இல்லை. எனவே, இவர்கள் பெர்ரிங் நிலப்பாலம் வழியாக வந்திருக்க முடியாது என்ற சந்தேகம் உருவாகியது. அப்படி யானால், ஆதி அமெரிக்கர் யார்? அவர்கள் எங்கிருந்து வந்தனர்? தென் ஆசியாவிலிருந்தும், கிழக்கு ஐரோப்பாவி லிருந்து பெர்ரிங் நிலப்பாலம் வழியாகவும், அதற்கு 3,500 ஆண்டுகளுக்குமுன் பனிபடர்ந்த கரையை ஒட்டியிருந்த ஐபீரியத் தீபகற்பத்திலிருந்து மேற்காக கடல்வழியாகவும் வந்தனர் என்று கொள்ளலாம். சைபீரியத் தூந்திரவெளி, அட்லாண்டிக் பனிப்பகுதி இவற்றையும் தாண்டி வந்த கற்கால மனிதர்கள், புதிய உலகம் தேடி துணிந்து சென்றனர் என்பதை மறுக்க இயலாது. இந்த அமெரிக்க குடியேற்றம் பற்றிய செய்திகளால் நாம் அறிய வருபன இரண்டு : தென்னிந்தியாவி லும் குடியேற்றம், நிலம் வழியாக மட்டுமின்றி, கடல்வழியாக கரைகளை ஒட்டியும் ஏற்பட்டிருப்பதற்கான வாய்ப்புகள் ஒன்று; மற்றொன்று, கடல் மட்டம் தாழ்ந்திருந்தபோது இன்று கடக்க இயலாததாகவுள்ள நீர்ப்பகுதிகளை, ஆதிமனிதர் கடக்குமாறு இருந்த நில – கடல் அமைப்பு.

ஆதிமனிதக் குடியேற்றங்கள் ஏற்பட்டபோது தென்னிந்தியா, இலங்கை ஆகியவற்றின் நிலஅமைப்பு, குறிப்பாக கடலோரப் பகுதிகளின் அமைப்பு எவ்வாறு இருந்தது?

இலங்கை

இலங்கை தீவு சுமார் 65,610 சதுர கி.மீ. பரப்புடையது. தலை நிலமான இந்தியாவிலிருந்து இத்தீவு மன்னார் வளைகுடா, பாக் நீரிணை ஆகியவற்றால் பிரிக்கப்பட்டுள்ளது. தமிழ் நாட்டிற்கு மிக அருகிலுள்ள இலங்கைப் பகுதியான 'ஆடம்ஸ் பிரிட்ஜில்' கடலின் அகலம் 32.2 கி. மீ. மட்டுமே. தலைநிலத்திற்கும் இலங்கைத் தீவிற்கும் தொன்றுதொட்டு சமூக, சமய, கலாச்சாரத் தொடர்புகள் இருந்திருக்கின்றன. இந்தியாவின் பல பகுதிகளிலிருந்தும், வரலாற்றுக்கு முற்பட்ட காலத்திலிருந்தே, குடியேற்றங்கள் பல காலகட்டங்களில் நிகழ்ந்திருக்க வேண்டும். ஒரு கணிப்பின்படி, சுமார் 17,000 ஆண்டுகளுக்கு முன்னர், கடல்மட்டம் தாழ்ந்திருந்ததால் இலங்கையும் தென்னிந்தியாவும் ஒரு குறுகிய நிலப்பரப்பால் இணைக்கப்பட்டிருந்தன (சோம. இராமசாமி, த. ரமேஷ் : *கடல் மட்டமாறுதல்களும் தமிழகக் கடல் ஓரத்தின் எதிர்கால நிலையும், 1995*). இது புதிய கற்கால மனிதரின் காலம். குடியேற்றங்கள் அப்போதே ஆரம்பித்திருக்கலாம் என்பது தென்னிந்தியாவிலும், இலங்கையிலும் கிடைத்துள்ள புதிய கற்கால ஆயுதங்களில் காணப்படும் ஒற்றுமைகளால் அறியப் படுகிறது. ஒரே காலகட்டத்தில் வெவ்வேறு இடங்களில் ஒரேவிதமான கல்லாயுத நாகரிகம் உருவாக வாய்ப்புகளுண்டு என்றாலும், தமிழகத்திற்கும் இலங்கைக்குமுள்ள புவியியல் நெருக்கத்தினால் உறவுக்கான வாதம் வலுவடைகிறது. ஆதி மனிதகுலம் இலங்கையில் வாழ்ந்ததற்கான தொல்லியல் சான்றுகள் அங்கு 1939 துவக்கம் மேற்கொள்ளப்பட்ட ஆய்வு களால் அறியப்பட்டன. தீவாகப் பரிணமிக்காத காலத்திற்கு முன்பு, பனியுகத்தின்போதும், பின்வந்த பழங் கற்காலத்திலும் இலங்கை, தென்னிந்தியத் தீபகற்பத்தின் தென்கிழக்கு நிலநீட்சியாக இருந்தது. அன்று சிறு சிறு குழுக்களாக வாழ்ந்து கொண்டிருந்த ஆதிமனிதயினம், வேட்டையாடியும், உணவு தேடியும், தென்னிந்திய – இலங்கை ஒன்றுபட்ட நிலப்பரப்பில் இருந்த காடுகள், சமவெளிகள், கடற்கரைப் பகுதிகள் எங்கும் வியாபித்தனர். பனியுகத்திற்குப்பின் ஏற்பட்ட கடல்மட்ட உயர்வால் இலங்கை தீவாக உருவாகியது. பல்லாயிரம் ஆண்டுகளின் போக்கில், அவ்வப்போது ஏற்பட்ட ஆதிமனிதக் குடியேற்றங்கள் நின்றுபோயின. ஆதிக்குடியேறிகள் கடற்கரைப் பகுதிகளில் பரவலாக வாழ்ந்திருந்தாலும் கடல்மட்ட உயர்வால், தாழ்வான பகுதிகளை கடல் கொள்ள உள்நிலம் வந்து வாழ்ந்தனர். இலங்கையில் அழிந்துபட்ட இரு ஆதிமனிதகுலங்களின் தொல் லுயிரெச்சங்களை அங்கு செய்யப்பட்ட களப்பணிகள் ஈன்றன.

ரத்தினபுரியருகே, கரங்கொடைப் பகுதியில் ரத்தினக் கற்களுக்காகத் தோண்டப்பட்ட குழிகளில் பணியுகத்தில் வாழ்ந்து அழிந்துபட்ட நீர்யானை, காண்டாமிருகம் ஆகிய வற்றின் தொல்லுயிரெச்சங்கள் பதிந்திருந்த படிவங்களில், ஆதிமனித மண்டையோடும் தடித்த மனித எலும்புகளும் கண்டெடுக்கப்பட்டன. தற்கால மனித மண்டையோட்டை விடச் சிறியதாகவிருந்த அந்த ஆதிமனித மண்டையோடு பனியுகத்தில் வாழ்ந்த ஹோமோ எரக்டஸ் *(Homo erectus)* ஆதிமனிதகுலத்தினருடையது என்பதைக் கண்டறிந்த புவியியலாளர் தெரணியகலா, அதற்கு ஹோமே சின்ஹலேயஸ் *(Homo sinhaleyus)* எனப் பெயரிட்டார். கரடு முரடான பழங் கற்கருவிகளைச் செய்து பயன்படுத்திய அப்பண்பாட்டை ‘ரத்தினபுரிப் பண்பாடு’ எனத் தொல்லியலாளர் குறிப்பிடுவர். நாற்பதுகளில் கித்துகலாவில் உள்ள பெலிலெனா குகை, பட்டதொம்பை, வௌவால்குகை ஆகிய இடங்களில் மேற் கொண்ட அகழாய்வுகள், தொல்லியல் முக்கியத்துவம் வாய்ந்தவை. இன்றைக்குமுன், ஏறத்தாழ 37000 ஆண்டுகளுக்கு முன்வாழ்ந்த ஆதிமனிதகுலத்தின் எலும்புகள், உபயோகித்த கற்கருவிகள், அவர்கள் வேட்டையாடித் தமக்கு இரையாக்கின விலங்குகளின் எலும்புகள் கண்டுபிடிக்கப்பட்டன. பலிலெனா, பெட்டதொம்பையில் மட்டும் முப்பத்தி எட்டு ஆதிமனித எலும்புகள் கிட்டின. அண்மையில் 2012 ஜூன் மாதம் பாஹியான் குகையில் புதைக்கப்பட்ட முழுமையான எலும்புக்கூடு அகழ்ந்தெடுக்கப்பட்டது. தற்கால மனிதயினத் தின் அம்சங்களைக்கொண்ட அந்த இனத்தை பலாங்கொடை மனிதர் *(Homosapien balangodensis)* என்றும், தீயின் பயனை அறிந்திருந்த புதிய கற்காலக் கருவிகளைப் பயன்படுத்திய அவர்களின் பண்பாட்டை, பலாங்கொடைப் பண்பாடு என்று தொல்லியலாளர் குறிப்பிடுவார். ஆஸ்திரேலியப் பழங்குடியினர் மண்டையோட்டின் பல கூறுகளையும், ஆப்பிரிக்க இனத்தவரின் மண்டையோட்டில் சில அம்சங் களையும், பலாங்கொடை ஆதி மனித மண்டையோட்டில் காணமுடிந்தது.

பலாங்கொடை மனிதர்களின் வழித்தோன்றல்கள் ஒட்டன் *(Horton)* சமவெளியில் காடுகளை அழித்தற்கும், கேழ்வரகு, பார்லி போன்ற தானியங்களைப் பயிரிட்டதற்கான சான்றுகள் கிடைத்துள்ளன. அவர்கள் ஏறத்தாழ 4500 ஆண்டுகளுக்கு முன் காட்டுமாடு, பன்றி, சேவல் ஆகியவற்றை வளர்ப்புப் பிராணிகளாக்கினர் என்று தெரியவருகிறது. அவர்கள் வளர்த்த நாய்களின் வழிவந்தவைதான் இன்றுள்ள காடர்நாய் எனக்

கருதப்படுகிறது. பலாங்கொடை மனித குலமே, இலங்கையின் ஆதிக்குடியினரான வேடர் இனத்தவரின் மூதாதையர் என்பது இரு இனங்களின் உடற்கூற்று ஒப்பாய்வு மூலம் தெரியவருகிறது. இரும்பை உருக்கியதற்கான தடயங்கள் சில இடங்களில் கிடைத்தாலும் இரும்பு ஆயுதங்கள் ஆதிச்சநல்லூரில் கிடைத்தது போல கிடைக்கவில்லை. பொம்மரிப்பு, ரத்னபுரா ஆகிய இடங்களில் மட்பாண்டங்கள் அகழ்ந்தெடுக்கப்பட்டுள்ளன. இலங்கைக் கடலால் பிரிக்கப்பட்ட காலம்வரை இரு பகுதி களுக்கும் இடையேயான போக்குவரத் தால் ஏற்பட்டவையே கற்காலம் தொடங்கி சங்ககாலம் வரை காணும் தென்னிந்திய – இலங்கை நாகரிக ஒற்றுமைகள்.

வேடர்கள்

இலங்கையின் ஆதிக்குடியினர் பற்றி மகாவம்சத்திலும் சங்க இலக்கியத்திலும் குறிப்புகள் உள்ளன. வேடர் சமுதா யத்தைச் சேர்ந்தவர்களை இலங்கையின் ஆதிக்குடியினராக அல்லது முதல் குடியேறிகளாகக் கொள்ளலாம். இன்றும் ஆயிரக்கணக்கான வேடர்கள் மலை, காட்டுப் பகுதிகளில் வாழ்கின்றனர். சிலர் வடமத்தியப் பகுதிகளிலும், கிழக்குப் பகுதியிலும், கடற்கரை ஓரத்திலும் வேளாண்மை செய்து வாழ்கின்றனர். வேடர்களின் மூன்று பிரிவுகளில் ஒன்றான வன்னியர் தமிழ் பேசுவோர். காட்டுப் பன்றி, சேவல் ஆகிய வற்றைச் சின்னங்களாகக் கொண்ட குடியிரான இவர்கள் ஆரியர்களுக்கு முற்பட்ட குடியினர் என்பது மானிடவியல் ஆய்வாளர் கணிப்பு.

குறிஞ்சி நிலத்துக்குரிய கடவுளான முருகன் வேடர்களின் கடவுளர்களில் ஒருவன். முருகன் வள்ளியைக் கண்டதும் மணம் புரிந்ததும் இலங்கையிலுள்ள முருகனின் திருத்தலங் களில் ஒன்றான கதிர்காமத்தில்தான் என்பது ஐதிகம். இன்றும் இக்கோயில் வேடர் குலத்தோரால் பராமரிக்கப்பட்டு வருகிறது. வேடர் பெண்களிடையே வள்ளி, காளி, தேவி, கந்தி, சின்னி போன்ற பெயர்களும் ஆண்களிடையே பாலன், சின்னான், கந்தன், வேலன், தூதன் போன்ற பெயர்களும் உள்ளன. வழிபாட்டு முறையில் உள்ள ஒற்றுமைகள் தவிர, இவர்களது தெய்வம் வடக்கில் ஒரு மலைத் தேசத்திலிருந்து இலங்கை வந்ததாகக் கருதும் மரபு ஒன்று உள்ளது. விர்ச்சோ (R. Virchow) எனும் மானிடவியலாளர், வேடர்களின் மண்டையோடு களின் அமைப்பு, தென்னிந்தியாவில் வாழும் பழங்குடியின ரின் மண்டையோடுகளின் அமைப்பை ஒத்துள்ளது என்கிறார் (R.Virchow - *The Veddas of Ceylon*, p.131). எனவே இலங்கை

வேடர்கள், தமிழகத்திலுள்ள முதுவர், வேடர், சோளிகர், இருளர் போன்ற பழங்குடிகளுடன் தொடர்புகொண்ட இனம் எனலாம்.

இயக்கர்கள்

இலங்கையில் வாழ்ந்த மற்றொரு ஆதிக்குடியினர் இயக்கர். வடமொழியில் யக்ஷர் எனக் குறிப்பிடப்படும் இவர்கள், தென்னிந்தியாவில் வாழ்ந்தார்கள் எனவும் ஆரியர்களின் எதிரிகள் எனவும் இராமாயணமும் மகாபாரதமும் குறிப்பிடு கின்றன. ஆரியர், இயக்கர்களைத் தாழ்ந்தவர்களாகவும் காட்டு மிராண்டிகளாகவும் சித்தரித்தனர். இலங்கையில் இரத்தினங்கள், பொன், தந்தம், வாசனைத் திரவியங்கள் ஆகியவற்றைக் கொள்முதல் செய்ய வந்த மகத, கலிங்க வணிகர்கள், இங்கு தம் வணிக ஆதிக்கத்தைத் தக்கவைத்துக் கொள்ளவும் போட்டிக்கு யாரும் வராமலிருக்கவும், இயக்கர்களை கொடூர மானவர்களாகவும், நரமாமிசம் உண்பவர்களாகவும் வர்ணித் திருக்கலாம். வடமொழி நூல்கள் போலவே, பாலிமொழியில் எழுதப்பட்ட சில புத்தச் சமய நூல்களும் இயக்கர்களைக் காட்டு மிராண்டிகளாகச் சித்தரித்தன. பின்னர் இயக்கர் மனம் திருந்தி புத்தமதத்தைத் தழுவி நல்வழிப்பட்டனர் என வரலாறு உருவானதும் இவ்வாறுதான்.

மகாவம்சம், இராஜவளிய போன்ற பாலிமொழி புத்த நூல்கள், கங்கைநதிப் பள்ளத்தாக்கைச் சேர்ந்தவர்கள் இலங்கையில் குடியேறிய காலத்தில் (ஏறத்தாழ கி.மு. 5ஆம்–4ஆம் நூற்றாண்டு வாக்கில்) அங்கு வாழ்ந்த இயக்கர்கள் பற்றிக் கூறுகின்றன. ஆரியர்களுடன் போரிட்டு மாண்டும், இனக்கலப்பு செய்தும் இயக்கர்கள் மெதுவாகத் தம் தனித் தன்மைகளை இழந்தனர் என்றே சொல்லலாம். ஏனெனில் இன்று இலங்கையில் இயக்கர் குடியினர் என யாரையும் சுட்டிக் காட்டவியலாது. சிங்களவரின் பிதாமகரான விஜயன், குவேணி எனும் இயக்கர் குலப் பெண்ணுடன் வாழ்ந்து குழந்தைகள் பெற்று, அவள் மூலம் இயக்கர்களின் நம்பிக்கையும், நட்பையும் பெற்று ஆட்சி செய்ததாக மகாவம்சம் கூறுகிறது. பின்னர் விஜயன், குவேணியைக் கைவிட்டுவிட்டு, பாண்டியப் பெண் ஒருத்தியை மணந்த கதை, தமிழகத்துடன் இருந்த உறவைக் காட்டுகிறது. சிங்கள மன்னவன் மகாசேனன் (கி. பி. 277 – 304) பல இயக்கர்களை அணை கட்டும் வேலையில் ஈடுபடுத்தியதைப் பதிவுசெய்துள்ள இராஜவளிய அவர்கள் எளிய, வன்முறையற்ற மக்கள் என்பதைத் தெளிவாக்குகிறது.

நாகர்கள்

பண்டைக் காலத்தில் யாழ்ப்பாண தீபகற்பம், நாகநாடு என அழைக்கப்பட்டதோடு அங்கு வாழ்ந்தவர்கள் நாகர்கள் எனவும் அழைக்கப்பட்டனர். மணிபல்லவம், மணிப்புரம் என்பது அதன் மற்ற பெயர்கள் என்கிறார் கே.கே.பிள்ளை (*South India and SriLanka,1975*). நாகர்கள், நாகசர்ப்பத்தை குடிச்சின்னமாகக் கொண்டிருந்தனர். தென்னிந்தியாவிலும் இலங்கையிலும் நாக வழிபாடு பரவலாக இருந்தது. தென்னிந்தியாவிலும் இலங்கையிலும் நாகர்களும் இயக்கர்களும் இருந்ததாக இராமாயணமும் இலங்கையில் பல நாக நாடுகள் இருந்ததாக மகாவம்சமும் கூறுகின்றன.

சங்க இலக்கியங்களிலும், இராமாயணம், மகாபாரதம் ஆகியவற்றிலும் இலங்கை நாகர்கள் பற்றிய குறிப்புகள் உள்ளன. இலங்கையில் இருந்த இதர குடியினருடன் நாகர்கள் கலந்து வாழ்ந்தனர். இவர்கள் வேடர்களைவிட சற்றே கலாச்சார மேம்பாடு அடைந்தவர்கள். அவர்கள் ‘எழு’ எனும் மொழி பேசியவர்கள் என்பதனால் இப்பகுதி ஈழம் என அழைக்கப் பட்டது. நாகர்கள் தமிழறிந்தவர்கள்; சிலர் அம்மொழியில் புலமை பெற்றவர். சங்கப் புலவர் சிலர் நாகர் இனத்தைச் சேர்ந்தவராயிருந்ததற்கான எடுத்துக்காட்டுகள் உண்டு. முறஞ்சியூர் முடிநாகனார் எனும் சங்கப் புலவர், நாக அரசர் களில் ஒருவராக இருந்திருக்கலாம் எனக் கருதவைக்கிறது. சங்கப் புலவர்களான புத்தன் இளநாகர், மருதன் இளநாகர், ஆதன் வெண் நாகனார், பொன் நாகன், திண்மதி நாகன், நாகன் தேவனார், ஆஞ்சியத்தை மகள் நாகையார் போன்ற பெயர்கள் அவர்கள் நாக இனத்தைச் சேர்ந்தவர்கள் என்பதைச் சுட்டுகின்றன. தமிழக மன்னர், சிற்றரசர், வணிகர் மற்றும் சிலர் அவ்வப்போது நாகர்களுடன் தொடர்பு கொண்டதற்கு இலக்கியச் சான்றுகள் உள்ளன. மணிமேகலையில் காவிரிப்பூ பட்டினத்தை ஆண்ட சோழ அரசன் கிள்ளிவளவன் நாகர் குலப்பெண் பீலிவளையுடன் உறவு கொண்ட கதை உள்ளது. *(மணிமேகலை: 34:25 : 178 – 192)*. வளைவாணன் எனும் நாகர்குல மன்னனின் மகளே பீலிவளை. எனவே, நாகநாடு திரும்பிய அவள், சோழ மன்னன் மூலம் தனக்குப் பிறந்த ஆண் குழந்தையை நாகநாட்டிலிருந்த வணிகர்கள் மூலம் அவன் தந்தையிடம் அனுப்புகையில் அவர்கள் சென்ற கப்பல் மூழ்கி விடுகிறது. மனம்நொந்த சோழ மன்னன், புத்திரனை இழந்த துயரத்தில் இந்திர விழா கொண்டாடவில்லை. அதனால்

சினமுற்ற தேவர்கள், காவிரிப்பூம்பட்டினத்தைக் கடல் அலைகளால் அழித்தனர் என்பது ஐதிகம். இக்கதையிலிருந்து நாம் அறிவது என்னவெனில் மணிபல்லவம் எனும் யாழ்ப்பாணத் தீபகற்பத்தை ஆண்ட நாக அரசர்களுக்கும் தலை நிலத்திலிருந்த சோழ அரசர்களுக்கும் இருந்த உறவும் காவிரிப்பூம்பட்டினத்தை கடல் கொண்ட நிகழ்வும் ஆகும்.

இலங்கையில் குடியேறிய ஆரியர்கள் (சிங்களர்கள்) நாகர்களைக் கலப்பு மணம் செய்து கொண்டதாகக் கூறப்படுகிறது. சிங்கள மன்னன் துட்டகாமுனுவும் இலங்கையில் பத்தினி வழிபாட்டை அறிமுகப்படுத்திய இரண்டாம் கயவாகுவும் நாகர் குலப் பெண்டிரை மணம் புரிந்தவர்கள். கி. பி. 9ஆம் நூற்றாண்டு வேலூர்ப் பாளையம் செப்பேடுகள் வீரக்குர்சா எனும் பல்லவ மன்னன் நாகர் குலப் பெண்ணை மணந்ததாகக் கூறுகின்றன. நாகர்கள் புத்தமதத்தைத் தழுவிய பின் அவர்கள் பற்றி பாலி புத்த நூற்கள் குறிப்பிடுவதில்லை. ஆனால் நாகர்கள் கிறிஸ்து பிறப்பதற்கு முற்பட்ட காலத்தில், நாகதீவு அல்லது நாகநாடு எனப்பட்ட இலங்கையின் வட கிழக்கு, வடக்குப் பகுதியில் வாழ்ந்தனர் என்று கூறப்படுகிறது.

இவர்கள் எங்கிருந்து எப்போது குடியேறினர்? தொல்லியலாளர் மஜூம்தார் கருத்துப்படி நாகர்கள் திபெத் – மியன்மார் பகுதியிலிருந்து வந்தவர்கள். இக்கருத்தை பெரும்பான்மையான மானிடவியலாளர்கள் ஏற்றுக்கொள்ளவில்லை. நாகர்கள், தென்னிந்தியாவின் மேற்குக் கரையோரத்திலிருந்து (ஆன்றை சேரநாடு) வந்து குடியேறிய நாயர்களின் முன்னோர்களின் வழித்தோன்றல்கள் என்ற கருத்து (H. Parker -Ancient Ceylon) மானிடவியலாளர்களாலும் ஆய்வாளர்களாலும் ஏற்றுக்கொள்ளப்பட்ட ஒன்று. இதற்கு ஆதாரங்களாக, நாயர்களிடையே இருந்த பலதார மணம், விதவை மறுமணம் போன்ற சமூகப் பண்புகளும், நாக வழிபாடு போன்ற சமய நம்பிக்கைகளும் சுட்டிக்காட்டப்படுகின்றன. இப்பழக்கங்கள் கங்கை நதிப் பள்ளத் தாக்கிலிருந்து வந்தவர்களிடையே அன்று இல்லாதவை. வீரர்கள் சிலர் ஊதியத்திற்காக சேரநாட்டிலிருந்து வந்து சிங்கள மன்னவர்களுக்காக போரிட்டது பற்றிய குறிப்புகள் தவிர, தென்னிந்தியாவின் மேற்குக் கடற்கரையில் வாழ்ந்த மக்களுடன் இலங்கை மக்கள் தொடர்புகொண்டிருந்தனர் என்பதற்குச் சான்றுகள் பல உள்ளன.

தொல்காப்பியர் காலத்தே கடல்மட்டம் தாழ்ந்திருந்ததால் யாழ்ப்பாணம் தமிழகத்துடன் நிலத்தால் இணைக்கப்பட்ட

நிலையில் நாகர்களின் ஆட்சி தமிழகம்வரை பரவியிருந் திருக்கலாம். நாகப்பட்டினம், நாகர்கோயில் போன்ற தமிழ் நாட்டில் உள்ள ஊர்ப்பெயர்கள் இவ்வாதத்திற்கு வகை கொடுக்கின்றன என்பது கே. கே. பிள்ளையின் கருத்து. நாக நாடு அல்லது நாகத் தீவு என அழைக்கப்பட்ட யாழ்ப்பாணப் பகுதி மணிப்பல்லவத் தீவு எனவும் வழங்கப்பட்டது என்கிறார் அவர். யாழ்ப்பாணம் அருகிலுள்ள தென் கிழக்குப் பகுதியில் இன்று தமிழ்ப்பெயர்களுடைய பல தீவுகள் உள்ளன. காக்கா தீவு, பாலைத் தீவு, அனல் தீவு, வெள்ளணைத் தீவு போன்றவை எடுத்துக்காட்டுகள். கடல் மட்டம் குறைந்த காலத்தில் இவை ஒன்றிணைந்த நிலப்பரப்பாக இருந்திருக்கும். கடலால் அழிந்து பட்டதாகக் கூறப்படும் பாண்டிய நகரான மணவூர், இலங்கை யின் வடபகுதியில் அன்று நிலப் பகுதியாக இருந்திருக்குமா?

உலக அளவிலும், தமிழகத்திலும் ஏற்பட்ட நாகரிக வளர்ச்சி

உலக அளவில் ஏற்பட்ட நாகரிக வளர்ச்சி

அங்கக (Organic) வளர்ச்சியும், நாகரிக மேம்பாடும் பரிணாம வளர்ச்சியின் முக்கியமான கூறுகள். இயற்கையின் தேர்வுக்குட்பட்டு, மனித உடல் மாறியது அங்கக வளர்ச்சி. ஆனால் நாகரிக மேம்பாடோ, பரம்பரையாக வாழ்ந்து கற்ற அனுபவங்களின் தொகுப்பு. முன்னோர்கள், தமது அனுபவங்கள் மூலமாகக் கற்றவற்றைத் தம் வழித்தோன்றல் களுக்கு விட்டுச்செல்வதால் பெருகும் அறிவு, அந்தச் சமூகத்தின் பொதுச்சொத்தாகி, அவர்கள் வாழும் முறையைப் பாதிக் கிறது. இவ்வாறு முன்சென்ற வம்சங்கள் சேகரித்த அறிவு வம்சாவளியாக வந்து, புதிய கண்டுபிடிப்புகளுக்கு அடித்தள மாக அமைகிறது. இது தொடர்ந்து நிகழ்வது. நெருப்பின் பயனைத் தற்செயலாக அறிந்த ஆதிமனிதர், வேகவைத்த உணவை உண்டதும், குகைகளில் தீ வளர்த்ததும் ஒரு தலைமுறை யில் ஏற்பட்ட நிகழ்வுகள் அல்ல. பல தலைமுறைகளில் கற்றுக்கொண்டு பண்படுத்தப்பட்ட செயல்களாகும். நாகரிக வளர்ச்சியின் முக்கிய கட்டங்களை, உலகின் பல பகுதிகளில் அகழ்ந்தெடுக்கப்பட்ட தொல்லெச்சங்களின் அடிப்படையில் உத்தேசமாகப் பின்வருமாறு வரிசைப்படுத்தலாம்:

இன்றைக்கு முன் (ஆண்டுகள்)	முக்கிய நிகழ்வு
2500	ஆதிச்சநல்லூர் நாகரிகம் (இரும்பு யுகம்)
3000	பிராமி தமிழ் எழுத்துக்கள் உருவாகுதல்
2800 – 3500	ரிக், யஜூர் வேதங்கள் எழுதப்பட்ட காலம். சிந்துவெளி நாகரிகத்தின் அழிவு
4000 – 5000	தமிழகத்தில் கொள்ளு, ராகி, பாசிப்பருப்பு பயிர்செய்தல். குகை ஓவியங்கள்
6000	மெசப்பெட்டோமிய நாகரிகம்
9000	சீனாவில் வேளாண்மை
8000 – 10000	இஸ்ரேல் மற்றும் துருக்கியில் வேளாண்மை ஆரம்பம்
12000 – 17000	வில், அம்பு, ஈட்டிப்பிடி செய்தல்
17000	லாஸ்கோ (பிரான்ஸ்) குகை ஓவியங்கள்
26000	எலும்பால் செய்த மனித உருவங்கள் – கிழக்கு ஐரோப்பா
29000	குகை ஓவியங்கள், குரோமேன்யா
30000 – 35000	1,350 க.செ.மீ அளவு மூளை கொண்ட தற்கால மனிதகுலத்தின் (Homo sapiens) தோற்றம்

உலகின் சில முக்கிய நாகரிகங்கள் பற்றி அறிந்துகொண்டால், இந்திய நாகரிக வளர்ச்சியின் பின்புலத்தை உணரலாம்.

மெசப்பெட்டோமிய நாகரிகம்

இன்றைய யூஃப்ரடீஸ், டைக்ரிஸ் ஆறுகளுக்கு இடைப்பட்ட பகுதியில் மெசப்பெட்டோமிய நாகரிகம் தழைத்தது. இங்கு வாழ்ந்தவர்கள் ஆற்று வெள்ளம் அரித்து வந்து நிரப்பிய வண்டலில் விவசாயம் செய்தனர்; விளைச்சல் விருத்தியாக, நிலையாக வாழக் கற்றுக்கொள்ள ஆரம்பித்தனர். சிறு நகரங்களையும் உருவாக்கினர். இவர்கள் பின்னர் கி.மு. நாலாயிரம் ஆண்டுகளில் கோயில்களையும், அரண்மனைகளையும் கட்டினர் என்பதை அகழாய்வுகள் காட்டுகின்றன; ஊர் (Ur), ஊரக் (Urak), எரிடு (Eridu), சூசா (Susa) ஆகிய இடங்களில் சக்கரங்கள் உருவாக்கியதற்கான ஆதாரங்கள் கிடைத்துள்ளன.

வரலாற்றுக்கும் முற்பட்ட காலத்தையும், வரலாற்றின் ஆரம்ப காலத்தையும் பிரிக்கும் கட்டத்தை, எழுதும் திறன் உருவாகிய காலகட்டம் என்று கூறலாம். கி.மு. 3100 ஆண்டுவாக்கில் மெசப்பெட்டோமியாவில் சித்திர எழுத்துக்கள் உருவாகியது ஒரு மாபெரும் முன்னேற்றம்.

பாபிலோனிய நாகரிகம்

ஓரிடத்தில் நிலைத்து வாழ முற்பட்ட சமுதாயங்களில் நெறிமுறைகள் உருவாவது இன்றியமையாதது. குடியிருப்புகளில் இணைந்து வாழும் எந்த ஒரு சமுதாயத்திலும் நெறிமுறைகள் இல்லாமலிருந்தால் அது அழிவுக்கும் காரணமாகிவிடும். கி. மு. 3000 – 2000 இடைப்பட்ட காலத்தில் பாபிலோனில் முதலில் இத்தகைய நெறிமுறை உருவாகியது என்று கூறலாம். பாபிலோனிய மன்னன் ஹமுராபி (Hamurabi, கி. மு. 1792 – 1750) உருவாக்கிய நீதிமுறைகளில், நிலம் கொள்முதல், விவாகரத்து, குழந்தையைத் தத்து எடுத்தல் போன்றவற்றிற்கான விதிமுறைகள் இருந்தன.

சீன நாகரிகம்

சீனாவில், கி. மு. ஏழாயிரம் துவக்கம் விவசாயம் செய்யப் பட்டது. இங்கு மேற்கொள்ளப்பட்ட சாகுபடி முறை எகிப்து, மெசப்பெட்டோமியா, இந்தியா போன்ற நாடுகளில் உருவான வற்றிலிருந்து வேறுபட்டது. சீனாவின் தென்பகுதியில் நெல்லும், வடபகுதியில் ராகி போன்ற சிறு தானியங்களும், சோயா அவரை, கிழங்கு வகைகள் ஆகியவையும் பயிரிடப்பட்டன. வேளாண்மை செய்ய ஆரம்பித்த மக்கள் சிறு குடியிருப்புகள் அமைத்து வாழ்ந்தனர். சுமார் கி. மு. 2000 வாக்கில், மத்திய ஆசிய நாகரிகங்களுடன் தொடர்பு ஏற்பட, நகரங்கள் உருவாக ஆரம்பித்தன. மஞ்சள் ஆறு எனப்படும் ஹுவாங் ஹோ ஆற்றின் கரையில் செழித்த வேளாண்மை நாகரிகத்தை உருவாக்கியவர்கள், தாமிரம், பித்தளை ஆகிவற்றின் கனிமங் களைக் உருக்கி வெண்கலம் செய்யவும் அறிந்திருந்தனர். கி.மு. 18 – 17ஆம் நூற்றாண்டுகளில் ஷேங் வம்சம் (Shang dyanasty) ஆண்ட காலத்தை, சீன நாகரிகம் உயர்வுபெற்ற காலம் என்றே கூறலாம். முக்கிய நகரமான அன் யேங் (An Yang)கில், குதிரை பூட்டிய வண்டிகள் ஓடிய காலம் அது. சீன மத குருக்கள், வருங்காலம் அறியக் குறி சொல்வதற் காக, எலும்பாலான தாயக் கட்டைகளில் கீறிய குறிகளே, சீன சித்திர எழுத்துக்களின் ஆரம்பமாகும்.

எகிப்திய நாகரிகம்

கி. மு. 3100 துவக்கம் மெனஸ் எனும் ஃபேரோ (Pharoh) வம்ச மன்னனின் ஆட்சியின் கீழ் நைல்நதியின் தீரத்தில் எகிப்திய நாகரிகம் தழைத்தது. மக்கள் மன்னனைக் கடவுளின் பிரதிநிதியாகவும், பாதுகாக்கும் காவலனாகவும் கருதினர். கடவுள் – மன்னன், அவனுக்குக் கீழ்ப்படிந்த அமைச்சர், மத குருக்கள், அவர்கள் கட்டிக்காத்த எகிப்தின் சாதாரண குடிமக்கள், ஏராளமான அடிமைகள் என அடுக்கடுக்காய், கட்டுக்கோப்பான ஒரு அமைப்பாக அந்தச் சமுதாயம் இருந்தது. மருத்துவம், கணிதம், கோள்களின் நிலை, பெயர்ச்சி போன்றவற்றை அறிந்திருந்தனர் அம்மக்கள்.

மினோவன் நாகரிகம்

ஐரோப்பாவிலேயே பழைமையான இந்நாகரிகம், மத்தியத் தரைக் கடல் பகுதியிலுள்ள ஏஜியன் (Aegean) கடற்பகுதியில் தோன்றி, கி.மு.2000 – 1450இல் உச்சநிலையை அடைந்தது. கிரீட் தீவில் செய்யப்பட்ட ஜாடிகள், மோதிரங்கள், முத்திரைகள் போன்றவை சைப்ரஸ், எகிப்து நாடுகளுக்கு ஏற்றுமதி செய்யப்பட்டு, கடல் வாணிகம் பெருகிய காலம் அது. நோஸோஸ் (Knossos) மலில்லா (Maila), ஃபெயிஸ்டோஸ் (Phaistos), சாக்ரோஸ் (Zakros) ஆகிய இடங்களில் மாளிகை களில் காணப்படும் சுவரோவியங்கள் அங்கு வாழ்ந்த மக்கள் பயமின்றி வணிகச் செழிப்பில், மகிழ்வுடன் வாழ்ந்தனர் என்ற கருத்தை உருவாக்குகின்றன. மையசீனியர், கிரேக்கர் ஆகியோர் படையெடுத்து கிரீட் தீவுக் கலாச்சாரத்தை அழித்தனர். இத்தீவின் பெரும்பகுதி எரிமலைவெடிப்பில் அழிந்தது. இதுவே மறைந்த அட்லாண்டிஸ் கண்டம் என்ற மரபின் வித்து.

சிந்துவெளி நாகரிகம்

சிந்துநதிப் பள்ளத்தாக்கில் உருவான நாகரிகம் இந்தியத் துணைக் கண்டத்தின் சிறப்பு. கி. மு. 3000 வாக்கில், சிந்து சமவெளிகளில் பல குடியிருப்புகள், ஊர்கள் உருவாகின. அந்த நாகரிகத்தின் உச்சகட்டத்தில், மொகஞ்சதாரோ, ஹரப்பா நகரங்கள் ஒவ்வொன்றிலும் சுமார் இருபதாயிரம் அல்லது முப்பதாயிரம் மக்கள் வாழ்ந்திருக்கலாம் எனக் கருதப்படுகிறது. கோதுமை, பார்லி, கடலை, எள், பருத்தி ஆகியவற்றை அங்கிருந்த மக்கள் பயிரிட்டனர். பருத்தி நெய்யப்பட்டு மெசப்பெட்டோமியா வரை ஏற்றுமதி செய்யப்பட்டதற்கான ஆதாரங்கள் உள்ளன.

சுட்ட செங்கற்கள் அதிக அளவில் தயாரிக்கப்பட்டு உபயோகிக்கப்பட்டன. அங்கு கோயில் அல்லது பிரமிட் போன்ற பெரிய கட்டிடங்களோ, அரண்மனை போன்ற அமைப்புகளோ இருக்கவில்லை. கோபுரங்கள் போன்ற பிரமிக்கத்தக்க அமைப்புகள் இல்லாவிட்டாலும், நகர் அமைப்பு மெச்சத் தகுந்த முறையில் உள்ளது. நேராகவும், வரிசையாகவும் அமைந்த வீதிகள், மழைநீரை வெளியேற்று வதற்கான வடிகால்கள், கழிவுநீரை வெளியேற்றுவதற்கான சாக்கடைகள் என இந்நகரங்களில் காணப்படும் பாங்கு இன்றும் சில ஊர்களில் காணப்படாதவை. தானியக் களஞ்சியங்களும், தானியங்களை அறுவடை செய்து சீர் படுத்திய உழைப்பாளிகள் வாழ்ந்த பகுதிகளும் தனியாக அமைக்கப்பட்டிருந்தன.

ஹரப்பாவில் கடந்த 19ஆம் நூற்றாண்டின் இறுதியில் மேற்கொண்ட அகழாய்வுகள் இங்கு ஒரு நகர்ப்புறக் கலாச்சாரம் தழைத்தது என்பதைக் காட்டுகின்றன. இந்த நகரம் கி. மு. 2600 முதல் கி. மு. 1900 வரை இயங்கியது. நானூறு ஏக்கர் பரப்புகொண்ட இந்த நகரில் சுமார் இருபதாயிரம் பேர் வாழ்ந்தனர். இங்கு கீறல்கள், சின்னங்கள், சிறு வாசகங் கள் பொறிக்கப்பட்ட மட்பாண்டங்களும், முத்திரைகளும் கிடைத்திருக்கின்றன. சுட்ட மண்ணில் செய்யப்பட்ட ஆயிரக் கணக்கான முத்திரைகள், சுமார் அறுபது இடங்களில் கண்டெடுக்கப்பட்டுள்ளன. இவற்றில் எழுத்துக்கள் போன்ற குறியீடுகள் பல உள்ளன. சராசரியாக ஐந்து எழுத்துக்கள் கொண்ட இவை தமிழ் போன்ற திராவிட மொழிகளுடன் தொடர்புடையவை என பல ஆய்வாளர்கள் கருதுகின்றனர். கல், எலும்பு, மண், செம்பு வெள்ளி, தந்தம் ஆகியவற்றிலிருந்து உருவாக்கப்பட்ட முத்திரைகளில் காண்டாமிருகம், யானை, முதலை போன்ற மிருகங்கள் செதுக்கப்பட்டுள்ளன. கைவினைஞர்கள் தங்கம், வெள்ளி ஆபரணங்கள் செய்தனர்.

ஹரப்பாவிற்குத் தெற்கே 650 கி. மீ. தொலைவில் இருந்த நகரம் மொகஞ்சதாரோ. இங்கும் சுட்ட செங்கற்களால் ஆன சிறந்த நகரமைப்பு இருந்தது. ஏறத்தாழ 2.5 சதுர கி.மீ. பரப்புடைய இந்நகரில் முந்நூறு வீடுகளின் சிதைவுகள் காணப்பட்டன. இவற்றில் சில குடித் தலைவர்கள் வாழ்ந்த பெரிய வீடுகள். சிந்துவெளி நாகரிகத்தின் மனைத் திட்டம் தனிச்சிறப்புடையது. சிறிய வீடுகள் இரண்டு, மூன்று அறைகள் கொண்டவை, குளியலறை, கழிப்பிடங்கள் போன்ற வசதிகளு மிருந்தன. இந்நாகரிகம் கி.மு. 1750 வாக்கில் அழிந்துபட்டது. திசை மாறிய ஆற்றுப்போக்கு, வறட்சி, கடல்மட்ட உயர்வு

மற்றும் ஆரியப் படையெடுப்பு ஆகியவை இந்த அழிவுக்குக் காரணங்களாகக் கூறப்படுகின்றன.

'சிந்துவெளி நாகரிகம் ஒரு திராவிடப் பண்பாடு. சிந்துவெளி எழுத்துக்கள் திராவிட மொழிச் சார்புடையவை. சிந்துவெளிக் குறியீடுகளைப் பழந்தமிழ் இலக்கியங்களில் பதிவாகிய தொன்மங்களோடு ஒப்பிட்டுப் புரிந்து கொள்ளலாம்' என்பது ஐராவதம் மகாதேவனின் கருத்து. தென்னிந்தியாவில் கிடைத்துள்ள சிந்துவெளிக் குறிகள் கொண்ட மட்பாண்டங்கள் சிந்துவெளி நாகரிகத்திற்குப் பின் நிகழ்ந்த தென்முகப் புலப்பெயர்வுக்கான தடயங்களாகக் கருதப்படுகின்றன. செம்பியன் கண்டியூரில் கிடைத்த குறியீடுகள் செதுக்கப்பட்ட கற்கோடாரி, பழங்கற்காலத்தைச் சார்ந்த சாணூர் முதுமக்கள் தாழிகளில் உள்ள கீறல் குறியீடுகள், கேரளத்தில் பட்டணம் எனுமிடத்தில் கிடைத்த சிந்துவெளி 'முருகு' குறியீடு போன்ற ஆதாரங்கள் பழந்தமிழகத்தின் சிந்துவெளித் தொடர்பை வலுப்படுத்துகின்றன. சிந்துசமவெளிப் பண்பாட்டை, பழந் தமிழ் இலக்கிய மரபுகளை தரவாக ஆராய்ச்சி செய்யும் ஆர். பாலகிருஷ்ணன் சிந்துசமவெளிப் பண்பாட்டிற்கும், தமிழகத்தின் பெருங்கற்கால, இரும்புக்கால பண்பாட்டிற்கும் இடையே உள்ள ஒற்றுமைகளைக் குறிப்பிட்டு, சிந்துசமவெளி யினருக்கும், சங்கத்தமிழரின் முன்னோடிகளுக்கும் ஒரு தொன்மத் தொடர்பு இருந்திருக்கக் கூடும் என்பதை சிந்துசமவெளியில் முக்கியமாக பாகிஸ்தான், ஆஃப்கானிஸ்தான் பகுதிகளில் உள்ள கொற்கை, வஞ்சி, தொண்டி, மதுரை, கூடல், பூம்புகார் என்ற ஊர்ப்பெயர்கள், காவிரி, பொருனை எனும் நதிப் பெயர்கள், ஆயர், மறவர், பாணர், கொங்கர் என்ற குடிப்பெயர்கள், பாரி, திதியன், அதியமான் போன்ற குடித்தலைவர்களின் பெயர்கள் ஆகியவற்றை ஆதாரங்களாகக் காட்டுகிறார். "பெயர்கள் ஆகியவற்றின் அடிப்படையிலும், ஏனைய சான்றாதாரங்களின் அடிப்படையிலும் சங்க இலக்கியத்திற்கு முற்பட்ட தமிழ் மரபு புலம்பெயர் உள்ளிட்ட பழந்தமிழ் தொன்மங்களுக்கும் ஒரு தொப்புள் கொடி உறவு இருந்திருக்கலாம். இதை 'தமிழ் சிந்து' என்ற கருதுகோளாக முன்வைக்கிறேன்" என 'சிந்துவெளி நாகரிகமும் சங்க இலக்கியமும்', என்ற தம் சொற்பொழிவில் கூறுகிறார். மேலும் அவர், சிந்துவெளி மக்களில் கடல் சார்ந்த தொழிலையே வாழ்வாதரமாகக் கொண்டவர்கள் மேற்குக் கடற்கரை யொட்டி தென்னிந்தியாவிற்கு புலம்பெயர்ந்ததற்கான வாய்ப்புகள் உள்ளதைக் குறிப்பிடுகிறார்.

தமிழகத்தில் நாகரிக வளர்ச்சி

தென்னிந்தியாவில், குறிப்பாக தமிழகத்தில், கற்காலம் முதல் சங்ககாலம்வரை ஏற்பட்ட நாகரிக வளர்ச்சி எத்தகையது? மறைந்த ஒரு பொற்காலம் பற்றிய கருத்தாக்கம் அனைத்து நாகரிகங்களிலும் உண்டு. தற்காலத்தை இருளடைந்த கலியுகமாகக் குறிக்கும் நம் மரபை எடுத்துக்காட்டாகக் குறிப்பிடலாம். நற்குண மனிதர் வாழ்ந்த, பொற்காலமான சத்யயுகம் அல்லது கிருதயுகம் போய் அடுத்து வந்த யுகங்கள் படிப்படியாக அழிந்து, கடைசியில் வந்த கலியுகத்தின் இறுதியில் ஒரு பிரளயம் ஏற்படும். பின் புதுயுகம் தோன்றும் என்பது நம்பிக்கை. மனித சமுதாயம் எவ்வாறு படிப்படியாக நாகரிக மேம்பாடு அடைந்தது என்பது பற்றி அகழ்வாராய்ச்சி களும், தொல் பொருளாய்வு வெளிப்படுத்தும் உண்மைகளும் மேற்கூறிய பொற் காலம் கற்பனையில் உருவானது என்பதை நிரூபிக்கின்றன. பொற் காலம் இனிமேல்தான் வர வேண்டும். கல்லாயுதங்களை உருவாக்கிய ஆதிமனித நிலையில் ஆரம்பித்து, மொழி பேசி, எழுத்துக்களை உருவாக்கிய மனிதர் வரையிலான வளர்ச்சி, தடையின்றி சீராக உருவானதல்ல. ஆனால் வளர்ச்சி தொடர்ந்து ஏற்பட்டது என்பது உண்மை. கற்காலத்திலிருந்து சங்ககாலம்வரை மனித இனம் வளர்ந்த நிலையைத் தென்னிந்தியாவில், தமிழ்நாட்டில் கிடைத்த தடயங்களின் மூலமாக அறியலாம். தொல்லியலாளர் சங்காலியா இந்த வளர்ச்சியை ஆறு கட்டங்களாகப் பிரிக்கிறார்.

முதல் கட்டம் (இ.மு. 50,000 – 70,000): சென்னைக்கு அருகிலுள்ள பல்லாவரம் மற்றும் வடமதுரை, செங்கல்பட்டு ஆகிய பகுதிகளில் பழைய கற்கால மனிதர் செய்த கரடு முரடான கைக்கோடரி, கிழிப்பான் போன்றவை கிடைத்துள்ளன. இறைச்சியை வெட்டவும், எலும்புகளை உடைக்கவும், கிழங்குகளைத் தோண்டவும் உடைந்த கூழாங்கல்லால் செய்த ஆயுதங்களைக் கற்காலமனிதர் உபயோகித்தனர். அக்காலத்தில், இந்தியாவின் மற்ற பகுதிகளில் இருந்த காட்டுமாடு, யானை, காண்டாமிருகம் போன்ற விலங்கினங்கள் தமிழகத்திலும் வாழ்ந்தன. முதல் கட்டத்தின் இறுதியில் வாழ்ந்த ஆதிமனிதர் கையாண்ட கல்லாயுதங்கள் அத்திரம்பாக்கத்திலும், கோர்த்தலையார் நதிப் படுகையிலும் கிடைத்துள்ளன. அத்திரம்பாக்க ஆதிமனிதர் வேட்டையாடியும், மீன் பிடித்தும், காய்கனிகளைச் சேகரித்தும் வாழ்ந்தனர் என்றாலும், அவர்கள் உருவாக்கிய கல்லாயுதங்கள், பல்லாவரத்தில் கிடைத்த கல்லாயுதங்களை விட மேம்பட்டவை.

இரண்டாவது கட்டம்: அத்திரம்பாக்க ஆதிமனிதர், கருவிகள் செய்ய இறுகிய வெண்கற்களை உபயோகித்தனர். கடினமான கற்களை மெல்லியதாகவும், கூராகவும் செதுக்க முடியுமென்பதால், பின் வந்தவர்கள் கடினமான கற்களில் ஆயுதம் செய்ய முற்பட்டனர். சிறியதாகச் செதுக்கப்பட்ட இந்த ஆயுதங்கள், ஈட்டி, அம்பு முனைகளாகப் பயன்படுத்தப்பட்டன. இது இரண்டாவது கட்டத்தில் ஏற்பட்ட முன்னேற்ற மாகும். கனமான கல்லாயுதங்களைத் தவிர்த்து, இலகுவான, தூரத்திலிருந்து கொல்லக்கூடிய ஆயுதங்களைப் பயன்படுத்த ஆரம்பித்ததால் அவர்களால் தம் மூதாதையர்களைவிட திறமையாக வேட்டையாட முடிந்தது. கோர்த்தலையார் படிவங்களில் கிடைத்த கைக் கோடரிகள், கிழிப்பான்கள் போன்றவை இத்தகைய கருவிகளுக்கு எடுத்துக்காட்டு.

மூன்றாவது கட்டம்: அத்திரம்பாக்கத்திலும், ஆந்திராவிலுள்ள ராலக்காவிலும் ஆதிமனிதர் வாழ்ந்த இடங்களில், உளி போன்ற கூர்மையான கல்தகடுகளும் அலகுகளும் கிடைத்துள்ளன. ஆங்கிலேயத் தொல்லியலாளர் புரூஸ் ஃபுட் (Bruce Foote) இக்கற் தகடுகளையும் இவற்றால் செதுக்கப்பட்ட எலும்புகளையும் பல்லாவரத்தில் கண்டெடுத்தார். செதுக்கிய எலும்புகள், பழைய கற்காலத்தின் இறுதியில் உருவாக்கப்பட்டவையாகும். புரூஸ் ஃபுட்டின் சேகரிப்புகள் காணாமல் போய்விட்டதால், இதுபற்றி அதிகம் கூறவியலாது.

நான்காவது கட்டம்: (இ. மு. 10,000 – 4,000) தென்னிந்தியாவில் வாழ்ந்த ஆதிமனிதர் சிறிய கல்லாயுதங்கள் தயாரித்து பயன்படுத்தியது அடுத்த கட்டம். எலும்பு அல்லது மரத்தில் சிறு கல்லாயுதங்களைப் பற்கள்போல வரிசையாகப் பதித்து, கறுக்கு அரிவாள்போலச் செய்து, காட்டுத் தானியங்களை அறுவடை செய்திருக்க வேண்டும். சிறுத்த கல்லாயுதம் செய்தவர் நிச்சயமாக வேளாண்மை செய்த தலைமுறைக்கு முந்தியவர். அவர்களே வேளாண்மை செய்ய ஆரம்பித்தவர்கள். இந்தக் காலத்தைப் பழைய கற்காலம் எனலாம். திருநெல்வேலியிலுள்ள தேரிமேடுகளில், 10,000 – 4,000 ஆண்டுகளுக்கு முற்பட்ட சிறு கல்லாயுதங்கள் கிடைத்தன. இலங்கையிலும் இது போன்ற கல்லாயுதங்கள் கிடைத்துள்ளன.

பழைய கற்கால மனிதர் காடுகளில் திரிந்து கிழங்கு, கனி போன்றவற்றைச் சேகரித்தும், வேட்டையாடியும் வாழ்ந்தனர். பருவ மழை பொய்த்துப்போய், நீர்நிலைகள் வற்றி, விலங்கினங்கள் வலசை போனதால், அவற்றைச் சார்ந்து வாழ்ந்த ஆதிமனிதரும் இடம்பெயர வேண்டியிருந்தது.

மானினம் போன்றவை ஆற்றுப்படுகை, குளக்கரை போன்ற நீர்நிலைகளுக்கு அருகாமையிலுள்ள புல்தரைகளில் மேய, அவற்றை வேட்டையாடிய ஆதிமனிதரும் பசுமையான பகுதிகளில் வாழ முற்பட்டனர். தின்று துப்பிய பழக்கொட்டை, சிதறிய விதைகள் ஆகியவை ஈரமண்ணில் விழுந்து செடியாகவோ மரமாகவோ துளிர்த்து, வளர்ந்து பழங்களைக் கொடுக்க, இவற்றைச் சாகுபடி செய்ய முடியும் என்ற உண்மை அவர்களுக்குத் தெரியவந்தது. அதுவே வேளாண்மையின் ஆரம்பம். வேளாண்மை செய்ய ஆரம்பித்த ஆதிமனிதர் கூட்டமாக வாழக் கற்றுக்கொண்டனர். பல ஆதிமனிதக் கூட்டங்கள் ஒன்றாக வாழ, கிராமங்கள் உருவாகின. இவ்வாறு உணவு சேகரித்து வாழ்க்கை நடத்தியவர்கள், தம்மால் உணவை உற்பத்தி செய்ய முடியும் என்பதை அறிந்தபின், வேளாண்மை என்னும் நங்கூரம், நாடோடிகளாகத் திரிந்தவர்களை ஓரிடத்தில் நிலைத்து வாழச்செய்தது. இது நாகரிக வளர்ச்சியில் முக்கியமான ஒரு கட்டமாகும்.

ஐந்தாவது கட்டம்: (கி.மு. 2000 – 4000) கர்நாடகத்திலுள்ள டெக்கல்கோட்டா, ஹல்லூர், ஆந்திராவிலுள்ள பலவாய் ஆகிய இடங்களில் ஐந்தாவது கட்டத்தில் வாழ்ந்த கற்கால மனிதரின் குடியிருப்புகள் கண்டறியப்பட்டுள்ளன. டெக்கல் கோட்டாவில் சுமார் 10 – 15 குடில்கள் அகழ்வாய்வாளர் கவனத்திற்கு வந்திருக்கின்றன. பாறையின் மறைவுகளிலும், பிளவுகளிலும், குகைகளின் முகப்பிலும் இக்குடியிருப்புகள் அமைக்கப்பட்டிருந்தன. மரத்தூண்களை நட்டு, பிளக்கப்பட்ட மூங்கிலால் அமைக்கப்பட்ட இந்தக் குடில்கள் சிலவற்றில் சாணம் மண் கலந்த சாந்து பூசப்பட்டிருந்தது. (தமிழகப் பழங்குடிகளான இருளர்கள், குறும்பர்கள் இன்றும் இத்தகைய குடில்களை அமைக்கின்றனர்.) அடுப்புகளும் இருந்தன. இந்தக் குடியிருப்புகளிலிருந்து கிடைத்த பானைகளில் கொள்ளு, ராகி போன்ற தானியங்கள் மக்கிய நிலையில் காணப்படுகின்றன. சேலத்திற்கு அருகிலுள்ள பய்யம்பள்ளியில், பிற்காலத்தில் வாழ்ந்த பழங்காலக் குடியிருப்பில் மேற்கூறிய இருவகைத் தானியங்கள் தவிர, பாசிபருப்பும் கிடைத்திருப்பது குறிப்பிடத்தக்கது. அவர்கள் பானைகள், ஜாடிகள் போன்ற மண்பாண்டங்களைச் செய்தனர். கல்லாயுதங்களையும் பயன் படுத்தினார்கள். அவர்களது கல்லாயுதங்கள் நன்கு தேய்த்து உரைக்கப்பட்டவை. அவற்றைத் தீட்டி கூராக்க, அம்மி போன்ற கல்லொன்றையும் உபயோகித்தனர். இறந்தவர்களைப் படுக்கவைத்த நிலையில் புதைத்தனர். பின் வந்தவர்கள், தாழிகளில் இட்டுப் புதைக்கும் பழக்கத்தை மேற்கொண்டனர்.

பிரம்மகிரி, டெக்கல் கோட்டா போன்ற இடங்களில் செய்த அகழ்வாய்வுகளில் கிடைத்த தொல்பொருட்களிலிருந்து இறந்தவர்களின் எலும்புகளைப் பானைகளில் இட்டுப் புதைத்தது தெரியவருகிறது.

ஆறாவது கட்டம் : கர்நாடகத்தில் உள்ள டெர்தாலில், தாமிர ஆயுதங்களும், சிவப்பு – கறுப்பு நிறமண்பாண்டங் களும் கிடைத்துள்ளன. இரும்பின் பயனை அறிந்த அவர்கள் இறந்தவர்களைச் செவ்வகமான கற்களாலான அமைப்பில் (கல்லறை என்ற சொல் இதற்கே பொருந்தும்) புதைத்தனர். இக்கல்லறைகளைத் தமிழ்நாட்டில் தர்மபுரி, சேலம், கோவை, செங்கல்பட்டு மாவட்டங்களில் காணலாம். கோயம்புத்தூர் மாவட்டத்தில் இவற்றைப் 'பாண்டியன் (பண்டு என்பதன் மரூஉ) குழிகள்' என அழைக்கின்றனர். இந்த நாகரிகத்தை பெருங்கல் நாகரிகம் எனலாம். சுமார் 4000 ஆண்டுகளுக்கு முன்னர் (கி. மு. 2000) இந்த நாகரிகத்தை உருவாக்கியவர்கள், ஆற்றங்கரையிலும் குளக்கரைகளிலும் வாழ்ந்தனர். செங்கல்பட்டு மாவட்டத்தில் சில இடங்களில் ஓடைகளை மறித்ததற்கும், குளங்கள் தோண்டியதற்குமான தடயங்கள் உள்ளன. தமிழ்நாட்டில் இவர்கள் வாழ்ந்த இடங்கள் இன்னும் முழுவதுமாக அகழ்ந்தாராயப்படவில்லை.

கோயம்புத்தூர் மாவட்டத்தில் கி. பி. 2 – 3ஆம் நூற்றாண்டு பெருங்கல் நாகரிகப் பழங்குடியினர் வாழ்ந்த இடங்களில் இரும்புத் தாது பூசிச் சுட்ட செந்நிற மண்பாண்டங்கள் கிடைத்துள்ளன. பெருங்கற் காலத்திற்குப் பின் எழுதப்பட்ட சங்ககால இலக்கியங்கள், மேற்கூறிய நாகரிகத்தை, தாழிகளி லடைப்பது போன்ற பழக்கங்களை, மூதாதையர்களின் பழக்கங்களாகச் சுட்டிக்காட்டுகின்றன. சேர, சோழ, பாண்டிய, தொண்டை, கொங்கு நாட்டு மன்னர் ஆண்ட அக் காலத்தில் செங்கற்களாலான வீடுகளையும், கல்லாலமைந்த அரண்களை யும், கோயில்களையும் மக்கள் கட்டினார்கள். கோயில்களில் சுதை உருவங்களையும், ஊரின் நடுவில் வீரக்கல்லையும் நட்டு வணக்கம் செய்தனர். அவர்களது நாகரிகம்பற்றி *பரிபாடல், அகநானூறு, புறநானூறு, பெரும்பாணாற்றுப்படை, நெடுநெல்வாடை, மலைபடுகடாம்* போன்ற நூல்களிலிருந்து ஓரளவு அறியலாம். *தொல்காப்பியம்* 2500 ஆண்டுகளுக்கு முன் இயற்றப்பட்ட இலக்கண நூல். இலக்கண நூலென்பது எழுத்தை விளக்க எழுந்ததால், தொல் காப்பியத்திற்கு முற்பட்ட இலக்கியங்கள் இருந்திருக்க வேண்டும். காலப்போக்கிலும் இயற்கையால் ஏற்பட்ட சேதத்தாலும் இலக்கியங்கள் அழிந்து போனது வரலாற்று உண்மை.

தமிழ்நாட்டில் நாகரிக வளர்ச்சியை சங்காலியாவின் பகுப்பின் அடிப்படையில் கீழ்க்கண்டவாறு பட்டியலிடலாம் :

இன்றைக்கு முன் (ஆண்டுகள்)	இடம்	கண்டுபிடிப்புகள்
2200 — 2800	பய்யம்பள்ளி, சானூர் ஆதிச்சநல்லூர்	இரும்பு, தாமிரம், தங்கம் ஆகியவற்றின் பயன்பாடு
2800 — 4000	பய்யம்பள்ளி	கூரான கல்லாயுதம், குடில்கள் அமைத்தல், ராகி, கொள்ளு, பச்சைப் பயிர் பயிரிடல் – பிராணிகள் வளர்ப்பு
6000	திருநெல்வேலி தேரி நாகரிகம்	விவசாயம் செய்ய முற்பட்டவர்
10,000 — 40,000	திருநெல்வேலி அத்திரம்பாக்கம்	சிறு கல்லாயுதங்கள் – காட்டுத் தானியங்கள் அறுவடை, கைக் கோடாரி, கிழிப்பான்
50,000 — 75,000	அத்திரம்பாக்கம்	மெல்லிய தகடு போன்ற கல்லாயுதங்கள், ஈட்டி, அலகு, துளைபோட கல் லாலான குத்தூசி

தமிழ்நாட்டின் முக்கியமான தொல்லியல் ஆய்வுகளில் ஒன்று ஆதிச்சநல்லூர் அகழாய்வு ஆகும். இரும்பு யுகம் பற்றிய தெளிவான செய்திகள் பலவற்றை இந்த ஆய்வு தந்திருக்கிறது. (பார்க்க இணைப்பு : 3 ஆதிச்சநல்லூர் அகழாய்வு)

சென்ற நூற்றாண்டின் பிற்பாதியில், தமிழக அரசு தொல்பொருள் ஆய்வுத்துறையும், சென்னைப் பல்கலைக்கழக மும் பல அகழ்வாராய்ச்சிகளை மேற்கொண்டு, மறைந்து கிடந்த தொல் பொருட்களையும், சின்னங்களையும், அரிய பல வரலாற்று விவரங்களையும் வெளியுலகுக்குத் தெரியப் படுத்தினர் (பார்க்க இணைப்பு: 2 தமிழகத்தில் தொல்பொரு ளாய்வு செய்த இடங்கள்). இவை அக்கால தமிழர் வாழ்வு முறையை அறிய உதவுகின்றன. புதிய கற்காலத்திற்குப் பிறகு கி. மு. 1000 முதல் கி. பி. 500 வரை வாழ்ந்த பெருங்கல் நாகரிகத்தை உருவாக்கியவர்கள் பற்றி சங்க இலக்கியக் குறிப்புகள் உள்ளன.

ஆறுகள், குளங்கள் போன்ற நீர்நிலைகளில் வாழத்தலைப் பட்ட, புதிய கற்கால மனிதரைவிட நாகரிகத்தில் மேம்பட்ட இவர்கள் வாழ்ந்த இடங்களில் ஈமத் தாழிகள் அகழ்ந்தெடுக்கப் பட்டுள்ளன. இந்தியாவில் மட்டுமின்றி, உலகின் இதர பாகங் களிலும், குறிப்பாக, மத்தியத் தரைக்கடல் பகுதியிலும், அந் நாகரிகத்தின் தொல்லெச்சங்கள் கிட்டியுள்ளன. *சிலப்பதிகாரம், மணிமேகலை* ஆகிய காப்பியங்களில் அரசமைப்பு, சமுதாய அமைப்பு, சமய வழிபாட்டுமுறை, உள்நாட்டு அயல்நாட்டு வாணிகம் ஆகியன பற்றிய குறிப்புகள் உள்ளன. பெருங்கல் நாகரிகத்தவர் வேளாண்மை செய்யத் தெரிந்தவர்கள் என்பது திருக்காம்புலியூர் அகழ்வாய்வில் கண்டெடுக்கப்பட்ட தானியங் களாலும், ஏர்க்கொழு போன்ற விவசாயக் கருவிகளாலும், தானியம் சேமித்துவைத்த இடத்தாலும் அறியமுடிகிறது. உறையூர், அரிக்கமேடு ஆகிய இடங்களில் செங்கற்களாலான சாயத்தொட்டிகள் அகழ்ந்தெடுக்கப்பட்டதால் அவர்கள் நெசவுத் தொழிலும் சாய மேற்றும் தொழிலிலும் தெரிந்தவர்கள் என்பது தெரிகிறது. திருக்காம்புலியூரில் கி.பி. 4ஆம் அல்லது 5ஆம் நூற்றாண்டைச் சேர்ந்த பட்டுநூல் கட்டு ஒன்றும் கிடைத்துள்ளது. தக்களி போன்ற நூல் நூற்கும் கருவிகளும் கிடைத்துள்ளன. இங்கு கிடைத்த சுடுமண் உருவங்கள் பல விதமான ஆடைகள் உடுத்தியவாறு உருவாக்கப்பட்டிருப்பதால் அங்கு வாழ்ந்தோர் நெசவுத் தொழில் தெரிந்தவர் என்பது அறியப்படுகிறது. கனிமங்களிலிருந்து உலோகங்களை உருக்கவும், அவற்றைக் கொண்டு ஆபரணங்கள், பாத்திரங்கள் மற்றும் ஆயுதங்கள் ஆகியவற்றைச் செய்யவும் அறிந்திருந்தனர். இரும்பு உருக்கியதற்கான தடயங்கள் பெருமளவில் கிடைத்துள்ளன. செப்பு, வெள்ளி, பொன் ஆகியவற்றால் செய்யப்பட்ட ஆபரணங்களும், காசுகள் சிலவும் கிடைத்துள்ளன.

புதிய கற்காலத்து மனிதர், களிமண்ணால் பாத்திரங்கள், பொம்மைகள் செய்யவும் அவற்றைச் சூளையிலிட்டுச் சுடவும் அறிந்திருந்தனர் என்பதை பய்யம்பள்ளி அகழ்வாராய்ச்சி காட்டுகிறது. என்றாலும், சுடுமண்கலை கி. பி. 2ஆம் அல்லது 3ஆம் நூற்றாண்டில்தான் முழு வளர்ச்சியடைந்தது எனலாம். அக்காலத்திய சுடுமண் உருவங்கள் அணிகலன்களும், ஆடைகளும் அணிந்ததுபோல உருவாக்கப்பட்டிருக்கின்றன. அரிக்கமேடு, திருக்காம்புலியூர், உறையூர் மற்றும் காஞ்சிபுரம் அகழாய்வுகளிலும் சுடுமண் உருவங்கள் பெருமளவில் கிட்டி யுள்ளன. சமயச் சடங்குகளுக்கும், முக்கியமாக ஈமச்சடங்கு களுக்கும் மற்றும் அன்றாடத் தேவைக்கும் பயன்படுத்தப்பட்ட மட்பாண்டங்கள் பல, தமிழகத்தில் பல இடங்களில் கிடைத் துள்ளன. சில பாண்டங்கள்மீது சித்திர வேலைப்பாடுகளும்

கீறல் குறியீடுகளும் காணப்படுகின்றன. பிராமி எழுத்துக்கள் கொண்ட பானை ஓடுகள் சிலவும் இந்த அகழாய்வுகளில் கிடைத்துள்ளன.

ஈரோடு அருகே, அண்மையில் அகழ்வாராய்ச்சி செய்யப் பட்ட கொடுமணல் பகுதியில் 3 மீ. நீளமும் 4 மீ. அகலமு முடைய கல்லறை அமைக்கப் பயன்படுத்தப்பட்ட செவ்வகக் கற்கள் கண்டெடுக்கப்பட்டுள்ளன. கிழக்கு முகத்தில், ஒரு ஆள் அளவுக்கு ஒரு துளை, நீத்தாரின் ஆவி வெளியில் சென்றுவரும் என்று நம்பிக்கையின் பேரில் அமைக்கப்பட் டுள்ளது. இறந்தவருடன், ஈமச்சடங்குக்குப் பயன்படுத்தப் பட்ட பொருட்களும், அவர்கள் உபயோகித்த ஆபரணங்கள், மட்பாண்டங்கள் சிலவும் வைக்கப்பட்டிருந்தன. இவ்வகைச் சடங்குபற்றி மணிமேகலையில் (6, 11, 66–67) வரும் "சுடுவோர், இடுவோர், தொடுகுழிப் படுப்போர், தாழ்வயினடைப்போர், தாழியிற் கவிப்போர்" எனும் குறிப்பால் அறிகிறோம். புலியுடன் போரிட்டு மாண்ட வீரன் போல தீரச் செயல் செய்து மாண்டவர்களுக்கும், மக்களின் துயர்துடைத்த நல்லார் சிலருக்கும் நடுகற்கள் எழுப்பி வழிபடும் வழக்கம் இருந்தது. அகநானூறு, புறநானூறு, சிலப்பதிகாரம் போன்ற இலக்கியங் களில் இவ்வழக்கம் பற்றிய குறிப்புகள் உள்ளன.

மேற்கூறிய அகழாய்வுகளிலிருந்து தமிழ்நாட்டில் மனித குலத்தின் வரலாறு பழங்கற்காலத்துடன் துவங்கியது எனலாம். புதிய கற்காலத்தின் ஆரம்பத்தில் வேட்டையாடி நாடோடி களாய் வாழ்ந்த மனிதர் பயிரிடத் தெரிந்துகொண்டனர். புதிய கற்காலத்தை அடுத்து இரும்பை உருக்கிப் பயன்படுத்தி யவர்களின் இரும்புயுகம் உருவானது. ஆதிச்சநல்லூர் கள ஆய்வில் கண்டெடுக்கப்பட்ட இரும்பு ஆயுதங்கள் சிறு தொழில் வளர்ச்சியைக் காண்பிக்கின்றன. குட்டூர் அகழாய்வில் இரும்புக் கனிமங்களை உருக்க பயன்படுத்தப்பட்ட உலைகள் கண்டறியப்பட்டன. அக்காலத்தே கொடுமணல் பகுதியில் வாழ்ந்தவர் அரிய கல் மணிகள் செய்வதில் தேர்ந்தவர்கள் என்பதும் ஆதிச்சநல்லூர் பகுதியில் வாழ்ந்தவர் இரும்பு, செம்பு, வெண்கலத்தில் கருவிகள் செய்வதில் தேர்ந்தவர்கள் என்பதும் தெரியவருகிறது. இரும்புயுக நாகரித்தவர் பின்னர் எழுத்தறிவு பெற்றவர் என்பதற்கு கொடுமணல், கொற்கை, கரூர், வல்லம், அழகரை, உறையூர் போன்ற கள ஆய்வுகளில் எடுக்கப்பட்ட தமிழ் – பிராமி எழுத்துக்கள் கொண்ட மட்கலங்கள் சாட்சி பகர்கின்றன. இரும்புயுக நாகரித்தவர் மறுமையில் நம்பிக்கை கொண்டிருந்தவர் என்பதை அவர்கள் இறந்தவர்களைப் புதைத்த முறை கண்டு அறிய முடிந்தது.

தமிழ் இலக்கியங்களில் குறிப்பிடப்பட்டுள்ள அழகன் குளம், அரிக்கமேடு, உறையூர், கொற்கை, புகார், காஞ்சிபுரம் போன்ற சிலவிடங்களில் அகழாய்வுகள் மேற்கொள்ளப்பட்டுள்ளன. இந்த அகழாய்வுகள் பூம்புகாரில் கடற்கோள், அரிக்கமேடுப் பகுதியில் உரோமாபுரியுடன் கொண்டிருந்த வணிகத் தொடர்பு, காஞ்சியிலும் பூம்புகாரிலும் இருந்த புத்த விகாரங்கள் இவை பற்றிய விவரங்களைத் தருகின்றன. மேற்கூறிய விவரங்கள் தமிழகத்தின் நாகரிக வளர்ச்சியின் பின்புலம்பற்றித் தெரிவிப்பவை.

இதுவரை கிட்டியுள்ள தொல் பொருளாய்வு, கல்வெட்டுகள் போன்ற சான்றுகளால் தமிழகத்தின் நாகரிக வளர்ச்சி பற்றி தெரியவருகிறது. வரலாறு இவ்வாறிருக்க தமிழ் – தமிழனின் தொன்மையைச் சிறப்பிக்க காலக் கணிப்பைப் பல ஆயிரம் ஆண்டுகளுக்குப் பின் தள்ளி மிகைப்படுத்துவது அறிவியல் சார்ந்த கணிப்பு அல்ல; அது தேவையற்றதுமாகும்.

சு.கி. ஜெயகரன்

கடல்மட்ட மாற்றங்களின் விளைவுகள்

கடல்மட்ட மாற்றங்கள்

நிலப்பரப்புகளும் குடியிருப்புகளும் நீரில் மூழ்கியதாகக் கூறும் மரபு, உலகம் முழுவதும் உள்ள புராணங்களிலும், சமய நூல்களிலும், இலக்கியங்களிலும் காணப்படுகின்றன என்பதை முந்திய அத்தியாயங்களில் பார்த்தோம். இத்தகைய மரபுகள் உருவாகக் காரணமான இயற்கை நிகழ்ச்சிகள் இருவகைப்படும்: ஒன்று அபரிமித மழையினால் அல்லது பனியாறுகள் இளகி உருகுவதால் ஏற்படும் வெள்ளம், நீர்ப் பெருக்கு ஆகியவற்றால் ஆறுகளில் வெள்ளம் கரைபுரண்டு ஓடி, தாழ்வான பகுதியிலும், கழிமுகத்திலும் உள்ள நிலப் பரப்பு மூழ்கடிக்கப்படுவது. எடுத்துக்காட்டாக, நோவாவின் பேழை மழைக்குப் பின் உருவான பெருவெள்ளத்தில் மிதக்க ஆரம்பித்ததாகக் கூறும் ஐதிகம் விவிலியத்தில் உள்ளது. 1999இன் இறுதியில் மொசேம்பிக் நாட்டில் சம்பேசி ஆற்றில் பெய்த அதிக மழையால் கரையோரப் பகுதிகள் நீரில் மூழ்கி குடியேற்றங்கள் பல அழிந்தன. கங்கை நதியின் மூலப் பகுதி யில் பனியாறு இளகி நீர்ப்பெருக்கு உண்டாகி அவ்வப்போது வங்கதேசம் வெள்ளக்காடாகிப் போவதை மேற்கூறிய வகை அழிவுடன் சேர்க்கலாம்.

இரண்டாவது வகை அழிவு, கடல்மட்ட உயர்வால் ஏற்படுவதாகும். மெக்ஸிகோ வளைகுடாப் பகுதிப் படிவங்களை ஆராய்ந்த கடலியல் ஆய்வாளர் ஏமிலியானி உலக அளவில், பல்வேறு காலகட்டங்களில் கடல்மட்ட உயர்வுகளால் ஏற்பட்ட வெள்ள பெருக்குகளே அதிக விழுக்காடு என்கிறார். நதிகளின் வெள்ளப் பெருக்கை விட, கடல்மட்ட உயர்வுகளால் ஏற்பட்ட அழிவுகள் அதிகம். பருவநிலை மாற்றங்கள் பற்றிய உணர்வும், அறிவும் அதிகரித்துள்ள அண்மைக்காலத்தில், வெப்ப உயர்வு, பசுமை இல்ல விளைவு (Green House Effect) மற்றும் எல் நீன்யோ (El Nin'o) பற்றியும் ஆய்வுகள் நடத்தப்படுகின்றன. இவற்றில் முக்கியமானது, உலகம் வெம்மையடைவதால் கடல்மட்டம் உயருவதைப் பற்றிய ஆய்வாகும்.

பதினெட்டாயிரம் ஆண்டுகளுக்கு முன்னர், உலகம் குளிர்ந்திருந்த இறுதிப் பனியுகத்தின் போது, இன்று துருவங்களில் மட்டுமே காணப்படும் பனிப்பரப்புகள் விரிந்து பரவியிருந்தன. வட துருவத்திலிருந்த பனிப்பரப்பு தெற்காகவும், தென் துருவத்திலிருந்த பனிப்பரப்பு வடக்காகவும் நீண்டிருந்தன. இன்றிருப்பதைவிட அன்று அதிகமான நீர் உறைந்திருந்ததால் உலக அளவில் கடல்மட்டம் இன்றிருப்பதைவிடத் தாழ்வாகவே இருந்தது. ஒரு கணிப்பின்படி, இன்றைக்கு 20,000 ஆண்டுகளுக்கு முன்னர், வட அமெரிக்க கடற்கரைப் பகுதிகளில் கடல்மட்டம் சுமார் 120 மீ. தாழ்ந்திருந்தது. பின்னர் பூமி வெம்மையடையந்தபோது, பனி உருகி, பனிப்பரப்புகளின் எல்லைகள் குறுக ஆரம்பித்தன. பனி உருகியதால், ஆறுகளில் நீர்ப் பெருக்கெடுத்து, கடல்நீர் பெருகியது. பூமி வெம்மையடைந்தபோது கடல்நீரும் வெப்பம் அடைந்து, நீரின் கனஅளவு அதிகரித்து, கடல்மட்டம் உலகெங்கும் உயர ஆரம்பித்தது. இது படிப்படியாக நடந்த நிகழ்வு. கடல்மட்டம் உயரஉயர, கரையை ஒட்டிய பகுதிகள் நீரில் மூழ்கின. அக்காலகட்டத்தில் கடற்கரைப் பகுதிகள் கடலின் ஓயாத தாக்குதலுக்கும், ஆக்கிரமிப்புக்கும் உள்ளாயின. வெவ்வேறு காலகட்டங்களின் பருவநிலை, அதற்கேற்ப கடல்மட்டம் மாற்றம் இவை பற்றிய ஆய்வுகள் கடந்த முப்பது ஆண்டுகளாக நடத்தப்பட்டு வருகின்றன. பண்டை காலத்திய கடல்மட்டம்பற்றி நாம் எவ்வாறு இன்று அறிந்து கொள்கிறோம்?

கடலினடியில் படிவப்பாறைகள் உருவானவிதம், அவை மேல் மகரந்தத்தூள், ஃபொராமனிஃபெரா (Foramanifera) போன்ற நுண்ணுயிர்கள், பார்னகல் (Barnacle) போன்ற சிப்பிகள் இவைப் படிந்த விதம், பவளப்பாறைகள் உருவாக்கம் ஆகியவற்றை ஆராய்ந்து, கடல் மட்டத்தின் ஏற்ற இறக்கம் குறித்து இன்று துல்லியமாக அறிய முடியும். கடலடிப்படிவங்களை ஆழ்துளைகளிட்டு எடுத்து மேற்கூறிய ஆய்வுகள் நடத்தப்படுகின்றன. பவளப் பூச்சிகளின் மேற்கூடுகளே பவளப் பாறைகள். 2–5 மி.மீ. நீளமான பவளப்பூச்சிகள், வெப்ப மண்டலக் கடற்கரையருகில், நீரின் வெப்ப நிலை 25–30 டிகிரியும் சூரிய ஒளி ஊடுருவும் வகையில் தெளிவாகவும் உள்ள கடற்பகுதிகளில் வாழ்பவை. பவளப்பூச்சிகளின் லார்வாக்கள் கடலில் மிதந்து வந்து ஒரு இடத்தைப் பற்றிக் கொண்டு வளர ஆரம்பிக்கின்றன. கடல் நீரிலுள்ள சுண்ணாம்புச்சாரத்தை எடுத்து அதில் சிறிய குழல் போன்ற

படம் – 13

19–20ஆம் நூற்றாண்டுகளில் கடல் மட்ட உயர்வைக் காட்டும் வரைகோடு

(Gornitz, Lebedeff & Hansen 1982)

கூடுகட்டி இவை வாழும். பல இலட்சக்கணக்கான கூடுகளின் அமைப்பான பவளப்பாறைகள் ஒன்றுசேர்ந்து பவளத் திட்டுகள் உருவாகின்றன. இவற்றின் கூட்டே பவளத்தீவுகள். பவளப் பாறைகளின் வளர்ச்சி கடல்மட்டத்தைப் பொறுத்தது. கடல் மட்டம் உயரஉயர புதிய பவளப்பாறைகள் பழைய பாறை களின் மீது அடுக்கடுக்காய் அமைகின்றன. பவளத்திட்டுகளின் வயதைக் கணித்தால், முன்பு கடல் எவ்வளவு ஆழமாக இருந்தது எனத் தெரிந்து கொள்ளலாம். உதாரணமாக, கல்லக்குடி சிமிண்ட் தொழிற்சாலை பயன்படுத்தும் அரியலூருக் கருகில் உள்ள சுண்ணாம்புப் படிவங்கள் 13 கோடி ஆண்டு களுக்கு முன் கடலடியில் பவளப்பாறைகளாக இருந்தவை. பவளத்தீவுகளுக்கு உதாரணம், சுமார் 2000 பவளத்தீவுகள் கொண்ட கூட்டமான மாலத்தீவுகள் ஆகும். இந்தக் கூட்டத்தில் இகூரு (Ihuru) பவளத்தீவு, கடல்மட்டத்தைவிட 1.8 மீ. மட்டுமே உயரமானது. 250,000 மக்கள் வாழும் இகூரு தீவுக்கூட்டம், வெப்பம் அதிகரித்துவருவதால், கடல்மட்டம் உயர்ந்து மூழ்கும் அபாயத்தில் உள்ளது. பனிப்பரப்புகள் உருகுவதால்

1880இலிருந்து 1980 வரையான நூறாண்டுகளில் கடல்மட்டம் 10 செ.மீ. உயர்ந்துள்ளது (படம் : 13). இதே வேகத்தில் கடல் மட்டம் உயர்ந்தால், ஆயிரம் ஆண்டுகளில் ஒரு மீட்டர் உயர்ந்து கடல் அரிப்பு போன்ற சேதாரங்கள் ஏற்படும். இக்கணிப்பின்படி, இன்னும் ஆயிரத்து எண்ணூறு ஆண்டு களில் இகூரு தீவுக்கூட்டம் கடலில் மூழ்கிவிடும் அபாயம் உள்ளது. பவளப்பாறைகளைக் காலங்காட்டிகளாக வைத்து கடல்மட்ட உயர்வுபற்றி சில முக்கியமான விவரங்கள் இந்த ஆய்வுகளில் நமக்குக் கிடைத்துள்ளன.

கடலியல் ஆய்வாளர் பார்ட் (E. Bard) மேற்கிந்திய தீவான பார்பேடாஸின் (Barbadas) மேற்குக் கரையில் தான் மேற் கொண்ட கடல் மட்ட மாற்றங்கள் பற்றிய ஆய்வின் முடிவு களை 1990இல் அறிவித்தார். இவரது கணிப்பிற்கு ஆதாரம், ஆக்ரோபோரா பல்மாடா (*Acropora Palmata*) எனும் பவளப் பூச்சிகளால் உருவாகும் பவளப்பாறைத் தொடர் ஆகும். இந்தச் சிறிய உயிரினங்கள், கடல்மட்டத்திற்கு 2 மீ. கீழே வாழ்பவை. இவை மத்தியதரைக்கடல், இந்தியப் பெருங்கடல், பசிபிக் பெருங்கடல் போன்ற வெப்பப் பிரதேசத்தில் வாழ்பவை. அவை படிந்த காலங்களை தோரியம்^{230}/ யூரேனியம்^{234} எனும் அணுக்கதிர்வீச்சுக் காலநிர்ணயம் செய்யும் முறையில் கண் டறிந்தார். உதாரணமாக இன்றைய கடல்மட்டத்திலிருந்து சுமார் 12 மீட்டருக்குக் கீழே இந்தப் பவளப்பாறைகள் இருந்தன என்றால் 10 மீட்டருக்குக் கீழே கடல்மட்டம் அன்று இருந்தது என அறியலாம். இதே முறையில் 120 மீட்டர் ஆழத்திலிருந்து பழம்பாறைகளின் அமைப்பையும் காலகட்டங்களையும் நிர்ணயித்தார். தனது கண்டுபிடிப்பை ஒரு வரைபடமாக (graph) உருவாக்கினார். (படம் : 14).

பார்டின் ஆய்வுகளின் மூலம் தெரியவந்தவை :

i) கடல்மட்டம் சுமார் இருபதாயிரம் ஆண்டுகளுக்கு முன்னால் இன்றுள்ளதைவிட 120 மீ. தாழ்ந்திருந்தது.

ii) பதினைந்தாயிரம் ஆண்டுகளுக்கு முன்னர் கடல் மட்டம் 100 மீ. தாழ்ந்திருந்தது.

iii) இதற்குப் பின் பனிப்பரப்புகள் உருகுவது அதிகரிக்கவே, ஒன்பதாயிரம் ஆண்டுகட்கு முன்னர் கடல்மட்டம் 20 மீ. தாழ்ந்திருந்தது. அதாவது, பதினைந்தாயிரம் ஆண்டுகளுக்கு முன்பிருந்து ஒன்பதாயிரம் ஆண்டுகள் வரையிலான இடைப்

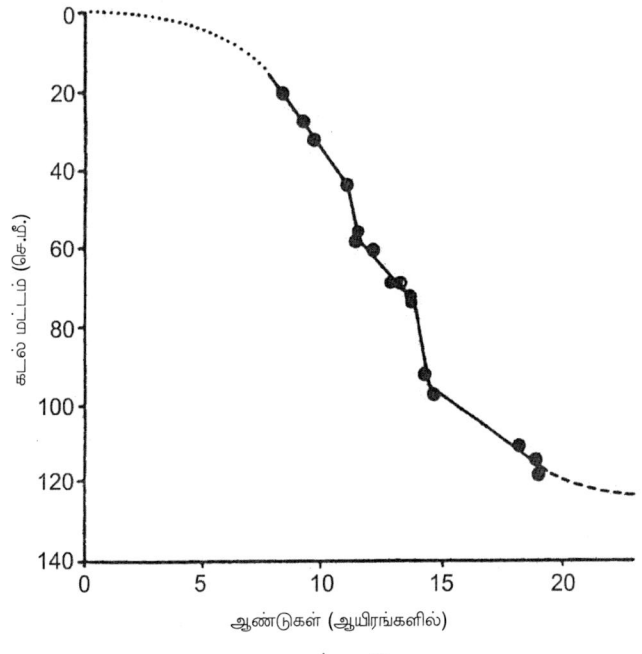

படம் – 14

கடந்த இருபதாயிரம் ஆண்டுகளில் ஏற்பட்ட கடல்மட்ட உயர்வைக் காட்டும் வரைகோடு

இருபதாயிரம் ஆண்டுகளுக்கு முன் 120 மீ தாழ்ந்திருந்த கடல்மட்டம் படிப்படியாக உயர்ந்து இன்றைய நிலையை அடைந்தது. கடந்த பல்லாயிரம் ஆண்டுகளில் ஏற்பட்ட கடல்மட்ட மாற்றங்களை அறிய கடலியலாய்வாளர் பார்ட், பார்பேடாஸ் தீவின் மேற்குக் கரையில் நடத்தினார். அக்ரோபோரா பல்மட்டா எனும் பவளப்பூச்சிகள் கடல் மட்டத்திற்குக் கீழே 2 மீ ஆழத்தில் வளருபவை. அழிந்துபட்ட இவற்றின் கூடுகளாலான பவளப்பாறைகளை காலங்காட்டிகளாக் கொண்டு ரேடியோக் கதிர்வீச்சு முறையில் (230Th / 234U) காலக்கணிப்புகள் செய்யப்பட்டன.

பட்ட காலத்தில் கடல் மட்டம் விரைவாக 80 மீ. வரை உயர்ந்தது. இக்காலகட்டத்தில் பல கடற்கரைப் பிரதேசங்கள் கடலினுள் மூழ்கியது மட்டுமின்றி, உருகி வரும் பனியாறுகளால் உள்நிலத்திலும் வெள்ளப் பெருக்குகள் ஏற்பட்டன.

iv) சுமார் ஐயாயிரம் ஆண்டுகளுக்குமுன் கடல்மட்டம் இன்றுள்ள நிலையை அடைந்தது.

உலக அளவில் ஏற்பட்ட இந்தக் கடல்மட்ட மாற்றங்கள் போல இந்தியத் துணைக்கண்டத்தில் என்ன மாற்றங்கள் நடந்தன? இந்தியக் கடற்கரைப் பகுதிகளில், கடந்த சில ஆயிரம் ஆண்டுகளில் பூமி வெம்மையடைவதால் பருவநிலை எவ்வாறு மாறுபட்டது? இந்துமாக் கடல் பற்றிய ஆய்வுகளில் இந்தியாவின் அக்கறை, 1961இல் நடந்த அன்டார்டிக் ஆய்வுப் பயணத்துடன் ஆரம்பமானது. கடலடி ஆய்வுகளில் கோவாவில் உள்ள தேசிய கடலியல் நிலையம் (National Institute of Oceanography) ஈடுபட்டு வருகிறது. இந்த ஆய்வுகளை நடத்திய அறிவியலாளர் ராஜீவ் நிகம், கடந்த சுமார் பத்தாயிரம் ஆண்டுகளில் விளைந்த சுற்றுப்புறச் சூழ்நிலை மாறுதல்கள், தட்ப வெப்ப மாறுதல்கள், அவற்றால் ஏற்பட்ட கடல்மட்ட மாற்றங்கள் பற்றிய தீர்க்கமான கணிப்புகளை அறிவியல் உலகுக்கு வழங்கினார். சுற்றுப்புற சூழ்நிலை, வெம்மையடையும் பூமி இவை பற்றி 1980களிலிருந்து அவர் மேற்கொண்ட ஆராய்ச்சி, இந்தியக் கடலியல் துறையில் பெரும் முன்னேற்றத்தை ஏற்படுத்தி முக்கியத் தகவல்களைத் தந்தது. ரேடியோ கார்பன் முறையில் காலத்தை நிர்ணயித்து, கடந்த இருபதாயிரம் ஆண்டுகளில் ஏற்பட்ட கடல்மட்ட மாற்றங்களை நிகம் குழுவினர் வரைபட மாகத் தந்தனர் (படம் : 15). அவர்கள் தங்கள் ஆய்வுகளை இந்தியத் தீபகற்பத்தின் மேற்குக் கரையில்தான் நடத்தினர். அதே அட்சரேகையில் அமைந்துள்ள கிழக்குக் கரைக்கும் இவர்கள் கணிப்பு பொருந்தும் என்றே கொள்ள வேண்டும். ஆய்வுகளின் முக்கிய முடிவுகள்:

1. இன்றைக்கு 14,500 ஆண்டுகளுக்கு முன்னர் (கி. மு. 12,500) கடல்மட்டம் இன்றிருப்பதைவிட 100 மீ. தாழ்ந்திருந்தது.

2. இன்றைக்கு 10,000 ஆண்டுகளுக்கு முன்னர் (கி. மு. 8000) கடல்மட்டம் இன்றிருப்பதைவிட 60 மீ. தாழ்ந்திருந்தது.

3. கடந்த 10,000 ஆண்டுகளில் மூன்று கட்டங்களில் பெரும் கடல்மட்ட மாற்றங்கள் நிகழ்ந்தன.

5000 ஆண்டுகளுக்கு முன்னர் (கி.மு. 3000) கடல்மட்டம், இன்றுள்ள அளவை அடைந்தது. பின்னர் இன்றைக்கு 4000–3500 ஆண்டுகளுக்கும் இடைப்பட்ட காலத்தில் (கி. மு. 2000–1500) அபரிமிதமான மழை பெய்து கடல்மட்டம் இன்றுள்ளதை விடச் சில மீட்டர்கள் உயர்ந்தது. இன்றைக்கும் 3500 ஆண்டுகள் முன்பிருந்து 2000 ஆண்டுகளுக்கும் இடைப்பட்ட காலத்தில் (கி. மு. சகாப்தத்தின் இறுதி) மழை குறைந்ததால் வறட்சி ஏற்பட்டது.

சு.கி. ஜெயகரன்

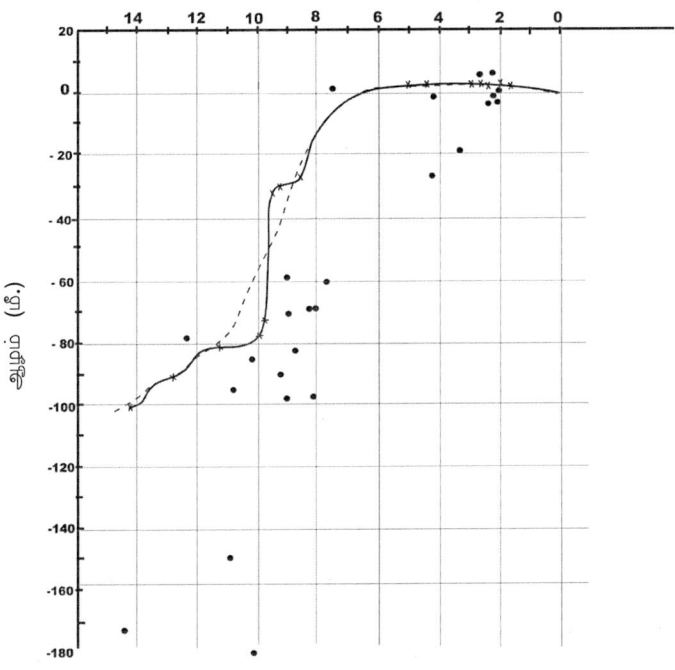

படம் – 15

கடந்த இருபதாயிரம் ஆண்டுகளில் இந்தியாவின் மேற்குக் கரையில் ஏற்பட்ட கடல்மட்ட உயர்வைக் காட்டும் வரைகோடு
(ராஜிவ் நிகம் குழுவினர் கணிப்பு)

ராஜீவ் நிகம் குழுவினர் இந்தியக் கடற்கரையில் செய்த ஆய்வுகள் போலவே, இலங்கையின் கடற்கரைகளில் பனியுகத்தி லிருந்து இன்றுவரை ஏற்பட்டுள்ள கடல்மட்ட மாற்றங்கள் பற்றி ஜெயவர்த்தனே கலாசாலையின் நிலவியலாளர், ஜினதாஸ கட்டுப்பொத (Jinadasa Katupotha) ஆய்வுகள் நடத்தியுள்ளார். இவர் தமது ஆய்வுகளின் அடிப்படையில் இன்றைக்கும் 19,000 ஆண்டுகளுக்கு முன், இன்று இருப்பதைவிட 120மீ தாழ்வாக இருந்த கடல் மட்டம் எவ்வாறு படிப்படியாக உயர்ந்தது என்பது பற்றியும், அதனால் இலங்கை கடற்கரையில் ஏற்பட்ட தாக்கங்கள் பற்றியும் விரிவான ஆய்வுக் கட்டுரைகள் எழுதி யுள்ளார். அவர் அப்போது உண்டான கடல் மட்ட மாற்றங்

களையும், ஏற்பட்ட புவியியல் நிகழ்வுகளையும் நான்கு கட்டங்களாகப் பிரிக்கிறார்.

1. பனியுகத்தின் இறுதியில் 120மீ தாழ்வாக இருந்த கடல் மட்டம், 5000 ஆண்டுகளில் 60மீ வரை வேகமாக உயர்ந்தது. அப்போது கண்டச் சரிவில் பவளப் பாறைகள் தவிர சுண்ணாம்பு, மணல், களிமண், படிவங்களாலான பாறைகள், உயரும் கடல் மட்டத்தைப் பொருத்து படிப்படியாக உருவாகின.

2. இன்றைக்கு முன் 14,000 ஆண்டுகளிலிருந்து 10,000 ஆண்டுகள் வரை 38மீ உயர்ந்த கடல்மட்டம், கண்டச் சரிவில் இருந்த ஆற்றுப் படுகைகளையும், பள்ளத்தாக்குகளையும், கழிமுகங்களையும் மூழ்கடித்தன.

3. இன்றைக்குமுன் 10,000 ஆண்டுகளிலிருந்து 7000 ஆண்டு கள் வரை கடல் மட்டம் படிப்படியாக 20மீ உயர்ந்து, இன்றைய கடல் மட்டத்தைவிட 2மீ தாழ்வாக இருந்தது. கரையை ஒட்டி 25,18,10,2மீ ஆழங்களில் உருவாகிய படிவப்பாறைகள் அனைத்தையும் கரையோரம் இருந்த ஆற்றுப்பள்ளத்தாக்கு களையும், வனங்களையும் உயர்ந்துகொண்டிருந்த கடல் மட்டம் மூழ்கடித்தது. இக்காலகட்டத்தின் இறுதியில் இலங்கை தீவாகப் பரிணமித்திருந்தது.

4. இன்றைக்கு ஏறத்தாழ 6,000 ஆண்டுகளுக்கு முன் கடல் முதலில் இன்றைய மட்டத்தைத் தொட்டது. என்றாலும் அன்று வெம்மையடைந்து கொண்டிருந்த உலகில், கடல்நீர் வெம்மையானதாலும், அதிகமான மழைபெய்ததாலும், முக்கியமாக பனிப்பரப்புகளின் எல்லைகள் உருகியதாலும் கடல்மட்டம் இன்றைய மட்டத்தைவிட 1.5மீ வரை, மூன்று முறை உயர்ந்து பின் தாழ்ந்தது. அதனால் கடற்கரையோரப் பகுதிகளில் காயல்கள், ஏரிகள், மணற் திட்டுகள் ஆகியவை உருவாகின. இன்றைக்கு 2500 ஆண்டுகளுக்கு முன் கடல் இன்றைய மட்டத்தை அடைந்தது. தென்னிந்தியா – இலங்கை யின் கடற்கரைகள் இன்றுள்ள நிலையை அடைந்தன. இலங்கையில் கடந்த இருபதாயிரம் ஆண்டுகளில் ஏற்பட்ட கடல்மட்ட உயர்வைக் காட்டும் வரைபடம், ராஜீவ் நிகம் குழு தயாரித்த வரைபடத்தை வெகுவாக ஒத்திருந்தது.

மறைந்த நிலப்பரப்புகள்பற்றி அறியும் முயற்சிகளில், கடல்மட்ட மாற்றங்கள் பற்றிய நிகம் குழுவினரின் கண்டு பிடிப்புகளின் தாக்கம் என்ன? இந்திய – இலங்கைக் கடற்கரை கள் இன்றுள்ளதைவிட எவ்வாறு மாறுபட்டு இருந்தன என்பது தெரியவருகிறது. அடுத்தபடியாக மாறிவந்த குடியிருப்புகள், அக்காலத்தே வாழ்ந்த மக்களின் கலாச்சாரம், நாகரிகம்

சு.கி. ஜெயகரன்

ஆகியவற்றையும் அறிந்துகொண்டால், நாம் மேற்கொண்ட தேடல் முற்றுப்பெறும். இதற்கு அகழ்வாராய்ச்சி, தொல் பொருளியல், கடலியல், மானிடவியல் ஆகிய துறைகளின் ஒன்றிணைந்த ஆய்வு அவசியம்.

கடல் மட்டத்திலிருந்து உயர்ந்த பகுதிகள்

கடல் அகலுவதும், கடல்மட்டம் உயருவதும் தாழ்வதும் புவியியல் வரலாற்றில் அவ்வப்போது ஏற்படும் நிகழ்வுகள். பூமி குளிர்வதாலும், கண்டங்களின் பெயர்ச்சியாலும், நில முறிவுகள் மற்றும் எரிமலை வெடிப்பு போன்ற நிகழ்வுகளாலும், நிலம் ஒருபுறம் உயர்ந்து மறுபுறம் தாழ்ந்து நிலச்சமநிலை (Eustatic equilibrium) அடைய முற்படுவதாலும் கடல்மட்டத்தில் மாற்றங்கள் ஏற்படும்.

இமயமலையின் பனிபடர்ந்த பகுதியில், கல்லாகச் சமைந்த மீன்கள் போன்ற பிராணிகளின் தொல்லுயிரெச்சங்கள் கண்டுபிடிக்கப்பட்டிருக்கின்றன. இமயமலை ஆதிகாலத்தில் கடலடியில் படிந்த படிவங்களால் ஆனது என்பதையே இவை காட்டுகின்றன. இந்திய உபகண்டம் ஆசியக் கண்டத்துடன் மோத, இடைப்பட்ட டெதிஸ் எனும் ஆதிக்கடற் படிவங்கள் இமயமலையாக எழுந்தன. கடல் விலகியது. இங்கிருந்த ஆதிக்கடலாகிய டெதிஸ் இருந்த காலம், கிரிடேஷியஸ் காலகட்டம் (இன்றைக்கு பதிமூன்று கோடி ஆண்டுகளுக்கு முன்னர்). இதே காலகட்டத்தில், தமிழ்நாட்டில் அரியலூர் பகுதிவரை கடல் இருந்தது. (அன்று கடலில் வாழ்ந்த ஜீவராசி களின் தொல்லுயிரெச்சங்கள் இப்பகுதியில் பல கிடைத் துள்ளன). பின்னர் சோழமண்டலக் கரையுயர்ந்தபோது, இப்பரப்பு வறண்டு நிலமானது. கடல் ஏன் அகன்றது? முன்பு இமயமலையின் பிறப்புக்குக் காரணமான கண்டங்களின் பெயர்ச்சி, மோதல் போன்ற காரணங்கள் தவிர, இதர காரணங்களும் உள்ளன.

அன்றிருந்த நிலப்பரப்பின் மீதிருந்த மண், மணல் போன்றவற்றை இயற்கையின் சக்திகள் கடற்கரையை ஒட்டிய தாழ்வான பகுதிகளில் வாரியிறைக்க, பள்ளங்கள் நிரப்பப் பட்டன. கடற்கரையை ஒட்டிய ஏரி அல்லது காயல் (Backwaters) இவ்வாறு நிரப்பப்படுகிறது எனக் கொள்ளலாம். காலப்போக்கில் அந்த ஏரி நிரப்பப்பட்டு, தாழ்ந்து வறண்டு விட வாய்ப்புகள் உள்ளன. இச்செயலைப் பள்ளம் ஒன்றில் மண்ணைக் கொட்டி நீரை விலகச் செய்வதற்கு ஒப்பிடலாம்.

புவியியல் வரலாற்றில் கடல்மட்டம் தாழ்ந்ததற்கும் கடற்கரையோரப் பகுதிகள் இவ்வாறு உள்நிலமாக

மாறியதற்கும் முக்கியக் காரணம் ஆறுகள். ஆறுகள் உற்பத்தி நிலையிலிருந்து கடலில் சங்கமமாகும்வரை நதிப்படுகைகளி லிருந்து களிமண், மணல் ஆகியவற்றை அரித்து ஏந்தி வரு கின்றன. மலைப் பகுதிகளில் ஓடிவரும்போது அரிப்புச் சக்தி அதிகமாக இருக்கும். கற்கள், பாறைகளை உருட்டி ஓடிவந்த ஆறு சமவெளியில் ஓட ஆரம்பிக்கும்போது வேகம் குறைந்து படிவங்களை நதிப்படுகைகளில் படியவைக்கும். ஆறு கடலில் சங்கமமாகும் பகுதியில் தன்னுடைய அரிக்கும் செயலை இழந்து, கரையில் தான் ஏற்றிவந்த வண்டலை இறக்க, கழிமுகம் உருவாகிறது. கழிமுகத்தின் அமைப்பு, கடற்கரை யோரத்தில் உள்ள நீரோட்டம் மற்றும் அலைகளின் வேகம் இவற்றைப் பொருத்து அமைகின்றது. நீரோட்டம் அதிகரித்தால் வண்டல் பரவலாகச் சிதறும். அதிக அடர்த்தியுடைய கடல் நீருடன் கலக்கும் ஆற்றுநீர், அது ஏந்திவரும் வண்டலைப் படியவைப்பதால் பறவையின் பாதம் போன்ற அமைப்புடைய கழிமுகம் உருவாகிறது. இப்பகுதிகளில் மந்தமாக ஓடும் ஆறு, பல கிளைகளாகப் பிரிந்து உருவாக்கும் டெல்டாப் பகுதிகள் கடற்கரையை ஆக்கிரமிக்க, கடற்கரையின் பரப்பு அதிகரிக்கிறது. அதாவது, முகத்துவாரத்தில் படியும் மணல் அதிகரித்து, கடல் நீரை அகற்றிவிட, கடற்கரை கடல்நோக்கிப் பரவுகிறது. சில சமயங்களில் கழிமுகத்தில் கொட்டப்பட்ட வண்டலை கடல்நீர் ஊடுருவித் துண்டிக்க, தீவுகள் உருவாக லாம். கிழக்காப்பிரிக்காவில் தன்சனீயாவிற்குக் கிழக்கேயுள்ள சான்சிபார் தீவுகள் இவ்வாறு தோன்றியவை. சில சமயங்களில் இவ்வாறு உருவாகிய தீவுகளின் இடைப்பட்ட பகுதி தூர்ந்து, அவை தலைநிலத்துடன் இணைக்கப்படலாம். குஜராத்திலுள்ள கத்தியவார் தீபகற்பம் இதற்கு ஒரு எடுத்துக்காட்டு.

வளமான பகுதிகள் என்பதால் டெல்டாப் பகுதிகளில் வேளாண்மை மேற்கொள்ளப்பட்டு, அதனால் அடர்ந்த மக்கட்தொகையும், கணிசமான குடியிருப்புகளும் உருவா கின்றன. நைல் நதியின் கழிமுகத்தில் கெய்ரோ, சீனாவில் ஹுவாங்ஹோ நதியின் கழிமுகம், இந்தியாவில் கல்கத்தா பகுதி, பங்களாதேஷ் போன்றவை எடுத்துக்காட்டுகள் இது போலவே சுமார் 760 கி.மீ. பாய்ந்துவரும் காவிரியின் டெல்டாப் பகுதியும் வளமானது. இப்பகுதியில் காலங்காலமாகக் குடியிருப்புகள் இருந்தன. இங்குதான் காவிரிப்பூம்பட்டினம் அமைந்திருந்தது. சங்க காலத்தில் தாமிரவருணி ஆற்றின் கழிமுகத்தில் இருந்த கொற்கைத் துறைமுகமும், தொண்டியும் இன்று உள்நிலத்தில் உள்ளன. திருநெல்வேலி, இராமநாதபுரம் மாவட்டங்களில் பன்னிரண்டு ஆயிரம் ஆண்டுகளுக்கு முன்

படிந்த படிவங்கள் இன்று கடற்கரை சார்ந்த நிலப்பகுதிகளில் காணப்படுகின்றன. அண்மைக்காலத்தே உருவாகிய காயலின் கரையில் அமைந்த பகுதியே காயல்பட்டினம். குஜராத் மாநிலம் கட்சிலுள்ள ரண் பகுதி சில ஆயிரம் ஆண்டுகளுக்கு முன் ஆழமற்ற கடற்பகுதியாக இருந்தது. வரலாற்றுக்கும் முற்பட்ட காலத்தே இங்கு ஓடிய சரஸ்வதி ஆறு, பல ஆயிரம் ஆண்டுகளாகப் பரப்பிய வண்டல், மண், மணல் கழிமுகப் பகுதியில் படிந்தன. இமயமலை அடிவாரத்தில் ஏற்பட்ட சில மாற்றங்களால் சரஸ்வதி ஆறு திசை திருப்பப்பட்டது. இதனால் ரண் பகுதி ஒரு பெரும் வறண்ட உப்பங்கழி போன்ற நிலப்பரப்பானது.

கடற்கரையோரங்களில், கடல்மட்டம் உயர்வதும், சில இடங்களில் தாழ்வதும் இன்றும் நடப்பவை. இவை நிலம் உயர்வதாலோ அல்லது தாழ்வதாலோ ஏற்படும். உதாரணமாக மும்பையிலுள்ள பிரின்ஸஸ் துறைமுக நீரிணையில் 9 மீ. ஆழத்தில் அழிந்துபட்ட வனத்தின் மரங்களின் அடிமரங்கள் வேர் அறுபடாமல் நிற்கின்றன. கடல் மட்டம் 9 மீ. உயர்ந்ததால், கரையோரத்திலிருந்த காடு நீரில் கீழே மூழ்கி அழிந்து விட்டது.

கடலால் அழிந்த சில பகுதிகள் பற்றிய அகழாய்வு தகவல்கள்

வரலாற்றுக்கு முற்பட்ட காலத்திலும், வரலாற்று காலத்தின் துவக்கத்திலும் தமிழகத்தில் கடலையொட்டிய குடியிருப்புகள் எத்தனை இருந்திருக்கலாம் என்பது ஆராயப்பட வேண்டியதாகும். ஐரோப்பாவிலும், அமெரிக்காவிலும் நடத்தப்பட்ட ஆய்வுகள் கடற்கரையையொட்டியிருந்த இத்தகைய குடியிருப்புகள் அழிந்ததைத் தெரிவிக்கின்றன. இதுபோலவே இந்தியக் கண்டத்தின் கடற்கரையோர ஆதிக்குடியிருப்புகள் அழிந்துபட்டதற்கான வாய்ப்புகள் அதிகமுள்ளன. பொதுவாக வேட்டையாடியும், உணவு சேகரித்தும் வாழ்ந்த ஆரம்பநிலை சமூகத்தவரின் எண்ணிக்கை சிறியது. ஆங்கிலேயத் தொல்பொருளாய்வாளர் கிரஹாம் க்ளார்க்கின் (Graham Clarke) கருத்துப்படி, இங்கிலாந்திலும் வேல்ஸிலும் பழைய கற்காலத்தின் ஆரம்பத்தில் சுமார் பத்து கூட்டங்களாகப் பிரிந்து 250 பேர்களும் மொத்தமாக இடைக் கற்காலத்தில் 4,500 பேர்களும் புதிய கற்காலத்தில் 20,000 பேர்களும் பின்னர் உணவு உற்பத்தி நிகழ்ந்த வெண்கல யுகத்தில் (கி. மு. இரண்டாயிரம் ஆண்டுகள்) 40,000 பேர்களும் வாழ்ந்திருக்கலாம். இதைப் போல மதிப்பீடு இந்தச் சமகாலத்தில் இந்தியாவில் சாத்தியமில்லை. ஏனெனில் கிடைத்திருக்கும் தொல் பொருட்கள், தடயங்கள் குறைவு.

‘இந்தியத் துணைக்கண்டத்தில், கற்காலத்தில் இருபத்தைந்து சதுர கிலோ மீட்டருக்கு ஒருவருக்குமேல் இருந்தால் அதுவே வியப்புடையது’ என்கிறார் டி.டி. கோசம்பி. ஒரு கணிப்பின் படி வரலாற்றுக்கு முற்பட்ட காலத்தில் உலக மக்கட்தொகை 0.2 பில்லியனுக்கும் குறைவு.

வரலாற்றுக்கு முற்பட்ட காலந்தொட்டு ஏற்பட்ட கடல் மட்ட மாற்றங்கள், கரையை ஒட்டியிருந்த குடியிருப்புகளை அழித்தன. கடலோர நாகரிகங்கள் பல அழிவுற்றதற்கு இதுவும் ஒரு காரணம். வரலாற்று காலத்தே இயங்கிய பல துறைமுகங் களும் இவ்வாறே மறைந்தன. கடலோர அகழ்வாராய்ச்சிகள், இவ்வாறு அழிவுற்ற குடியிருப்புகள் பற்றிய விவரங்களைத் தருகின்றன.

கிறிஸ்து சகாப்தத்தின் ஆரம்பத்திலிருந்து சுமார் 11ஆம் நூற்றாண்டுவரை, அரேபியா, ரோம் மற்றும் தென்கிழக்கு நாடுகள் ஆகியவற்றுடன் இந்தியா கடல்வழித் தொடர்பு கொண்டிருந்தது. அன்றைய முக்கியத் துறைமுகங்கள் மேற்கு வங்காளத்தில் தாம்லுக், ஓரிஸ்ஸாவில் பாலூர், ஆந்திரப் பிரதேசத்தில் கலிங்கபட்டினம், தமிழ்நாட்டில் பூம்புகார் எனும் காவிரிப்பூம்பட்டினம். இந்தத் துறைமுகங்களும், குடியிருப்புகளும் கடல் மட்ட உயர்வால் அழிந்துவிட்டன. ஆயினும் இத்துறைமுகங்கள் பற்றிய இலக்கியக் குறிப்புகள் பல உள்ளன. எடுத்துக்காட்டாக துவாரகையின் சிதைவு பற்றி மகாபாரதமும், சோழ மன்னன் இளங்கிள்ளி காலத்தே நிகழ்ந்த பூம்புகாரின் அழிவு பற்றி மணிமேகலையும் கூறு கின்றன. தொன்மை காலந்தொட்டு, கடல்மட்ட ஏற்றத்தால் குடியிருப்புகள் அழிவுற்றன என்பது இதனால் புலனாகின்றது. கிருஷ்ணன் பற்றிய புராணங்களுடன் இணைத்துக் குறிப்பிடப் படும் துவாரகை கடலில் மூழ்கியதும், காவிரிப்பூம்பட்டினத்தைக் கடல் கொண்டதும், வரலாற்றுக்கு முற்பட்ட காலத்திய அழிவு கள், அண்மைக்காலத்தில், 1965இல் தனுஷ்கோடி மூழ்கியதும், 2004இல் இந்தியத் தீபகற்பத்தின் கிழக்குக் கடற்கரையைத் தாக்கிய ஆழிப்பேரலையால் ஏற்பட்ட மாமல்லபுரத்து கரை அரிப்பும் கடல்மட்ட உயர்வின் பாதிப்புகளே.

துவாரகை (குஜராத்)

சௌராஷ்டிர தீபகற்பத்தின் வடமுனையில் உள்ள துவாரகையில் 1983 துவக்கம் மேற்கொள்ளப்பட்ட கடலடி ஆய்வுகளால் 10 மீ. ஆழத்தில் மூழ்கிக்கிடக்கும் துறைமுகப் பகுதி பற்றிய விவரங்கள் தெரியவந்தன. 1992இல் இங்கு

தேசியக் கடலியல் மையத்தைச் சார்ந்த குழு கே. எச் வோரா தலைமையில் ஆய்வுகளை மேற்கொண்டது. 750 மீ. நீளமும் 350மீ அகலமும் உள்ள பகுதி முக்கியமான தேடலுக்கு உட்படுத்தப்பட்டது. நூற்றுப்பதினேழு தடவை மூழ்கி சுமார் 90 மணி நேரம் முக்குளிப்பு நடத்தப்பட்டது.

இந்த ஆய்வில் ஏழு பகுதிகளில் சிதைந்த கோட்டை மதில்களும், சுவர்களும் தென்பட்டன. இவற்றில் ஒன்று 3 மீட்டர் நீளமும் ஒரு மீட்டர் அகலமும் கொண்ட கற்களால் அமைக்கப்பட்ட மதில் சுவர். இவற்றுடன், தூண்களும் மற்றும் சிதைந்த சுவர்களும் கண்டு பிடிக்கப்பட்டன. ஒன்பது நங்கூரங்களும் கண்டெடுக்கப்பட்டன. ஒன்று இரும்பால் செய்யப்பட்டது; மற்றவை முக்கோண வடிவத்தில், கல்லில் செதுக்கப்பட்டவை. துவாரகை தவிர, பெட் துவாரகை எனும் பகுதியிலும் அகழாய்வுகளில் கிடைத்த பானை மட்பாண்டங்கள் கி. மு. 3,500 – கி. மு. 1,500 காலத்தவை என்பது ரேடியோக் கதிர்வீச்சு முறையில் கால நிர்ணயம் செய்யப் பட்டுள்ளது.

இப்பகுதியிலும், கரையோரத்திலும் நடத்தப்பட்ட புவியியல் ஆய்வுகளில் கிடைத்த தகவல்களில் தலையானது கடல்மட்ட மாற்றங்கள் பற்றியதாகும் :

i) சுமார் பத்தாயிரம் ஆண்டுகளுக்கு முன்னர் கடல் மட்டம் இன்று இருப்பதைவிட 110 மீ. தாழ்ந்திருந்தது.

ii) பின்னர், வெம்மையடைந்துவந்த பூமியில் கடல் மட்டம் படிப்படியாக உயர ஆரம்பிக்க, சுமார் நான்காயிரம் ஆண்டுகளுக்கு முன் கடல்மட்டம் இப்பகுதியில் இன்றுள்ளதை விட 3–5 மீ. மேலாக உயர்ந்தது. (இக்காலகட்டத்தில் கரையோரப் பகுதிகளைக் கடல் கொண்டது. கடற்கரையை ஒட்டி அமைக்கப்பட்ட பல குடியிருப்புகள் பிரளயம், கடற்கோளால் அழிந்த இக்காலகட்டத்தை, பெரும் அழிவு காலமாகவே கருதலாம். அழிந்த பகுதிகளிலிருந்து தப்பியவர்கள் மேட்டுப்பாங்கான பகுதிகளுக்குச் சென்று மறுவாழ்வு வாழத் துவங்கியிருப்பர்.)

iii) பின்னர் பூமி சற்றே குளிர்வடையவும், முன்பு பெய்தது போன்ற பெருமழைக்காலம் குறையவும், கடல்மட்டம் இன்றைய மட்டத்தைச் சுமார் ஆயிரத்து ஐநூறு ஆண்டுகளுக்கு முன் அடைந்தது. (கடல்மட்டம் தாழ்ந்தபோது கடற்கரையை ஒட்டி வாழ்ந்தவர்களின் வாழ்க்கை முறைகளில் மறுபடியும் மாற்றங்கள் ஏற்பட்டிருக்க வேண்டும்.)

காம்பே வளைகுடா

2000ஆம் ஆண்டு தேசிய ஆழ்கடல் தொழில்நுட்ப அமைப்பின் ஆய்வுக்குழு காம்பே வளைகுடாவில் சுற்றுச்சூழல் சீர்கேடுகளைப் பரிசீலித்துக் கொண்டிருந்தபோது கடலடியில் புராதனச் சிதைவுகளை கண்டுபிடித்ததாக அறிவித்தது. 40 மீ. ஆழத்தில் ஒரு நகரம் மூழ்கிக் கிடப்பதாகக் கூறப்பட்டது. கடல் வள மேம்பாட்டுத் துறைக்கு கூடுதல் பொறுப்பேற்றிருந்த அன்றைய மத்திய அமைச்சர் முரளி மனோகர் ஜோஷி, 2001ஆம் ஆண்டு மே மாதம் 'காம்பே வளைகுடாக் கண்டுபிடிப்பு ஹரப்பா நாகரிகத்துக்கும் முற்பட்ட நகர்ப்புறக் கலாசாரக் காலத்திய சிதைவுகள்' என அறிவித்தார். காம்பே கடலடியில் கண்டுபிடிக்கப்பட்டவை பற்றி *இந்தியா டுடே* (பிப் 13, 2002) 'தூண்டிலில் சிக்கிய வரலாறு' என்ற தலைப்பு கொண்ட கட்டுரையை வெளியிட்டது. அக்கட்டுரை 'இதுவே உலகின் பழைய நாகரிகமா? உலக நாகரிகத்துக்கு இந்தியா முன்னோடியா? என்ற கேள்விகளுக்கு குஜராத் கடலடியில் கண்டுபிடிக்கப்பட்ட கி.மு. 7500 வருடத்திய நகரம் விடை தரலாம்' என்றது. அத்துடன் புதைந்த அமைப்புகளின் உருவகிக்கப்பட்ட படங்களும் வெளியிடப்பட்டன. அவை எதிரொலிப்பானின் சமிக்ஞைகளை மட்டும் வைத்து ஊகிக்கப்பட்டவை. அவற்றைத் தீவிர கடலடித் தீர்வைகள், முக்குளிப்பு நடத்திய பின்னரே உறுதி செய்ய வேண்டும் என்பதையும், மிகைப்படுத்தப்பட்ட காலநிர்ணயம் விவாதத்திற் குரியது என்பதையும் தொல்லியலாளர்கள் சுட்டிக்காட்டி யுள்ளனர். (பார்க்க: இணைப்பு: காம்பே வளைகுடா கடலடிக் கண்டுபிடிப்பு). சிந்துவெளி நாகரிகத்தின் திராவிடச் சான்று களை பின்னுக்குத் தள்ளி, வரலாற்றைத் திருத்தி எழுத விரும்புபவர்கள், காம்பே கண்டுபிடிப்பு 'வேத கால –நகர்ப்புற நாகரிகம்', ஆர்யர்கள் இந்தியாவின் பூர்வ குடிகள் என வாதிட கண்டுபிடிப்பின் காலத்தையும், நாகரிகத்தையும் மிகைப்படுத்தி எழுதினர். அங்கு மேலும் முறையான கடலடி ஆய்வுகள் மேற்கொள்ளப்பட்ட பின்னரே தெளிவு கிடைக்கும்.

தமிழகம்

தமிழகத்தின் கடற்கரை, கிழக்கில் ஏறத்தாழ 920 கி. மீ. நீளமும், மேற்கில் கன்னியாகுமரி முதல் நீரோடி வரை 70 கி. மீ. நீளமும் கொண்டதாகும். கிழக்குக் கடற்கரைப் பகுதியில், கண்டத்தின் கடலடித் தொடர்ச்சி (continental shelf) ஏறத்தாழ 50 கி.மீ. அகலமானது. மேற்கு கரையிலுள்ள இத்தொடர்ச்சி யுடன் ஒப்பிட்டால் இது குறுகலானது என்றே சொல்லலாம்.

சு.கி. ஜெயகரன்

இவ்வாறு குறுகலான கண்ட கடலடித் தொடர்ச்சியுள்ள நில அமைப்புகளில் அலைகளின் தாக்குதலும், அதனால் ஏற்படும் கடல் அரிப்பும் அதிகமாகவே இருக்கும். மேற்குக் கரையில் தென் மேற்குப் பருவக்காற்று வீசும் மே – செப்டம்பர் மாதங்களில், புயல்காற்றும் உயர்ந்த அலைகளும் கரைகளை அழிப்பதால் சேதம் ஏற்படுகின்றது. 1969 – 1977க்கு இடைபட்ட காலகட்டத்தில் மட்டும் கடற்கரைப் பகுதியிலிருந்த 549 வீடுகள் அழிந்தன என்பதைக் *கன்னியாகுமரி மாவட்ட விவரச்சுவடி* (பக். 281) தெரிவிக்கிறது. இப்பகுதியிலுள்ள தூத்தூர் எனும் கிராமத்தில் கடந்த ஏழு ஆண்டுகளில் கடல், ஏறத்தாழ 40மீ. கடற்கரை அரித்து உள்நிலம் நோக்கி வந்துள்ளது எனவும் 2000 ஆண்டில் ஜூன் – ஆகஸ்ட் மாதங்களில் ஏற்பட்ட கொந்தளிப்பில் 42 வீடுகள் அழிந்தன எனவும் கூறப்படுகிறது. எனவே கடலோரப் பகுதியில் அழிவுகள் புயலாலும், சூறாவளிக் காற்றுடன் வீசும் அசுர அலைகளாலும், கடல் கொந்தளிப்பு களாலும் ஏற்படுகின்றன.

தமிழ்நாட்டில் பூம்புகார், தரங்கம்பாடி, வானகிரி, சின்ன வானகிரி மற்றும் நாயக்கன்குப்பம் பகுதிகளில் கடலடி அகழ்வராய்ச்சிகள் நடத்தப்பட்டன. 1981இல் பூம்புகார் காரைக்காட்டுக்கும் சின்ன வாணகிரிக்கும் இடைப்பட்ட கடற்பகுதியில் ஐந்து கிலோ மீட்டர் உள் நிலம்வரை ஆய்வு மேற்கொள்ளப்பட்டது. கடற்கரையை ஒட்டிய பகுதிகளில் அகழாய்வு நடத்த முடிவு செய்யப்பட்டு 1991ஆம் ஆண்டு முதல் நான்கு கட்டங்களில் ஆய்வு மேற்கொள்ளப்பட்டது. பூம்புகாரிலும் தரங்கம்பாடியிலும் கடற்கரையிலிருந்து சற்றே தள்ளி, கடலடி ஆய்வுகள் மேற்கொள்ளப்பட்டன. எதிரொலிப் பான் (Sonar Scan) மூலமும், கடலடியில் துளையிட்டும், முக்குளித்தும் அங்கு கிடைக்கும் தொல்லெச்சங்கள் மற்றும் மூழ்கிய பகுதிகள் இவை பற்றி ஆய்வுகள் நடத்தியுள்ளனர். இந்த ஆய்வுகளில் கிடைத்தவை பெருமளவில் ஏற்பட்ட அழிவின் சிறுசிறு தடயங்களேயாகும். அழிவின் முழு பரிமாணத்தை அறிய விரிவான ஆய்வு தேவை.

பூம்புகார்

காவிரிப்பூம்பட்டினத்தில் நடத்திய அகழ்வாராய்ச்சிகள், இப்பகுதி எவ்வாறு அழிந்தது, எவ்வாறு அதனை கடல் கொண்டது போன்ற தகவல்களையும் தருகின்றன. காவிரிப்பூம் பட்டினம் கி. மு. 3ஆம் நூற்றாண்டுக்கும் – கி.பி. 3ஆம் நூற்றாண்டுக்கும் இடைப்பட்ட காலத்தைச் சார்ந்தது. *சிலப்பதிகாரம், பட்டினப்பாலை, அகநானூறு, புறநானூறு*

ஆகியவற்றில் காவிரிப்பூம்பட்டினம் பற்றிய குறிப்புகள் உள்ளன. சிலப்பதிகாரத்தின் விளக்கப்படி, காவிரிப்பூம் பட்டினம் அருகாமையில், ஏறத்தாழ முப்பது குடியிருப்புகள் இருந்தன; கிழக்குப் பகுதி மருவூர் பாக்கம் என்றும் மேற்குப் பகுதி பட்டினப்பாக்கம் என்றும் அழைக்கப்பட்டது. ரோமானியக் கடல் வணிகர் தங்கியிருந்த பகுதிகள் யவனர் குடியிருப்பு என அழைக்கப்பட்டன. கலங்கள் வந்து நங்கூர மிட்ட இந்தத் துறைமுகம் செல்வச் செழிப்புடன் இருந்தது.

கடற்கரையில் அலையடிக்கும் ஓதப் பகுதியிலும், கரையி லிருந்து சற்றே தள்ளியும் நடத்தப்பட்ட ஆய்வுகளால் பல தொல்லெச்சங்களும் சில கட்டிடங்களின் சிதிலங்களும் கண்டுபிடிக்கப்பட்டன. இவற்றில் முக்கியமானது, கடற்கரையி லிருந்து 60 மீ. தொலைவில் கடலினடியில் ஒரு மீட்டர் ஆழத்தில் காணப்படும் நான்கு சிதைந்த கட்டிடங்களாகும். காவிரியின் கழிமுகத்தில் அமைந்த இந்தச் சிதைவுகள் தென்வடலாக அமைந்தவை. சுமார் 25 மீ. நீளம் உடையவை. பூம்புகாரில், கடலலைத் தாக்கும் பகுதியில், 1.2 மீ. உயரம், 12 மீ அகலம், 4 மீ. நீளம் கொண்ட ஒரு கட்டிடத்தின் சிதைவு காணப்படுகிறது. இங்கு கிடைத்த செங்கற்கள், சங்க காலத்தைச் சார்ந்தவை. மேலும் சுடு மண் வளையங்கள் வைத்துக் கட்டப்பட்ட குடிநீர்க் கிணறுகளும் கண்டுபிடிக்கப்பட்டன. உப்புநீர் கலக்காத நன்னீரை எடுக்க, கடற்கரையிலிருந்து சற்றே விலகி உள் நிலத்தில் கிணறு தோண்டுவர். இன்று இக்கிணறு கடலினடி யில் இருப்பதால், கடல் வெகுவாக உள் நிலத்தை ஆக்கிர மித்தது என்பது தெளிவு. சின்ன மேடு கிராமத்து கடலடியில் கி. பி. 2ஆம் நூற்றாண்டைச் சேர்ந்த புத்தர் சிலையொன்று கிடைத்துள்ளது.

1963இல் காவிரிப்பூம்பட்டினத்தின் ஒரு பகுதியான கிளையூரில் நிகழ்த்திய அகழ்வாராய்ச்சியில் சோழர் செப்புக் காசுகள், இரத்தினக் கற்கள், ரோமானிய ஜாடிகள் (Amphora) போன்ற தொல்லெச்சங்கள் கிடைத்துள்ளன. ‘U’ வடிவத்தில் செங்கல்லால் கட்டப்பட்ட சிதைவு, அன்று கலங்கள் வந்து நங்கூரமிட்ட துறை என அறியப்பட்டுள்ளது. மேற்கண்ட கண்டுபிடிப்புகள் யாவும் அழிந்துபட்ட பகுதிகளின் மிகச் சிறிய ஒரு பிரதிபலிப்பேயாகும்.

வாணகிரி

பூம்புகாரையடுத்த வாணகிரியிலும், ஓதப்பகுதியில் கடல் மட்டம் தாழும்போது, வட்டக் கிணறுகள் தென்படுகின்றன.

இங்குள்ள கடற்கரையில் கி. பி. 11ஆம் நூற்றாண்டில் கட்டப் பட்ட மாசிலாமணிக் கோயில், கடலின் ஆக்கிரமிப்பால் அழியும் நிலையிலுள்ளது. இதன் பெரும்பகுதி சிதைந்துவிட்டது. ஒரு பகுதி கடலில் மூழ்கிவிட்டது. இதனால், கடல் இங்கு கடந்த 900 ஆண்டுகளில் கரையை ஒட்டிய உள் நிலத்தை மெதுவாக ஆக்கிரமித்து உயர்ந்துள்ளது என்பது தெளிவாகிறது. இந்த மூழ்கிய பகுதிகளில், குடியிருப்புகளும் இருந்திருக்கலாம்.

தரங்கம்பாடி

பூம்புகாரிலிருந்து 15 கி. மீ. தெற்கே உள்ள தரங்கம்பாடி பகுதியில் கி. பி. ஒன்பதாம் நூற்றாண்டு துவக்கம் குடியேற்றங்கள் இருந்ததற்கான தடயங்கள் உள்ளன. பல செங்கற்கள் கிடைத்துள்ளன. கருங்கல்லாலான சோழர் காலத்து சிவன் கோயிலொன்று கடலில் மூழ்கும் நிலையிலுள்ளது. இதுவும் கடல்மட்ட உயர்வால் ஏற்பட்ட கடலின் ஆக்கிரமிப்புக்கு ஒரு எடுத்துக்காட்டு.

தரங்கம்பாடி டேன்ஸ்போர்க் (Dansborg Museum) அருங் காட்சியகத்தில் கடற்கரைப் பகுதி, கோட்டை ஆகியவற்றைக் காட்டும் கி.பி. 17ஆம் நூற்றாண்டு வரைபடம் ஒன்று உள்ளது. இதைக் கூர்ந்து கவனித்தால், தரங்கம்பாடி ஒரு கோட்டைச் சுவரால் பாதுகாக்கப்பட்டிருந்ததும், சிவன் கோயில், கோட்டை அருகே, பாதுகாப்பான இடத்தில் இருந்ததும் தெரியவருகிறது. கடற்கரை அப்போது கோட்டைச் சுவரிலிருந்து 50 மீ. அப்பால் இருந்தது. ஆனால் இன்றோ, கடல் சுமார் 300 மீ. உள்நிலத்தை ஆக்கிரமிப்பு செய்துள்ளது. 300 ஆண்டுகளில், ஆண்டுக்கு ஒரு மீட்டர் என்ற விகிதத்தில் கடல் கரையை விழுங்கியிருக் கிறது. இதே ரீதியில் கடலின் ஆக்கிரமிப்பு தொடர்ந்தால், ஐம்பது ஆண்டுகளில் தரங்கம்பாடி கோட்டை முழுவதுமாகக் கடலுள் ஆழ்ந்துவிடும்.

பூம்புகார், தரங்கம்பாடி கடற்கரையோரப் பகுதிகளில் கடந்த இரண்டாயிரம் ஆண்டுகளுக்கு மேல் கடற்கரை அரிப்பு ஏற்பட்டுக்கொண்டிருக்கிறது. இது கடந்த நூற்றாண்டில் தீவிரமடைந்துள்ளது. பூமி வெம்மையடைந்து கடல்மட்டம் உயருவதால் ஏற்படும் அழிவு இது. ஒரு கணிப்பின்படி (T. P. Barnett , 1984) உலக அளவில், கடல்மட்டம் 1900முதல் ஆண்டுக்கு 1மி. மீ. என்ற விகிதத்தில் உயர ஆரம்பித்திருக்கிறது. 1940ஆம் ஆண்டுக்குப் பின், வருடத்திற்கு 2.3 மி. மீ உயர்ந்து வருகிறது. இந்த விகிதத்தில் கடல் உயரும்போது, சில நூற்றாண்டுகளில் கடற்கரைப் பகுதிகளில் அரிப்பு, சேதாரம்

ஏற்படும். கரையை அடுத்த தாழ்வான பகுதிகள் கடலில் மூழ்கும். நதிகளின் கழிமுகங்களில் கடல் புகுந்து கரையோரங் களை வெள்ளத்தில் ஆழ்த்திவிடும்.

மாமல்லபுரம்

மாமல்லபுரம் கடற்கரையருகே கடலில் சென்ற மீனவர்கள் கடல்நீர் தெளிவான நேரங்களில் கடலடியில் புராதனச் சிதைவுகளைக் காணமுடியும் என்றும், சில நேரங்களில் வலைகள் அந்த இடிபாடுகளில் சிக்கிக் கொள்ள, அவற்றை விடுவிக்க முக்குளித்த மீனவர்கள் சிதிலங்களைப் பார்த்ததாகக் காலங் காலமாகக் கூறி வந்தனர். அங்கு இருந்த கோயில்கள் கடலில் மூழ்கியது பற்றிக் கூறும் மரபு பற்றி ஆங்கிலேய வானிலையாளர் ஜெ. கோல்டிங்ஹேம் (J. Goldingham) 1798இல் குறிப்பிட்டுள்ளார். மாமல்லபுரத்து கரையோர புரதானச் சின்னங்கள் மீது, கடல் மட்ட மாற்றங்களால் உண்டான தாக்கங்கள் பற்றிய எழுதிய, கடலடி ஆய்வாளர்கள் மஹோபாத்ரா, பிரசாத், 1999இல் தாம் எழுதிய ஆய்வுக் கட்டுரையில் அங்கு ஆழமற்ற கடலடியில் புராதனச் சிதைவுகள் இருப்பதற்கான சாத்தியக் கூறுகள் உள்ளதைக் குறிப்பிட்டனர். பின்னர் 2001இல் கோவா, தேசீயக் கடலியல் மையம் (National Institute of Oceanography), இங்கிலாந்தில் உள்ள டோர்ஸெட் (Dorset)டிலுள்ள அறிவியல் ஆய்வுக் கழகம் (Scientific Exploration Society) இரண்டும் இணைந்து மாமல்லபுரம் கடற்கரையிலிரந்து 500 – 700மீ. தூரத்தில் 5–8மீ. ஆழம் கொண்ட பகுதிகளில் முக்குளித்து கடலடி ஆய்வுகள் மேற்கொண்டனர். அவர்கள் 100 மீ. நீளம் 50மீ. அகலம் கொண்ட கடற்தளப்பகுதியில் புராதனச் சிதைவுகள் உள்ளதைக் கண்டுபிடித்தனர். அங்கு பெரும் கன செவ்வக, கன சதுர கற்களால் அமைக்கப்பட்ட சுவர்கள், படிக்கட்டுகள், சமதளங்கள் ஆகியவை பாசி, பவளம் படர்ந்த சிதைவுகளாக உள்ளதைக் கண்டனர். ஆய்வுக் குழுவின் தலைவரான கமலேஷ் வோரா, அங்கு காணப்பட்ட அஸ்திவாரம், உடைந்த கற்றூண்கள் இன்று கடலடியில் சிதைந்த நிலையில் உள்ள கோயில்களின் கட்டுமானத்திற்குப் பயன்படுத்தப்பட்டவை என்றும், அவை ஏறத்தாழ 1500 – 1200 ஆண்டுகளுக்கு முற்பட்டவை என்றும் அறிவித்தார். இந்தக் கடலடி ஆய்வுக்குத் தூண்டுகோலாக இருந்த ஆங்கிலேயக் கடலடி ஆய்வாளர் கிரஹாம் ஹேன்காக் (Graham Hancock) "எகிப்தில், அலெக்ஸாண்டிரியாவில் கடலடியில் கண்டுபிடிக்கப்பட்ட புராதன நகரின் சிதைவுகள் போன்ற, மாமல்லபுரம், கண்டுபிடிப்பு தொல்லியல் முக்கியத்துவம் வாய்ந்தது" என்றும்

மாமல்லபுரம் கரை தாண்டிப் பல சதுர கி.மீ. அந்தச் சிதைவுகள் இருப்பதாகத் தம் அறிக்கையில் குறிப்பிட்டார். மேலும் அவர், டர்ஹாம் (Durham) கலாசாலையில் கடல் மட்ட மாற்றங்கள் பற்றி ஆய்வு செய்து வரும் கிளென் மில்ன் (Glenn Milne) கடலடியில் ஆழ்ந்த கடற்கரைகள் பற்றிச் செய்த ஆய்வுகளின் அடிப்படையில், மாமல்புரத்துக் கடலடிச் சிதைவுகள் 6000 ஆண்டுகளுக்கு முற்பட்டது என்ற, சர்ச்சைக்குரிய காலக் கணிப்பை அறிவித்தார். அக்கருத்து இந்தியத் தொல்லியலாளர் களின் அங்கீகாரத்தைப் பெறவில்லை, ஏனெனில் பின்னர் மேற்கொண்ட ஆய்வுகளில் காணப்பட்ட தொல்பொருட்கள் காலக் கணிப்பில் ஏற்பட்ட குழப்பங்களை நிவர்த்தி செய்தன. 2004இல் ஏற்பட்ட ஆழிப் பேரலை மாமல்லபுரத்துக் கடற் கரையைத் தாக்குமுன், கடல் 500மீ. உள் வாங்கியபோது 2மீ. உயரம், 70மீ. நீளம் கொண்ட கோயில் பிரகாரத்தின் ஒன்றின் சிதிலங்களைக் கண்டதாகக் கூறப்பட்டது. அதன் பின் ஆழிப்பேரலை கடற்கரையைத் தாக்கிப் பின்னடைந்த போது மாமல்லபுரத்துக் கடற்கரை அரிக்கப்பட்டதால், கல்லால் செதுக்கப்பட்ட சிங்கச் சிலையொன்று கண்டுபிடிக்கப் பட்டு அதன் காலம் கி.பி. ஏழாம் நூற்றாண்டு என உறுதி செய்யப்பட்டது. அதைத் தொடர்ந்து இந்தியத் தொல்லியல் துறை (Archaeological Survey of India)கடற்கரையில் மேற்கொண்ட அகழாய்வில், ஆய்வாளர் சத்தியமூர்த்தி ஒரு கல்வெட்டைக் கண்டுபிடித்தார். ராஷ்ரகூட மன்னன் கிருஷ்ணா என்ற அரசன் காலத்தில், அங்கு நந்தா விளக்கு ஒன்றை அமைத்து அதை எரியச் செய்யப்பட்ட செலவினம் பற்றி குறிப்பிடும் கல்வெட்டு என்பதைக் கண்டுபிடித்தார். அப்பகுதியில் மேற்கொண்டு அகழாய்வு செய்யப்பட்டபோது பழங்காசுகளையும், பல்லவர்கள் காலத்தில் கட்டப்பட்ட கோயிலின் சிதைவுகளை யும், இரண்டாயிரம் ஆண்டுகளுக்கு முற்பட்ட (சங்ககாலம்) காலத்தைச் சார்ந்த கட்டிடம் ஒன்றின் அடித்தளத்தையும் கண்டுபிடித்தார். அந்த அடித்தளத்தின் மேலிருந்த கட்டமைப்பு பல்லவர் காலத்திற்கு முன் ஏற்பட்ட ஆழிப் பேரலையாலும், பல்லவர் காலக் கட்டுமானம் ஏறத்தாழ கி.பி. 13ஆம் நூற்றாண்டில் ஏற்பட்ட ஆழிப் பேரலையாலும் சிதைந்து கடலில் மூழ்கின என்பது கடலடிப் படிவங்களின் அடிப்படை யிலும், தொல்பொருட்களின் காலத்தை வைத்தும், முடிவு செய்யப்பட்டது. 2005இல் இந்தியத் தொல்லியல் துறை, இந்தியக் கடற்படை இணைந்த குழு எதிரொலிப்பான் சமிக்ஞைகளை ஆராய்ந்து மாமல்லபுரக் கடலடியில் மேலும் இரு கோயில் களும், குடைவரைக் கோயில் ஒன்று, பிரகாரங்கள் போன்ற அமைப்புகளின் சிதிலங்களும் இருப்பதாக ஊகித்தனர்.

பல்லவர் காலத்திய மாமல்லபுரத்துக் கடற்கரைக் கோயில்கள், இதர கட்டுமானங்கள் கடலில் ஆழ்ந்ததற்கு ஆழிப் பேரலை, கடல் மட்ட உயர்வு தவிர நிலமுறிவால் கடலடித்தளம் தாழ்ந்ததும் ஒரு காரணமாகயிருந்திருக்கலாம்.

வங்காள விரிகுடாவில் அவ்வப்போது உருவாகும் புயலும், அதனால் உருவாகும் அசுர அலைகளும், தமிழ்நாடு, ஆந்திரா, ஒரிஸ்ஸா மற்றும் வங்காளத்தில் அவ்வப்போது சேதங்களை உண்டாக்குவதை நாம் அறிவோம். இதுபோலவே சங்ககாலங்களில் ஏற்பட்ட நிகழ்ச்சிகள், கடற்கரையை அடுத்த குடியிருப்புகளைக் கடலில் மூழ்கடித்திருக்க வேண்டும். இன்று கடலடியில் உள்ள, கண்டத்தின் கடலடித் தொடர்ச்சியான அன்றிருந்த நிலப்பரப்புகளே, மூழ்கிய நிலப்பரப்புகள் பற்றிய செவிவழி மரபுகளுக்கு ஆதாரமாக இருந்திருக்கலாம். இவற்றையே சில இலக்கிய நூல்கள் பின்னர் பெரும் நிலப்பரப்புகளாக மிகைப்படுத்திச் சித்தரித்தன.

குமரி எனும் நிலநீட்சி

பதினெட்டாயிரம் ஆண்டுகளுக்கு முற்பட்ட காலம் உலகைக் குளிரவைத்த இறுதிப் பனியுகமாகும்; வடதுருவத்தில் மட்டுமல்லாமல் ஐரோப்பாவிலும் வட அமெரிக்காவிலும் பனிப்பரப்புகள் வியாபித்திருந்தன. இதுபோலவே தென் துருவத்து பனிப்பரப்புகளும் வெகுவாக வியாபித்திருந்தன. அப்போது கடல்மட்டம் இன்றிருப்பதைவிட சுமார் 100 – 150 மீ. தாழ்வாக இருந்தது (*National Geographic Magazine*, May 1998). கண்டங்களின் கடலடித் தொடர்ச்சியான நிலப் பரப்பின் சில பகுதிகள் அன்று நீருக்கு மேல் இருந்தன. சைபீரியாவும் அலாஸ்காவும் இணைக்கப்பட்டிருந்தன. இந்த நிலப்பாலம் வழியாக ஆசியாவிலிருந்து அமெரிக்காவுக்கு மிருகங்கள் வலசைபோயின. மனிதக் குடியேற்றங்களும் இந்தப் பாதை மூலம்தான்.

இதுபோலவே பாப்புவா நியூகினி, ஆஸ்திரேலியா – டாஸ்மேனியா ஆகியன ஒன்றுடன் ஒன்றாகவும், பிரிட்டிஷ் தீவுகள் ஐரோப்பாவுடனும் இணைந்திருந்தன. இதே காலகட்டத்தில் தமிழகத்துடன் நிலப்பரப்பால் இலங்கை இணைக்கப்பட்டிருந்தது. பின்வந்த எட்டாயிரம் ஆண்டுகளில், சுற்றுச்சூழல் வெம்மையடைந்தது. பனிப் பரப்புகளும் பனியாறு களும் உருகி, கடல்மட்டம் உயர்ந்து, தாழ்வான கடலோரப் பகுதிகள் நீரில் மூழ்கின. அந்த நிலப்பரப்புகள் இன்று கடலடி தொடர்ச்சிகளின் பகுதி களாக உள்ளன. தமிழகம் இன்றைய இலங்கைக் கடற்கரையோடு இணைந்திருந்த பகுதியில் கடலில் மூழ்கிய நிலப்பரப்புகளே குமரிக்கண்டம் எனும் மரபுக்கான ஆதாரங்களாக இருக்கலாம். தாழ்ந்த நிலப்பரப்பு களில் இருந்த குடியிருப்புகள் கடல்மட்டம் உயர்ந்தபோது அழிய, அந்தப் பகுதியிலிருந்து தப்பியவர்கள் மூலம் செவிவழியாக வந்த கதையே குமரி எனும் நிலநீட்சி பற்றிய மரபுகளுக்கான வித்தாக அமைந்திருக்கலாம்.

தமிழ்நாட்டு வரலாறு – தொல்பழங்காலம் நூலிலும் இதே கருத்து கூறப்படுகிறது. "குமரிக்கண்டம் என்பது தமிழக

நிலப்பகுதியை ஒட்டிக் கடலுள் மூழ்கிய நிலப்பரப்பாக இருந்திருக்கலாம் என்றும், கடல்மட்ட உயர்வால் அது கடலால் கொள்ளப்பட்டிருக்கலாம் என்றும் அறியலாம். இந்தியா – இலங்கை ஆகிய நாடுகளிக்கிடையே உள்ள பாக் நீரிணை மன்னார் வளைகுடாவைச் சேர்ந்த பெருநிலப் பகுதி அண்மைக் காலத்தில் மூழ்கியதாகத் தெரிகின்றது. குமரி முனைக்குத் தெற்கே இருந்த நிலப்பரப்பே இலக்கியங்கள் குறிப்பிடும் குமரிக்கண்டமாக இருந்திருக்கலாம்." (பக். 24, 25)

தமிழாய்வாளர் பி. ராமனாதனும் தனது நூலொன்றில் இதை இன்னும் உறுதிபடக் கூறுகிறார். "லெமூரியா என்னும் பெருங்கண்டம் இந்து மாக்கடலில் மூழ்கியதாக ஏர்ன்ஸ்ட் ஹிக்கல் எண்ணியது தவறு என்பதை இன்றைய கண்டத்தட்டு களின் அமைப்பு பற்றிய அறிவால் தெளிவாகிறது. முன்பு சிலர் கூறியது போல திராவிடர்களை லெமூரியாக் கண்டத் துடன் இணைப்பது ஆதாரமற்றது. திராவிடர்கள், இந்தியா விற்குத் தெற்கிலிருந்த, கடலில் மூழ்கிய நிலப்பரப்புடன் சம்பந்தப்பட்டவர்களாயிருக்கலாம். இந்த மூழுகிய நிலப் பரப்பு ஒரு கண்டம் போன்ற பெரிய நிலப்பரப்பு அல்ல." அவர் கடல் மட்டம் 20 ஆயிரம் ஆண்டுகளுக்கு முன்னர் 30 அடி கீழே இருந்திருந்தால் அப்போது, தமிழகம் இலங்கை சேர்ந்த நிலப்பரப்பு எப்படியிருந்திருக்கக் கூடும் என்பதை வரைபடமாகக் காட்டியுள்ளார் (*A New Account of the history and Culture of Tamils*, பக். 10, 11, 17). இவரது அணுகுமுறை அழிந்த நிலப்பரப்பை தேடிய மற்றவர்களின் அணுகுமுறையி லிருந்து முற்றிலுமாக மாறுபட்டு, சரியான திசையில் செல்ல ஆரம்பித்த ஆய்வு.

குமரிக்கண்ட ஆதரவாளர்களால் குமரிக்கோடு என்பது ஒரு பெரிய மலையாக பொதுவாக அடையாளம் கண்டு கொள்ளப்படுகிறது. கோடு என்பது மலையின் உச்சியையும், நீர்க்கரையையும் குறிப்பிடும் (*பிங்கல நிகண்டு* 3448). கோடு என்ற சொல் மலையை மட்டும் குறிப்பதல்ல. செம்பாறைக் குன்றான திருச்செங்கோடு இதற்கு ஒரு எடுத்துக்காட்டு. எனவே குமரிக்கோடு எனக் குறிக்கப்பட்டது ஒரு பெரிய மலையாக இருந்திருக்க வேண்டிய அவசியமில்லை. *குமரித் தீம்புனல்* எனும் காக்கை பாடினியப்பாயிரத்தில் 'கோடு' என்பதற்குக் கரை என்ற பொருள் கொள்வதால், இளங்கோவடிகள் கூறும் 'குமரிக்கோடும் கொடுங்கடல் கொள்ள என்பதிலுள்ள குமரிக் கோட்டை, அடியார்க்கு நல்லார், குமரியாற்றின் வடகரை யெனக் கொண்டார்' என குலசேகரன் குறிப்பிடுகிறார். மேலும், இளங்கோவடிகள் குறிப்பிடும் குமரிக்கோடு, திருச்செங்கோடு

போல நாட்டின் தென் கோடியில் அமைந்த இன்றைய விவேகானந்தர் பாறையாக இருக்கலாம் என்ற கருத்தையும் தெரிவிக்கிறார் அவர்.

இதுபற்றி முனைவர் கண்மணி "உரையாசிரியர்கள் குமரிக்கோடு என்பதற்கு குமரிமலை என்று பொருள் கூறுகின்றனர். இவ்வுரையாசிரியர்களின் போக்குப்படி கோடு என்பதற்கு மலை என்று பொருள் கொண்டால், திருவிதாங் கோடு, முயிரிக்கோடு, வித்துவக்கோடு என்னும் ஊர்ப் பெயர்களையும் திருவிதாமலை, முயிரிமலை, வித்துவமலை என்று பொருள் கொள்ள வேண்டும். ஆனால் முயிரிக்கோடும், திருவிதாங்கோடும் வித்துவக்கோடும் மலைமேல் இல்லை . . . அரும்பதவுரைகாரர் குமரிக்கோடு என்பதற்கு குமரிக்கரை என்று பொருள் கொள்கிறார். கேரளத்தில் இன்றும் வழங்கும் பல இடப்பெயர்களோடு ஒப்பிட்டுப் பார்க்குங்கால் கோடு என்பதற்கு கரை என்று பொருள் கொள்வதே பொருத்தமாகத் தோன்றுகிறது. அதங்கோடு, புதாங்கோடு, மூதாலங்கோடு, அழிக்கோடு, காரிக்கோடு என்ற ஊர்கள் அனைத்தும் ஏதேனும் ஒரு நீர்க்கரையிலேயே உள்ளன. ஆய்வாளரும் இங்ஙனமே குமரிக் கோடு என்பதையும் நீர்க் கரையிலிருந்த குமரி என்னும் ஊர் என்றே பொருள் கொள்கின்றனர்" என்று குறிப்பிடுகிறார். *(சிலப்பதிகாரம் காட்டும் நாடும் நகரமும் ப.210 – 211)*

மேலும், இப்பகுதியில் மண்ணெண்ணெய் ஆய்வுக்காகக் கடலடியில் தோண்டப்பட்ட ஆழ்கிணறுகள், இங்கு மலைகள் இருந்ததற்கான தடயங்களைக் காட்டவில்லை. இறுகாத வண்டல், களிமண், மணல் படிவங்கள், பவளப்பாறைகள் கொண்ட இப்பகுதியில் மலைகள் ஏதும் இருக்கவில்லை என்பது தெளிவு. ஆகவே, குமரிக்கும் தெற்கே மலைத்தொடர் இருப்பது இலங்கையில் மட்டுமே என்பதால், அழிந்துபட்ட நிலப்பரப்பும் அதன் தென்கிழக்காக இருந்த இலங்கையும் அன்று பெரும் நிலப்பரப்பாக இருந்திருக்கலாம்; அதனால், அது குறித்து ஐதிகமும், மரபும் பின்னர் உருவாகியிருக்கலாம். பழங்கதைகள், மரபுகள் இவற்றையே ஆதாரங்களாகக் கொண்டு எழுதியவர்களின் கட்டுரைகள், தமிழகத்தை யொட்டித் தெற்கேயிருந்த நிலப்பரப்பில் உயர்ந்த மலைகளும், மலையடுக்குத் தொடர்களும் இருந்ததாகக் கூறுகின்றன. வரலாற்றுக்கு முற்பட்ட காலத்தே அவ்வாறு இருந்ததற்கான ஆதாரங்கள் ஏதும் இல்லையென்பது அண்மையில் நடத்தப் பட்ட ஆழ்கடலாய்வுகளால் தெரியவருகிறது.

மன்னார் வளைகுடாப் பகுதியிலும், தென்னிந்தியக் கடற்கரை தாண்டிய பகுதிகளிலும், எண்ணெய் மற்றும்

எரிவாயுக் கழகம் (Oil and Natural Gas Commission) கடலின் அடித்தளத்திலுள்ள படிவங்களில் எண்ணெய் வளம் தேட ஆய்வுகளை மேற்கொண்டுள்ளது. ஆழ்துளைக்கிணறுகளை யிட்டும் எண்ணெய், எரிவாயு வளத்தைக் கண்டறிகிறது. இதற்காக ஏறத்தாழ 5000 மீ. வரை சோதனை ஆழ்துளைக் கிணறுகளையிடுகிறது. இராமநாதபுரத்தின் தென்கிழக்குப் பகுதியில் (இப்பகுதியை இக்கழகம் CY-OSN-2000 எனக் குறிக்கிறது) 52 ஆழ்துளைக் கிணறுகளையிட்டு அந்தத் தகவல் களை இணைய தளத்தில் அளித்துள்ளது. இதன்படி இங்குள்ள படிவங்களின் அமைப்பு வருமாறு :

காலம்	படிவங்களின் கனம் மீ.
அண்மைக்காலம் மத்திய மையோஸீன் (Mid-Miocene)	500
ஆரம்ப மையோஸீன் (Early Miocene) ஒலிகோஸீன் (Oligocene)	1200
இயோஸீன் (Eocene) பேலியோஸீன் (Paleocene)	1800
கிரிடேஸியஸ் (Cretaceous)	1500
கேம்பிரியனுக்கு முற்பட்ட கடினப் பாறை	

கடினப்பாறைமேல் படிந்துள்ள படிவங்கள் பெரும்பாலும் சுண்ணாம்பு, களிமண் மற்றும் மணலாலான படிவப்பாறை களாகும்.

தென்னிந்தியாவிலும், இலங்கையிலும் உள்ள மலைகள், கேம்பிரியன் சகாப்தத்திற்கு முற்பட்ட அடிமட்ட கடினப் பாறைகள் (Basement crystalline - hard rocks). அறுபதுகோடி ஆண்டுகளுக்கு முற்பட்ட இப்பாறைகள் மன்னார் வளைகுடாப் பகுதியில் வெகு ஆழத்தில் உள்ளன என்பது கண்டுபிடிக்கப் பட்டுள்ளது. பெசலை எனுமிடத்தில் இட்ட துளை கிணறு, இப்பாறையமைப்பை 2800 மீ. ஆழத்திலும், தூத்துக்குடியி லிருந்து 40. கி.மீ. தள்ளி இடப்பட்ட துளைக்கிணறு 2700 மீ. ஆழத்திலும், நன்னிலம் அருகே 4000 மீ. ஆழத்திலும் துளைத்தன. கடினப்பாறையமைப்பு நிலமுறிவால் தாழ்ந்துவிட, அதன்மீது கிரிடேஸியஸ்கால (இ. மு. 13.5 கோடி ஆண்டுகள்) படிவங்களும் அவற்றின்மீது இயோஸீன்கால (இ. மு. 6 கோடி ஆண்டுகள்) படிவங்களும் அவற்றின் மீது பேலியோஸீன்கால (இ. மு. 4 கோடி ஆண்டுகள்) படிவங்களும் ஒலிகோஸீன்கால

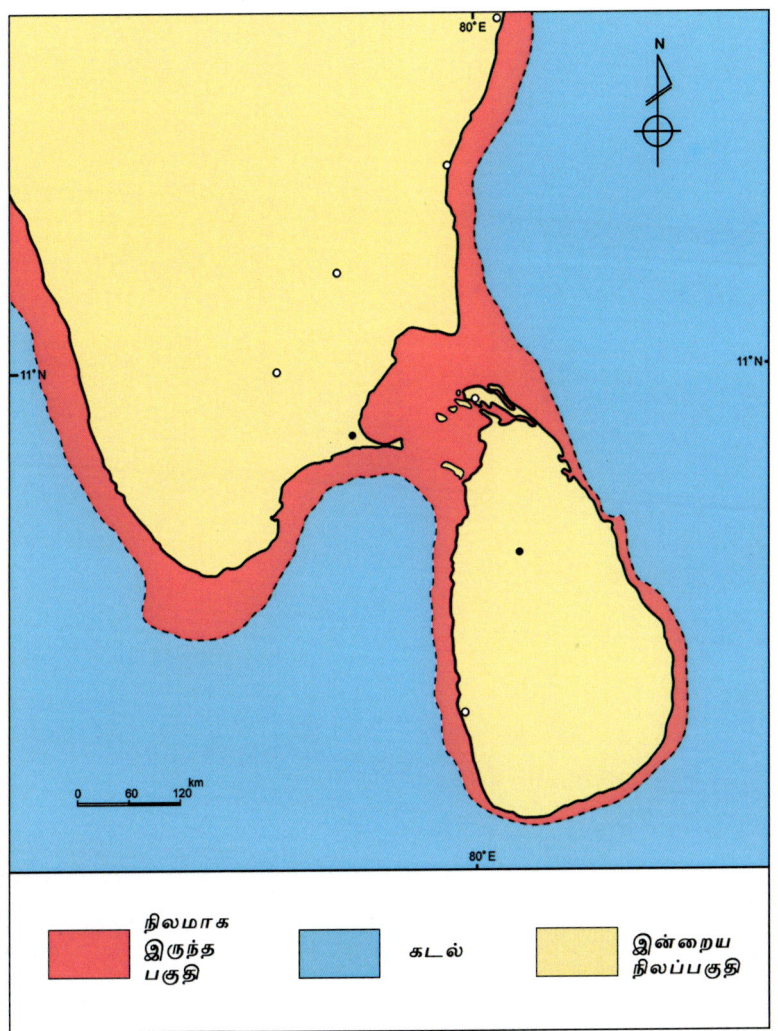

படம் 16 15 ஆயிரம் ஆண்டுகளுக்குமுன் (கடல் மட்டம் 100மீ)

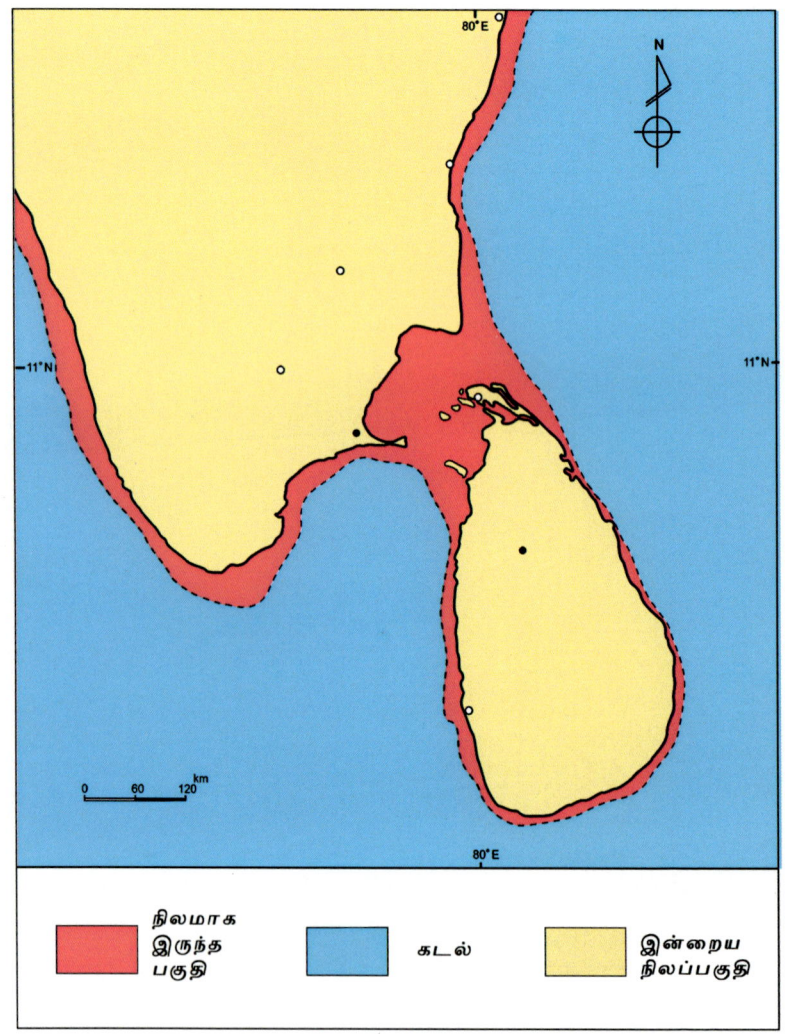

இந்திய — இலங்கை புவியியலமைப்பு

படம் 17 10 ஆயிரம் ஆண்டுகளுக்குமுன் (கடல் மட்டம் 50மீ)

இந்திய — இலங்கை புவியியலமைப்பு

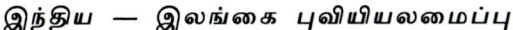

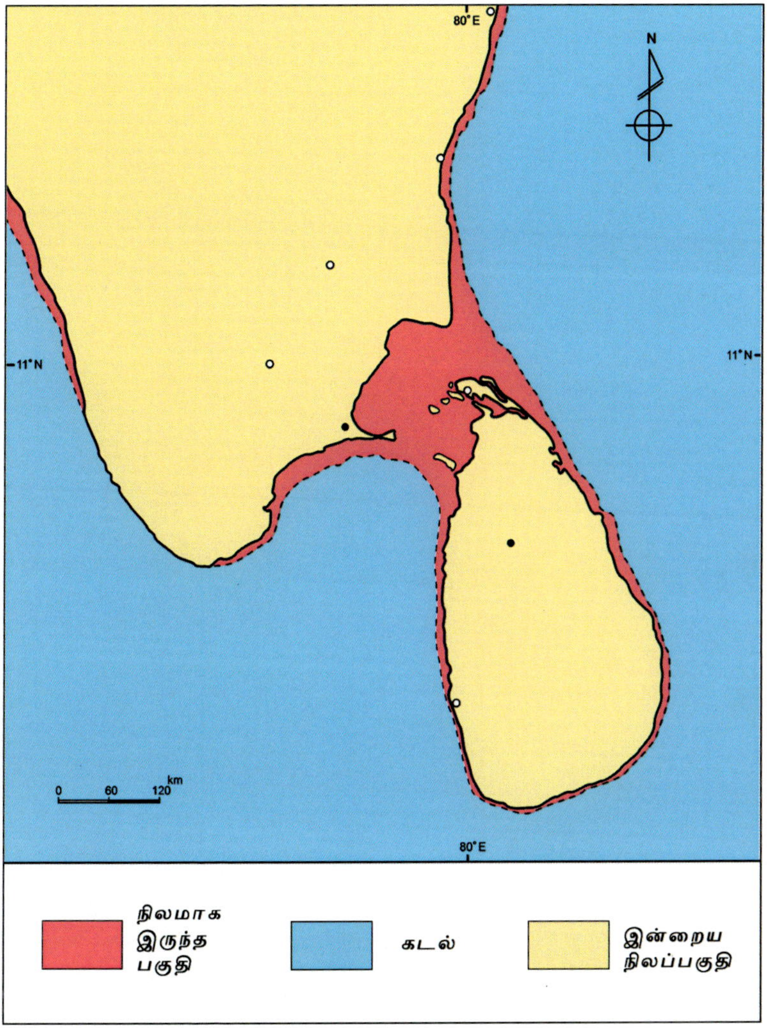

படம் 18   8—9 ஆயிரம் ஆண்டுகளுக்குமுன் (கடல் மட்டம் 20மீ)

இந்திய — இலங்கை புவியியலமைப்பு

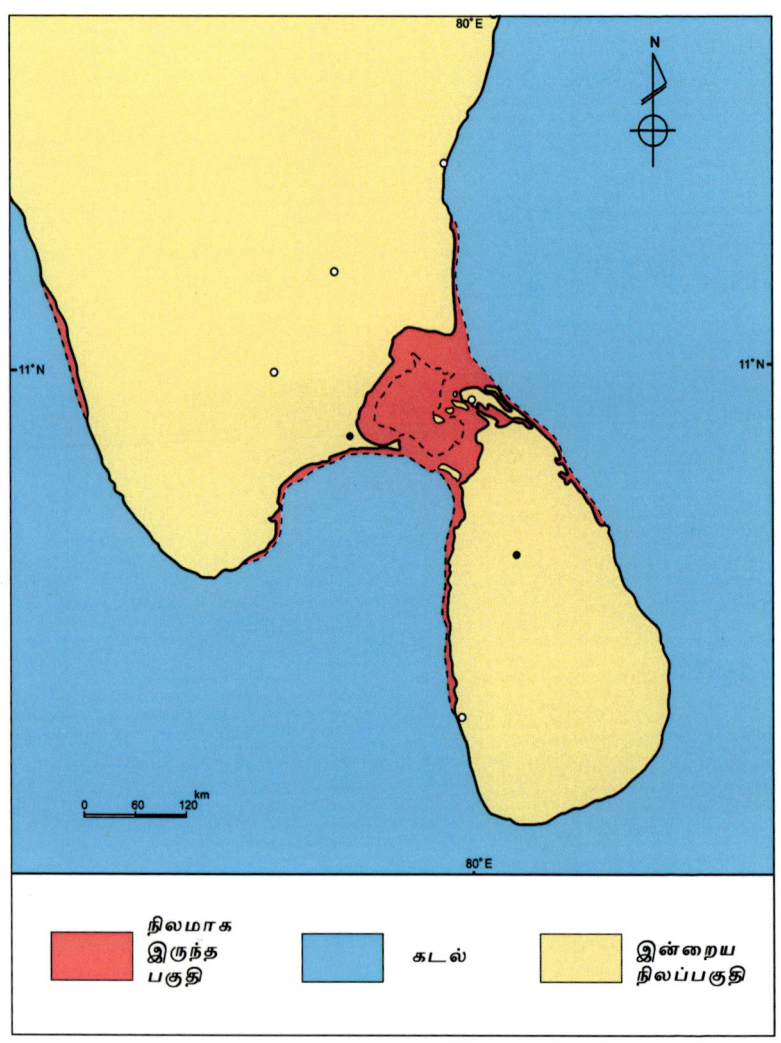

படம் 19   7—8 ஆயிரம் ஆண்டுகளுக்குமுன் (கடல் மட்டம் 10மீ)

(இ. மு. 4 கோடி ஆண்டுகள்) படிவங்களும் மற்றும் அண்மைக் காலத்திய படிவங்களும் படிந்துள்ளன. இவை இறுகாத படிவங்கள் (Unconsolidated sediments) ஆகும். மலைகள் கொண்ட நிலப்பரப்பு இப்பகுதியில் இருக்கவில்லை என்பது மேற்கூறிய ஆய்வுகளிலிருந்து தெரிய வருகிறது.

தென்னிந்தியாவிலும் அதன் தெற்குப் பகுதியிலும் நிலநடுக்கங்கள் ஏற்படுவதற்கான வாய்ப்புகள் என்ன? இங்கு பெரும்பகுதி கடினப் பாறைகளாலானவை. அவை உருவாகிய கேம்பிரியனுக்கு முற்பட்ட காலந்தொட்டு, நிலத்தடியில் தோன்றிய அழுத்தத்தாலும், விசைகளாலும், அப்பாறையமைப்புகளில் நிலமுறிவுகள் பல ஏற்பட்டன. பாறையடுக்குகள்

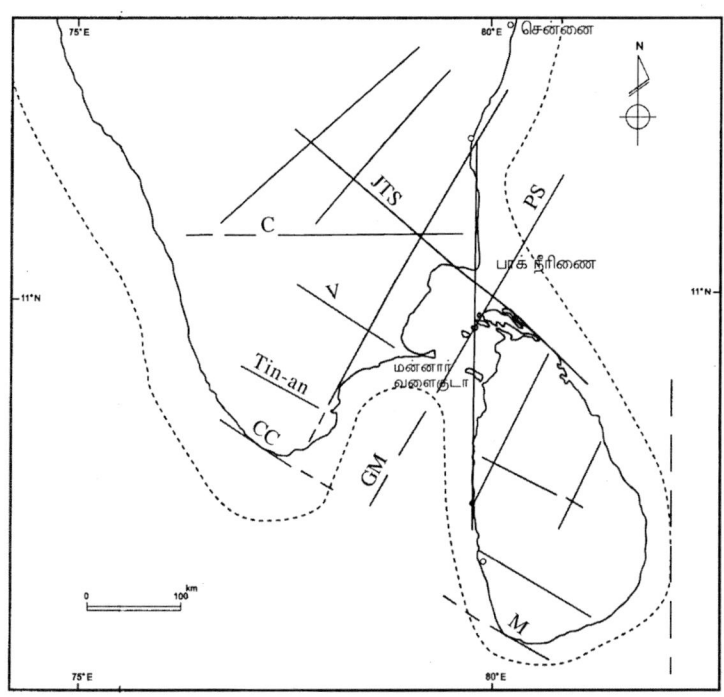

படம் – 20

இந்திய இலங்கை நிலமுறிவுகள்

CC-M : கன்னியாகுமரி – மடாரா நிலமுறிவு; **TIN-AN** : தாமிரவருணி – அச்சன் கோவில் நிலமுறிவு; **V** : வைகை நிலமுறிவு; **JTS** : யாழ்ப்பாணம் – தஞ்சாவூர் – சேலம் நிலமுறிவு; **GM-PS** : மன்னார்வளைகுடா – பாக்நீரிணை நிலமுறிவு; **C** : காவிரி நிலமுறிவு

குமரி நிலநீட்சி

அவ்வாறு நிலத்திலுள்ள விசைகளால் நெருக்கப்பட்டு முறிக்கப்பட, பெருத்த நிலநடுக்கங்கள் இன்றைக்கு அறுபது கோடிகள் ஆண்டுகளுக்கு முன் ஏற்பட்டிருக்க வேண்டும். மனிதகுலம் தோன்றிய காலத்தே, தென்னிந்தியப் பகுதிகளி லிருந்த அடிமட்டக் கடினப் பாறைகள் மேற்கூறிய விசை களுக்கு நெளிந்து, வளைந்து முறிந்து, முறிவுகளின் போக்கில் நகர்ந்து, உயர்ந்து, தாழ்ந்தபின் ஒரு விதமான ஸ்திர நிலையை அடைந்துவிட்டன என்றே கூறலாம். இந்தியத் துணைக்கண்டப் பகுதி இன்று ஏறத்தாழ ஆண்டுக்கு 5 செ. மீ. என்ற கணக்கில் ஆசியத்தட்டை நோக்கி நகர்ந்துகொண்டிருக்கிறது. இந்த நிலவியல் நிகழ்வாலும், நிலத்தடியில் ஏற்படும் விசைகளாலும், அவ்வப்போது பழம் நில முறிவுகளின் முறிந்த பகுதிகள் சற்றே நகரும் போதும், ஒன்றையொன்று உரசும்போதும் ஏற்படுபவையே நாம் தென்னகத்தில் அவ்வப்போது உணரும் நிலநடுக்கங்கள்.

பூமியின் மேல் ஓட்டில் பாளங்கள் போன்றமைந்துள்ள பாறையடுக்குகள், கண்டங்களின் பெயர்ச்சியால் ஏற்படும் உந்துவிசைகளுக்கு வளைந்து கொடுக்கும். உந்துவிசை அதிகரிக்கும்போது வளைந்த பகுதிகள் முறிவுபட்டு அந்த விசையிலிருந்து விடுபடும். இதனால் உருவாகும் நிலமுறிவின் போது (Faults) பெருத்த நிலநடுக்கங்கள் ஏற்படும்; முறிந்த பாறையடுக்குகள் மேலும் கீழுமாக இடப்பெயர்ச்சிகளுக்கும் உள்ளாகும். பின்னால் ஏற்படும் பூமியின் உந்துவிசைகளுக்கு ஈடு கொடுப்பதற்காக, முன்பு முறிந்த நிலப்பகுதிகள் நில முறிவின் போக்கில் உரசி நகரும்போது நிலடுக்கங்கள் உருவாகும். தென்னிந்தியா இலங்கை நிலப்பரப்பின் பெரும் விழுக்காடு கேம்பிரியன் காலத்திற்கு முற்பட்ட கடினப்பாறைகளா லானவை. இப்பகுதியில் பூமியின் அடிமட்டத்தில் பல நில முறிவுகள் உள்ளன. இவற்றைச் சார்ந்தே மேற்பரப்பில் இயற்கையின் சக்திகளால் நிலவியலமைப்பு செதுக்கப்படுகிறது; இவற்றைச் சார்ந்தே ஆறுகள், ஓடைகள் ஓடுகின்றன. தென் னிந்தியாவின் தென் கிழக்குப் பகுதியிலும் இலங்கையின் வடமேற்குப் பகுதியிலும் உள்ள எல்லை நிலமுறிவுகள் (Boundary fault) முக்கியமானவை. இவை கடினப் பாறைகள் உருவான பின் ஏற்பட்டவை. இவையிரண்டிற்கும் இடைப்பட்ட பகுதி பின்னர் தாழ்ந்தபோது, இருபுறங்களிலிருந்தும் படிவங்கள் வந்து படிந்தன. இப்பகுதியிலுள்ள நிலமுறிவுகள்: வடமேற்கு- தென்கிழக்காக உள்ள 1. கன்னியாகுமரி – மடாரா (CC-M) 2. தாமிரவருணி – அச்சன்கோவில் (TIN-AN) 3. வைகை (V) 4. யாழ்ப்பாணம் – தஞ்சாவூர் – சேலம் (JTS) நிலமுறிவுகள்;

வடகிழக்கு – தென் மேற்காக மன்னார் வளைகுடா – பாக்நீரிணை (GM-PS) நிலமுறிவு; கிழக்கு மேற்கு காவிரி (C) நிலமுறிவு (படம் 16).

இந்தியத்துணைக் கண்டம் வடக்கு நோக்கி நகர்வதால் ஏற்படும் விசைகள், முறிந்த பகுதிகளை நகர்த்தும்போது நிலநடுக்கங்கள் உருவாகும். நிலநடுக்கங்கள் கண்டச் சரிவிலோ கடலடி நிலமுறிவுகளிலோ மையம் கொண்டால், கடற்கரை யோரங்களை 'சுனாமி' அசுரப் பேரலைகள் தாக்கலாம் அத்தகைய பேரழிவுகள் பழந்தமிழகத்தில் ஏற்பட்டிருக்க வாய்ப்புகள் உள்ளன.

எகிப்திலுள்ள அலெக்ஸாந்திரியா (Alexandria) நகரத்தின் அருகே மத்தியதரைக்கடலடியில் அண்மையில் மேற்கொண்ட அகழாய்வுகளில் கட்டிடங்களின் சிதைவுகள் கண்டறியப் பட்டன. பழம் அலெக் ஸாந்திரியாவின் நீட்சியாக இருந்த இப்பகுதி அழிவுற்றதற்கு நைல் நதியில் ஏற்பட்ட பெருவெள்ளங் களும் நிலநடுக்கங்களும் காரணங்கள் ஆகும். வரலாற்றுக்கு முற்பட்ட காலத்தே மினோவன் நாகரிகம் வளர்ந்த கிரீட் தீவும் மற்றும் அதனருகேயிருந்த தீவுகள் பலவும் அழிவுற்றதற்கு காரணங்கள் எரிமலை வெடிப்புகள், நிலநடுக்கங்கள், ஆழிப் பேரலைகள் ஆகியவையே. மேற்கூறிய பகுதிகள் கண்டத் தட்டுகள் முட்டிக்கொண்டிருக்கும் பகுதிகள் என்பதால் எரிமலை வெடிப்பு, நிலமுறிவு, நிலநடுக்கங்கள் போன்ற நிகழ்வுகள் ஏற்படுகின்றன, ஏற்பட்டன. கடற்கரையொட்டிய குடியிருப்புகள், ஊர்கள், நகரங்கள் ஆகியவை அழிவதற்கும் கடல் அரிப்பு, பேரலைகளுடன் கடல் கொந்தளிப்பு, கண்டத் தட்டுகள் முட்டும் பகுதியில் எரிமலைக் குமுறல், நிலமுறிவு போன்ற இயற்கை பேரழிவுகளைக் காரணங்களாக காட்டலாம். மேற்கூறிய எடுத்துக்காட்டுகள் போல குமரி எனும் நிலநீட்சி ஏன் அழிந்திருக்கக் கூடாது என்ற கேள்வி எழலாம். தென்னிந்தியா – இலங்கைப் பகுதி, இந்திய – ஆஸ்திரேலியாக் கண்டத் தட்டின் நடுவில் உள்ள பகுதி என்பதால், கண்டத் தட்டுகள் உரசும் ஓரப் பகுதியில் ஏற்படுவதுபோல் பெரிதளவில் நிலநடுக்கங்களும் எரிமலை வெடிப்புகளும் ஏற்பட வாய்ப்பு களில்லை. மன்னார் வளைகுடாப் பகுதியில் கடலடியில் எரிவாயுவுக்காக இடப்பட்ட ஆய்வுத் துளைக் கிணறுகளில், எரிமலைக் குழம்புப் பாறைகள் (Volcanic Rocks) எதுவுமில்லை. மேலும், ஆழ்துளைச் சோதனைக் கிணறுகள், கேம்பிரியன் சகாப்தத்திற்கு முற்பட்ட கடினப்பாறைகள் மீது இறுகாத படிவங்கள் படிந்துள்ள நிலையையே காட்டுகின்றன.

ஏறத்தாழ பதினைந்தாயிரம் ஆண்டுகளுக்கு முன் கடல்மட்டம் 100 மீ. தாழ்வாக இருந்ததால், கண்டச் சரிவின் கணிசமான பகுதி நிலப்பகுதியாயிருந்தது. அப்போது பாக் நீரிணை உருவாகியிருக்கவில்லை. அது தென்னிந்தியாவை இலங்கையுடன் இணைத்த தாழ்வான நிலப்பரப்பாக இருந்தது (படம் : 16).

கடந்த சில ஆயிரம் ஆண்டுகளில் கடல் மட்டம் எவ்வாறு உயர்ந்தது என்பது முடிவான நிலையில் கடலில் மூழ்கிய பகுதிகள் எவை என்பதை கடலடித்தள வரைபடங்களை வைத்துத் தீர்மானிக்கலாம். என் ஆய்வில், டேராடூனிலுள்ள நேவல் ஹைடிரோகிராபிக் (Naval Hydrographic) அலுவலகம் தயாரித்த ஹைடிரோகிராபிக் சார்ட் (Hydrographic Charts) எனும் கடலடித்தள வரைபடங்களை பயன்படுத்தினேன் 1:10,000,000 அளவிலான (INT 717071 – 1986) வரைபடங்கள், 1:3,500,000 (INT 7097706 — 1973) வரைபடங்கள் மன்னார்வளை குடாப் பகுதியிலுள்ள கடல் அடித்தள மட்ட அளவுகளைக் காட்டுபவை. கடலடிமட்ட அளவுகள், ஆய்வு கப்பல்களில் பொருத்தப்பட்ட எதிரொலிப்பான் (Echo Sounder) மூலம் அளக்கப்படுகின்றன. எதிரொலிப்பான், மின் அலைகளை ஒலி அலைகளாக்கும் கருவி. ஒலி அலைகள் கடல்நீரை ஊடுருவி, கடலடித்தளத்தில் மோதி எதிரொலிக்கும் நேரத்தை இக்கருவி துல்லியமாகக் கணிக்கிறது. ஒலி அலைகள் வினாடிக்கு 1500மீ (1.5 கி.மீ.) வேகத்தில் செல்லுபவை. இக்கணிப்பில் கடல்நீரின் அடர்த்தியைப் பொருத்து ஆழம் அறியப்படுகிறது. எதிரொலிப்பான் பொருத்தப்பட்ட ஆய்வுக் கப்பல்கள், கடலடி மட்டம் அளவெடுக்கப்படும் பகுதியில் மிதந்து ஆழத்தைக் கணிக்கின்றன. இந்த ஆய்வுகளின் அடிப்படையில் கடலடித்தள வரைபடங்கள் உருவாக்கப்படுகின்றன. 100மீ, 50மீ அல்லது 10மீ இடைவெளிகளுடன் சமதள மட்டக் கோடுகள் (Contours) வரையப்படுகின்றன. ஏறக்குறைய 5மீ வரை அளவிடக் கூடிய இந்த அளவைகள் மறைந்த நிலப்பரப்பு எதுவாக யிருந்திருக்கும் என்பதை வரையறுத்திருக்கின்றன.

கடலடித்தள மட்டங்களை அறியவும், கடலடியின் உள்ள நிலப்பரப்பு எவ்வளவு என அளவிடவும் என்கார்டா (MicroSoft - Encarta - World Atlas 1998 Edition) உலக வரைபட மென்பொருள் பயன்படுத்தப்பட்டது. கடலியல் ஆய்வாளர் ராஜிவ் நிகமின் கணிப்புகளின் அடிப்படையில் பல்லாயிரம் ஆண்டுகளுக்குமுன் கடல் மட்டம் எவ்வளவு தாழ்ந்திருந்தது என்பதை அளவிட்டு, அப்போது நில அமைப்பு எப்படியிருந் திருக்கும் என்பதை மேற்கூறிய வரைபடங்களிலுள்ள சமமட்டக்

கோடுகளை ஆதாரங்களாக்கி பழங்கால நிலவமைப்பை நான் உருவாக்க முடிந்தது.

அக்காலகட்டத்தில் கடற்கரையின் அமைப்பு எவ்வாறிருந்தது? அன்று நிலப்பரப்பாகயிருந்த இன்றைய பாக் நீரிணைப்பகுதி, வடகிழக்காக 250 கி. மீ. நீளமும், தென் மேற்காக 150 கி. மீ. அகலமும் கொண்டதாகயிருந்தது. தென்னிந்தியாவையும் இலங்கையையும் அன்று இணைத்த நிலப்பரப்பு ஏறத்தாழ 36,000 சதுர கி. மீ. இது கணிசமான நிலப்பகுதி என்பதைக் கவனிக்கவும்.

கன்னியாகுமரிக்குத் தெற்கேயும், கிழக்கேயும், மேற்கேயும் 80 கி. மீ. தள்ளி கடல் அமைந்திருந்தது. அதாவது கன்னியாகுமரியை அடுத்து, தெற்கே ஏறத்தாழ 6,500 சதுர கி.மீ. நீளம் அகன்றிருந்தது. கடற்கரை, இன்றிருப்பதைவிடக் குறுகலான மன்னார் வளைகுடாவின் வடகரையுடன் இணைந்து, தெற்கில் இலங்கையின் மேற்குக் கரையாக நீண்டது. இன்றைய கொழும்பிற்கும் மேற்கே, சுமார் 25 கி. மீ. கரை அகன்றிருந்தது. கடலூருக்கு வடக்கே, தமிழகத்தின் கிழக்குக்கரை சுமார் 40 – 50 கி. மீ. அகன்றிருந்தது. கடலூருக்குக் கிழக்கே கடற்கரை 25 – 35 கி. மீ. தள்ளியிருந்தது. மேற்குக்கரையில், இன்றிருப்பதை விட நிலம் சுமார் 30 – 40 கி. மீ. அகன்றிருந்தது.

அக்காலகட்டத்தில் தென்னிந்தியாவில் மழைக்காடுகளும், சமவெளிகளில் புல்வெளிகளும் ஏரிகளும் அவற்றைச் சுற்றி கோரைப்புல்வெளிகளும் இருந்தன என்பது பழங்கால மகரந்தத்தூள் (Palynology) ஆய்வுகளாலும், படிவங்களின் அமைப்புகள்மீதான தொல் நிலவியல் (Paleogeography) ஆய்வுகளாலும் தெரியவருகிறது. அக்கால கட்டத்தில் மாட்டினம், எருமையினம், மானினம், ஆட்டினம், யானையினம் மற்றும் காண்டாமிருகம் போன்ற விலங்குகள் வாழ்ந்தன என்பது தொல்லுயிரெச்சங்களால் தெரியவருகின்றது. இந்த விலங்குகளை வேட்டையாடி சிறு கூட்டங்களாக வாழ்ந்த புதிய கற்காலத்தவர்கள் உபயோகித்த சிறு கல்லாயுதங்கள், இவர்கள் காட்டுத் தானியங்களை அறுவடை செய்தவர்கள் என்பதைக் காட்டுகின்றன. இக்காலகட்டத்தில் பூமி வெம்மையடைவது அதிகரித்து, பெருமழையும் வெள்ளப்பெருக்கும் ஏற்பட்டு துருவங்களில் பனிப் பரப்பு இளகி, கடல்மட்டம் உயர்ந்ததால் கடலோரப் பகுதிகள் பல மூழ்கின. இன்றைக்கு பன்னிரெண்டாயிரம் – பத்தாயிரம் ஆண்டுகளுக்கும் முற்பட்ட காலத்தில் மட்டும் கடல் மட்டம் 60 மீ. உயர்ந்தது.

கடலியல் ஆய்வுப்படி, சுமார் பத்தாயிரம் ஆண்டுகளுக்கு முன்னர் கடல்மட்டம் இன்றிருப்பதைவிட 50 மீ. தாழ்ந்து

இருந்தது. இன்றைய கடலடித் தீர்வு வரைபடங்கள் 50 மீ. ஆழத்தில் உள்ள அடிமட்டப் பகுதியைத் துல்லியமாகக் காட்டுகின்றன. சுருங்கக் கூறின், இன்றைய கடல்மட்டத்தை 50 மீ. குறைத்தால் வெளித் தெரியக்கூடிய கடலடித் தொடரே, பத்தாயிரம் ஆண்டுகளுக்கு முன்னிருந்த நிலப்பரப்பு என்றறிய லாம். தமிழகத்தையும் இலங்கையையும் இணைத்த நிலப்பரப்பு இன்றிருக்கும் நிலப்பரப்பிலிருந்து எவ்வாறு மாறுபட்டது? எளிதாகக் கூற வேண்டுமென்றால், அக்காலத்தே தமிழக இலங்கைக் கடற்கரைகள் இன்றுள்ளதைவிட அகன்றிருந்தன. நிலப்பரப்பாக இருந்த இன்றைய பாக் நீரிணை இலங்கையைத் தமிழகத்துடன் இணைத்திருந்தது (படம்: 17). இந்நிலப்பரப்பு பற்றி சற்று விரிவாகப் பார்ப்போம்.

குமரிமுனைப் பகுதியில் நிலப்பரப்பு, இன்றிருப்பதைவிட தெற்கே 25 கி. மீ. தூரம் வரையிலும், மேற்கிலும் கிழக்கிலும் சுமார் 40 கி. மீ வரையிலும் அகன்றிருந்தது. அதாவது குமரிமுனைக்குத் தெற்கே மட்டும் இன்றிருப்பதைவிட சுமார் 1000 சதுர கி. மீ. நிலம் விரிந்திருந்தது.

தூத்துக்குடிக்கு வடக்கே, நிலப்பகுதி இன்றைய கடற்கரையிலிருந்து சுமார் 15 கி. மீ. கிழக்காக அகன்றிருந்தது. மன்னார் வளைகுடாவின் வடக்குக் கரை, பாம்பனிலிருந்து சுமார் 18 கி.மீ. தெற்காக பரந்திருந்தது. தூத்துக்குடி, இராமநாத புரம் கடற்கரைக்கு அருகில் உள்ள வான் தீவு, உப்புத் தண்ணித் தீவு, நல்ல தண்ணித் தீவு, சுழித்தீவு, அப்பா தீவு, முயல் தீவு, குருசடித்தீவு போன்ற தீவுகள் அன்று கடல் மட்டத்திலிருந்து சுமார் 50 மீ. உயர்ந்த திட்டுகளாக தலை நிலத்துடன் இணைந்திருந்தன.

இராமேஸ்வரமும் மன்னாரும் நிலப்பரப்பால் இணைக்கப் பட்டிருந்தன. மன்னாருக்குத் தெற்கே சுமார் 30 கி. மீ. அகன்றிருந்த கடற்கரை, இலங்கையின் வடமேற்கிலுள்ள கரடிக்குழிவரை வியாபித்திருந்தது. இன்றைய பாக் நீரிணை தமிழகத்தின் தென்கிழக்குப் பகுதியையும், இலங்கையின் வடமேற்குப் பகுதியையும் இணைத்த நிலப் பரப்பாக இருந்தது. அன்றைய கடற்கரை தமிழகத்தில், சிதம்பரத்துக்கு அருகில் உள்ள திருமுல்லைவாசல் பகுதியில் ஆரம்பித்து, தென்கிழக் காகப் பரந்து, இலங்கையின் வடகிழக்குக் கரையிலுள்ள திரிகோண மலைக்கு வடக்காக உள்ள தென்னமராவதி அருகே சேர்ந்திருந்தது. நாகப்பட்டினத்தருகே 35 கி.மீட்டரும், வேதாரண்யம் அருகே 54 கி. மீட்டரும் கடற்கரை அகன்றிருந்தது. தெற்கே இராமேஸ்வரம் – மன்னார் இணைந்த உயர்ந்த

நிலப்பகுதி தாண்டி மன்னார் வளைகுடாவரை வியாபித் திருந்த இந்நிலப்பரப்பு ஏறத்தாழ 2500 சதுர கி.மீ.பரப்பு உடையதாக இருந்தது.

இந்நிலப்பரப்பில், ஒரு பெரும் ஆறு தென்கிழக்காக பாய்ந்து, பாக் நீரிணையாக மாறிய நிலப்பரப்பில் ஓடி, ஏறத்தாழ இன்றைய இந்திய, இலங்கை சர்வதேச எல்லைக் கோட்டுப் பகுதியில் துணை நதிகளுடன் இணைந்து வட கிழக்காக ஓடியிருக்கலாம். மண்டபம் – இராமேஸ்வரம் உயர்ந்த திட்டுகளாக இருந்ததால் அந்த ஆறு தெற்காக ஓடியிருக்க முடியாது. மேலும் இராமேஸ்வரம், கச்சத் தீவு, நெடுந்தீவு, யாழ்ப்பாணம் பகுதிகள் உயர்ந்த பகுதிகளின் தொடர்பாக இருந்ததால் அந்த ஆறு வடகிழக்காக மட்டுமே ஓடிக் கடலில் கலந்திருக்க வேண்டும். இணைந்த இந்த ஆறு, சமதரையில் முதிர்ச்சியடைந்த, அகன்ற ஆறாக ஓடியிருக்க வேண்டும். அந்தப் பெருநதிதான் குமரி ஆறு என அறியப்பட்டிருக்குமா?

இலங்கையின் வடமேற்குப் பகுதியில் மன்னாருக்கும் யாழ்ப்பாணத்திற்கும் இடையில், மேற்காக ஓடி, பாக் வளைகுடாவில் கலக்கும் பாலி ஆறு, நாய் ஆறு மற்றும் பரங்கி ஆறு ஆகியவை வடமேற்காகப் பாய்ந்து, பின்னர் வடகிழக்காக ஓடி, பாக் நீரிணையில் இறங்கியிருக்கலாம். இப்பகுதி, உப்பங்கழி அல்லது காயல் போன்ற அமைப்பில் கடலுடன் இணைந்த நீர்ப்பரப்பாக இருந்திருக்க வேண்டும். (இலங்கைப் பகுதிக்கான, கடலடி ஆய்வுத் தகவல்களை பெற என்னால் இயலாததால் இப்பகுதி பற்றி மேலும் விவரமாகக் கூற இயலவில்லை.) தென்னிந்தியாவையும், இலங்கையையும் இணைத்த மன்னார் வளைகுடாவின் வடபகுதி, அன்று தாழ்ந்த நிலப்பரப்பாக இருந்திருக்க வேண்டும். இந்நிலப் பரப்பின் பகுதிகள் சதுப்பு நிலங்களாகவும் இருந்திருக்க வாய்ப்புகள் இருந்தன. அப்போது இலங்கையில் குடியேற்றங்கள், தென்னிந்தியா வழியாக அலை அலையாக ஏற்பட்டிருக்க வேண்டும். மறைந்த நிலப்பகுதியில் குன்றுகள், மணல் திட்டுகள் மற்றும் பவளத்திட்டுகள் தவிர மலைகள் ஏதும் இருக்கவில்லை. இராமேஸ்வரம் – மன்னார் சிறிய பகுதிகளை மணற் குன்றுகள் போன்ற உயர்ந்த நிலப்பகுதி இணைத் திருந்தது. இதேபோல இராமேஸ்வரம், கச்சத்தீவு, டெல்ஃப்ட் எனும் நெடுந்தீவு மற்றும் யாழ்ப்பாணம் பகுதிகளை மணல், பவளப்பாறைகள் கொண்ட திட்டுகள் போன்ற நிலப்பகுதி இணைத்தது. இந்த பகுதிகள் குமரிக்கோடாகக் குறிப்பிடப் பட்டிருக்கலாம்.

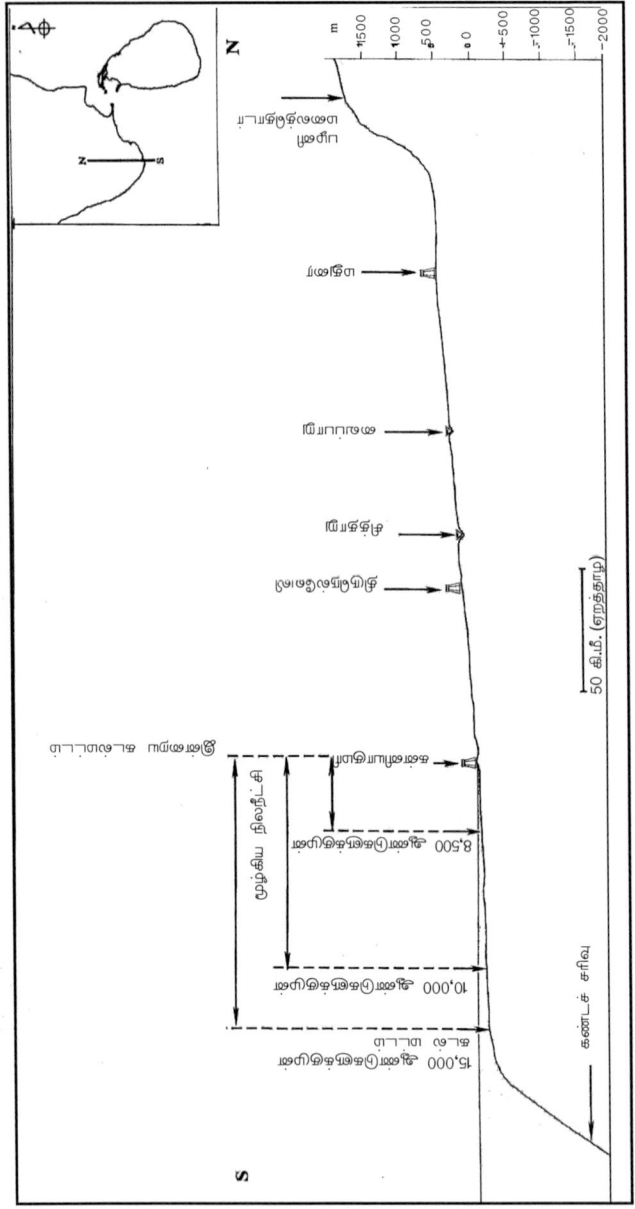

படம் – 21

குமரி முனைக்குத் தெற்கே மூழ்கிய நிலநீட்சியின் பக்கவாட்டுத் தோற்றம் (தென் – வடல்)

இன்றைக்கு முன் பத்தாயிரம் – எட்டாயிரம் ஆண்டுகளுக்கு இடைப்பட்ட காலத்தில், நூறு ஆண்டுகளுக்கு ஒரு மீட்டர் என்ற விகிதத்தில், கடல்மட்டம் இருபது மீட்டர் உயர்ந்தது. அதனால் கடலோரப் பகுதிகளும், அங்கிருந்த குடியிருப்புகளும் கடலில் மூழ்கின. அக்காலகட்டத்தில் தமிழகத்தின் நிலவியலமைப்பு எவ்வாறு இருந்திருக்கக் கூடும்? தென்னிந்தியாவின் மேற்குக் கடற்கரை ஏறக்குறைய இன்றிருப்பது போன்ற நிலையை அடைந்திருந்தது. குமரிமுனைக்குத் தெற்கேயிருந்த முக்கோண வடிவமான நிலப்பரப்பு கடலில் மூழ்கிவிட்டது. இலங்கை, தமிழகத்துடன் இணைந்திருந்தது. பாக் நீரிணை உருவாகியிருக்கவில்லை. பாம்பனுக்கும் தலைமன்னாருக்கும் இடைப்பட்ட பகுதி நிலப்பாலமாக இருந்தது. இன்றைக்கு எட்டாயிரம் ஆண்டுகளுக்கு முன், கடல்மட்டம் 20 மீ. தாழ்ந்திருந்தது. (படம்: 19) அக்காலகட்டத்தில் தமிழகம் – இலங்கை சேர்ந்த நிலப்பரப்பில் எத்தகைய நாகரிகம் தழைத்தது என்பது ஆராயப்பட வேண்டிய ஒன்று. அக்காலத்தே இஸ்ரேலிலும், துருக்கியிலும் விவசாயம் செய்ய முற்பட்டவர் பற்றியும், சிறு ஊர்களை உருவாக்கியவர் பற்றியும் தகவல்களைத் தொல்லியல் ஆய்வுகள் தருகின்றன.

கடல்மட்டம் தொடர்ந்து உயர்ந்துகொண்டிருந்தது. ஏறத்தாழ ஆறாயிரம் ஆண்டுகளுக்கு முன்னர் தென்னிந்தியக் கடற்கரை இன்றைய நிலையை அடைந்தபோது இலங்கை ஒரு தீவாகப் பரிணமித்தது. அக்காலத்தே கடல்மட்டம் பத்து மீட்டர் தாழ்ந்திருந்தது (படம் : 20). அப்போது இலங்கைக்கும் தமிழகத்திற்குமிடையே சதுப்பு நிலக்காடுகள், ஆழமற்ற ஏரிகள், மணல் மேடுகள் மற்றும் பவளத் திட்டுகள் ஆகியன கொண்ட, ஏறத்தாழ நாலாயிரம் சதுர கி.மீ. பரப்புள்ள ஒரு பகுதி இருந்திருக்க வேண்டும். இந்தப் பகுதி ஐந்தாயிரம் ஆண்டுகளுக்கு முன்னர் மேலும் உயர்ந்த கடல்மட்டத்தால் கடலில் மூழ்கியது.

அக்காலத்தில் தமிழகத்தில் கொள்ளு, பாசிப்பருப்பு, கேழ்வரகு ஆகியவை பயிர் செய்யப்பட்டன. காட்டுவிலங்குகள் சில வளர்ப்புப் பிராணிகளாக மாற்றப்பட்ட காலம் இது. ஈமத் தாழிகளைப் புதைத்த பெருங்கல் கலாச்சாரத்தவர் வாழ்ந்த காலம். மேற்கூறிய கலாச்சாரத்தை சங்க இலக்கியங்கள் மூதாதையர்களின் கலாச்சாரமாகக் குறிப்பிடுகின்றன.

கடலியல் ஆய்வாளர் ராஜீவ் நிகம் குழுவினர், கார்வார் கடலடிப் பகுதியில் துளையிட்டு எடுத்த படிவங்களில் படிந்த ஃபோரா மனிஃபரா (Foraminifera) போன்ற நுண்ணுயிர்கள்

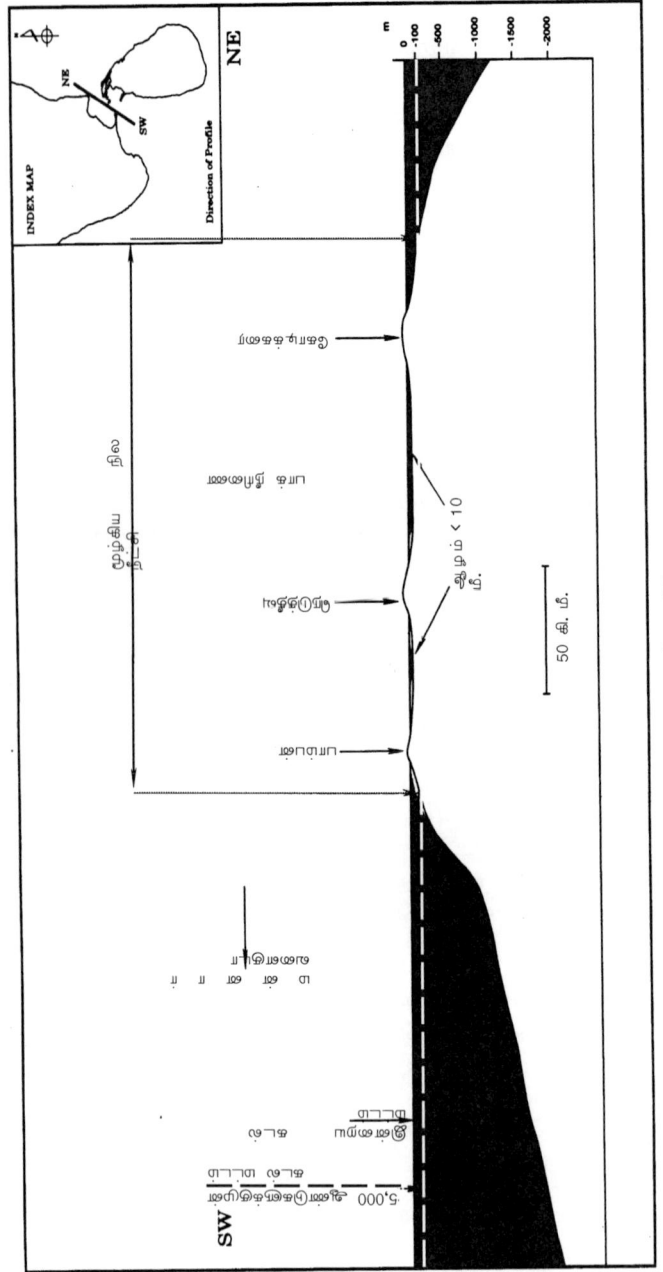

படம் - 22
மூழ்கிய நிலநீட்சியின் பக்கவாட்டுத் தோற்றம் (தென்மேற்கு - வடகிழக்கு)

மற்றும் அன்றிருந்த நிலப்பரப்பிலிருந்து மழைநீர் கொண்டு வந்து படியவைத்த மகரந்தத்துகள் ஆகியவற்றை ஆராய்ந்து வரலாற்றுக்கு முற்பட்ட காலத்திய மழைக்காலங்கள் பற்றிய கணிப்புகளை உருவாக்கியுள்ளனர். இன்றைக்கு முன் 4000 – 3500 ஆண்டுகளுக்கு இடைப்பட்ட காலகட்டத்தில் பெரு மழைபெய்ததற்கான அறிகுறிகள் காணப்படுகின்றன. அதனால் கடல்மட்டம் மேலும் இன்றிருப்பதைவிட 3 – 5 மீ. உயர்ந்து கடற்கரையோரமிருந்த குடியிருப்புகளையும், துறைமுகங் களையும் ஊர்களையும் அழித்தது. அந்த அழிவை இன்றைய கடலடி அகழாய்வுகள் உறுதிப்படுத்துகின்றன. எடுத்துக்காட்டாக, கடலில் மூழ்கிய துவாரகை நகரத்தைச் சுட்டிக் காட்டுகிறார் ராஜீவ் நிகம். இ. மு. 3500க்குப் பின் வந்த 1500 ஆண்டுகளில் (இ. மு. 2000 வரை) மழை குறைய கடல்மட்டம் உயர்வது குறைந்து, கடல்மட்டம் இன்றைய நிலையை அடைந்தது.

இ. மு. 15,000 ஆண்டுகள் தொடங்கி இ. மு. 2000 வரையிலான இந்த கடல் மட்ட மாற்றம் மற்றும் இதனால் மூழ்கிய நிலப்பரப்பு இவற்றின் பக்கவாட்டு தோற்றத்தை வரைபடங்கள் 21, 22 தருகின்றன.

வரலாற்றுக்கு முற்பட்ட காலத்தில் தமிழகம் – இலங்கை கடற்கரைகளை ஒட்டியிருந்து பின்னர் கடலில் மூழ்கிய நிலப்பரப்புகளே குமரி எனும் நீலநீட்சி பற்றிய மரபின் வித்தாகும் என்பது என் நிலைப்பாடு. அக்காலத்தில், அப் பகுதியில் இருந்த குடியிருப்புகள் கடல்மட்ட உயர்வால் அழிந்தபோது, அங்கிருந்து தப்பி உயிர் பிழைத்தவர்களிடமிருந்து கிடைத்த செவிவழிச் செய்திகளே குமரி எனும் நிலநீட்சி பற்றிய மரபு உருவாவதற்கான ஊற்றுக்கண் எனலாம்.

தென்னிந்தியா – இலங்கைக்கு இடைப்பட்ட பாக் நீரிணை, மன்னார் வளைகுடா போன்ற ஆழமற்ற கடல் பகுதிகள் அண்மைக் காலத்தில்தான் கடலில் மூழ்கின என்பதை புவியியல் ஆய்வுகள் உறுதிப்படுத்துகின்றன. பல்லாயிரம் ஆண்டுகளுக்கு முன் கடல் மட்டம் எவ்வாறு இருந்தது என்பதை கடலியல் ஆய்வுகள் வரையறுக்கும் நிலையில், கடலில் மூழ்கிய பகுதி இதுதான் என்பதை இன்று திட்டவட்டமாக குறிப்பிட முடியும். குமரி எனும் நிலநீட்சி தமிழகத்தை ஒட்டியிருந்த கடலில் மூழ்கிய நிலப்பரப்பு. இதையே சங்க இலக்கியங்கள் குறிப்பிட்டன. இதுவே ஒரு பெரும் நிலப்பரப்பாக, கண்டமாக, கடந்த நூற்றாண்டில் மிகைப்படுத்தப்பட்டது.

❖

முடிவுரை

மறைந்த நிலநீட்சி பற்றிய மரபார்ந்த ஆய்வில் நிலவிய குழப்பங்களுக்கு மனித குலத்தின் தோற்றம், கண்டங்கள் பெயர்ச்சி இவை பற்றிய தெளிவின்மையும் மிகைப்படுத்தப் பட்ட காலக்கணிப்பும் மிகமுக்கியமான காரணங்கள். புவியியலின் அடிப்படைகளைப் புரிந்துகொள்ளாமல், ஆதி மனிதக் குடியேற்றங்களை சிலர் விளக்க முயன்றது மயக்கத்தை மேலும் கூட்டியது. வேதியியல் சோதனைகள் போலல்லாமல், புவியியல் ஆய்வுகள், பூமியில் ஏற்படும், ஏற்பட்ட, நிகழ்வுகளை ஆராய்ந்து நடத்தப்படுபவை. மேம்பட்ட அறிவியல் ஆய்வுக் கான கருவிகள் இல்லாத காலகட்டத்தில், புவியியல் நிகழ்வு களுக்குப் பல்வேறு விளக்கங்கள் அளிக்கப்பட்டன. எடுத்துக் காட்டாக, எரிமலை வெடிப்பு உண்டாவது வல்கன் (Vulcan) எனும் தேவலோகக் கொல்லன் பூமிக்கடியில் வேலை செய்வதால் என கிரேக்க – ரோமானிய புராணங்கள் கூறியதை ஒருகாலத்தில் மக்கள் நம்பினர். புவியியல் நிகழ்வுகளை மத, புராண மரபுகளின் அடிப்படையில் விளக்கும் நிலை 19ஆம் நூற்றாண்டின் இறுதிவரை இருந்தது. இம்மரபுகளே வேத வாக்குகளாகக் கொள்ளப்பட்டன. பிஷப் அஷர் (Bishop Ussher), விவிலியத்தை ஆதாரமாகக் கொண்டு கடவுள் உலகைச் சரியாக கி. மு.4004ஆம் ஆண்டு அக்டோபர் மாதம் இருபத் தாறாம் தேதி காலை ஒன்பது மணிக்கு படைத்தார் எனத் திட்டவட்டமாக அறிவித்தார்.

அவரைப் போன்ற மதபோதகர்களும் மற்றும் சில தனவந்தர்களும் புவியியல் விளக்கங்கள் மீது ஆதிக்கம் செலுத்தினர். பழையன கழிந்து புதியன புகுதல் போல, இயற்கையில் பேரழிவுகள் ஏற்பட்டுப் பின் புதிய காலம் ஒன்று பிறக்கும் என நம்பினர். நோவாவின் காலத்திய பிரளயத்தால் உயிரினங்கள் அழிந்தன என்ற விவிலியம் கூறும் நம்பிக்கை இதற்கு ஒரு உதாரணம். இன்று காணும் உயிரினங்கள் இந்த பேரழிவுக்குப்பின் தோன்றியவை எனக்கருதப்பட்டது. ஒரு அரசனின் ஆட்சிக்கு முற்பட்ட

காலம், பிற்பட்டகாலம் எனக் குறிப்பிடுவதுபோல, நோவாவின் பிரளயத்திற்கு முன், பின் எனக் குறிப்பிட்ட நிலையுமிருந்தது. இயற்கையின் சீற்றத்திற்கு கடவுளரின் சினம், முனிவரின் சாபம், மக்கள் செய்த பாவம் போன்றவையே காரணங்கள் என்ற நம்பிக்கைகள் மாறி, புவியியல் மாற்றங்கள் இயற்கையின் நிகழ்வுகள் என்ற எண்ணம் வளர்ந்தது கடந்த இருநூறு ஆண்டுகளில்தான். இயற்கை நிகழ்வுகள், மத, புராண மரபுகளைக் கொண்டு விளக்கப்பட்ட நிலையிலிருந்து விடுபட்டது இலகுவான பயணமல்ல. மேலைநாடுகளில் மரபுகளின் பிடிகள் ஓரளவு தளர்ந்து அறிவியல் நோக்கு வளர்ந்தது. ஆனால், இந்தியாவில் அத்தகைய மாற்றம் முழுமையாக ஏற்பட்டுவிட்டதெனக் கூறவியலாது. அறிவியலின் மீது புராணங்கள் மற்றும் ஐதிகங் களின் பிடிகள் இன்னும் தளரவில்லை.

நாம் வாழும் நிலம் அழியாதது, அசையாதது என்பது போன்ற நம்பிக்கைகள் தகர்ந்து, புவியியல் மாற்றங்கள் பற்றிய புரிதல் ஏற்பட்டது அண்மைக் காலத்தில்தான். புவியியல் அடிப்படைகள் பற்றிய விளக்கங்கள் வெளியிடப்பட்டபோது அவை பலத்த எதிர்ப்புகளையும், மறுப்புகளையும் எதிர் கொண்டன. 1830இல் புவியியலின் பிதாமகர் சார்லஸ் லியல் (Charles Lyell) விவிலியம் கூறும் காலத்தைவிட பூமியின் வயது வெகுவாக முற்பட்டது என்று அறிவித்தார். பூமியின் வயது 4.6 பில்லியன் ஆண்டுகள் என அவர் கூறினார். 1915ஆம் ஆண்டில் கண்டங்களின் பெயர்ச்சி பற்றிய ஆல்ஃபிரட் வெக்னரின் கண்டுபிடிப்பு புவியியலில் ஒரு பெரும் முன்னேற்றம். ஆனால் கண்டங்கள் ஏன், எவ்வாறு நகருகின்றன என்பவை அறியப்படவில்லை அன்று. கண்டங்களின் நகர்வு பற்றிய புரிதல் ஏற்பட்டது சென்ற நூற்றாண்டில்தான். கண்டத்தட்டு களின் நகர்வு பற்றிய சித்தாந்தம், விளங்காத புவியியல் புதிர்களுக்கு விளக்கங்களைக் கொடுத்தது.

19ஆம் நூற்றாண்டின் இறுதியில் ஐரோப்பாவில் தோன்றிய லெமூரியா கண்டம் பற்றிய கருத்தாக்கம், காலனியாதிக்கத்தின்போது இந்தியாவில் அறிமுகப்படுத்தப் பட்டது. வடமொழியினின்று வேறுபட்டு தனித்தன்மையுடன் இயங்கிய தென்மொழியான தமிழ், அதைப்பேசிய மக்கள் பற்றி அறிஞர் உலகம் அறியமுற்பட்டிருந்த காலகட்டம் இது. இக்காலகட்டத்தில் லெமூரியா – மறைந்த கண்டம் பற்றிய கோட்பாடு அறிவியல் கண்டுபிடிப்பு போலப் பேசப்பட்டது.

இதையே ஆதாரமாகக்கொண்டு அந்த மறைந்த கண்டமே சங்க இலக்கியங்கள் கூறும் குமரி, அதுவே மானுடத்தின் தொட்டில் என தமிழ்நாட்டில் எழுத ஆரம்பித்தனர். காலனியாதிக்கத்தின்போது, தேசிய உணர்வு தலைதூக்கிய காலத்தில், ஆரிய கலாச்சாரம் உயர்ந்ததாவும், வடமொழி தேவமொழியாகவும் பாவிக்கப்பட்ட நிலையில் தமிழின் சிறப்பு பற்றிய சொல்லாடல் உருவானது. அப்போதுதான் சங்க இலக்கியங்கள் கூறும் குமரி நிலப்பரப்பு பற்றிய மரபிற்கும் லெமூரியா எனும் மேனாட்டு மரபிற்கும் முடிச்சுப் போடப் பட்டது. சங்கத் தமிழ் இலக்கியங்கள் மக்கள் வாழ்ந்ததாகக் குறிப்பிட்ட பகுதிகளை, பிரம்ம ஞானசபையினரின் ஞானக் கண்ணில் தோன்றிய லெமூரியா எனும் கற்பனாவுலகுடன் இணைத்தது தமிழார்வலர் சிலர் அறியாமல் செய்த பெரும் பிழை. இதனால் சங்க இலக்கியங்கள் கூறும் நிலப்பகுதி எது என்பதற்கு விடை கிடைத்தாற்போன்ற நிலை ஏற்பட்டது. ஆரியர் வடக்கிருந்து வந்தனர் என்றால் திராவிடர் தெற்கிருந்து சென்றனர் எனக் கூறவும் லெமூரியா கோட்பாடு உதவியது.

பேரழிவை உண்டாக்கிய கடற்கோள்கள், அன்று ஏற் பட்டதும் இன்று ஏற்படுவதும் இயற்கையின் நியதி. நாளையும் கடற்கோள் ஏற்படலாம் என்று கூறுவது அழிவுகாலத் தீர்க்க தரிசனம் அல்ல; அறிவியல் ஆய்வுகளினடிப்படையில் உருவான முடிவு. அது, நம் சுற்றுப்புற சூழல் பற்றிய அச்சுறுத்தும் தொலைநோக்கு. கடற்கோள், பிரளயங்கள் ஏற்படுவதற்கு முக்கிய காரணம் பூமி வெம்மையடைவது எனப் பார்த்தோம். பூமியின் மேற்பரப்பு வெம்மையடையும் வேகம் அதிகரிப்பதற்கு, கண்மூடித்தனமான சுற்றுப்புறச் சூழலின் சீரழிவே காரணம் என்பதை மனங்கொள்ள வேண்டும். சுற்றுப்புறச் சூழலை மாசடையச் செய்வதால், உலகம் மேலும் வெம்மையடைந்து வருகிறது. தொழில்நுட்ப வளர்ச்சியும் மக்கட்தொகைப் பெருக்கமும் சுற்றுப்புறச் சூழலை மாசுபடுத்தியுள்ளன. மக்கட் பெருக்கத்தால் ஆண்டுக்கு ஐந்து ஆயிரம் மில்லியன் டன் கரியமிலவாயு, வாயு மண்டலத்தில் சேருகிறது. கடந்த நூறாண்டு களில் கரியமிலவாயுவின் அளவு வாயு மண்டலத்தில் 280 மில்லியன் ஒரு பங்கிலிருந்து, 345 மில்லியனில் ஒரு பங்காக உயர்ந்திருக்கிறது. ஆண்டுக்கு ஐந்நூறு மில்லியன் டன் மீதேன் (CH_4) வாயு, வாயு மண்டலத்தில் சேருகிறது. இவையிரண்டும் கதிரவனிலிருந்து வரும் உட்சிவப்புக் (Infra Red) கதிர்களைப் பெற்று, அவற்றை பூமியை நோக்கி அனுப்புவதால் பூமியின் மேற்புறமும், காற்றுவெளியும் வெப்பமடைகின்றன. இதையே

பசுமை இல்ல விளைவு (Green House Effect) என்கின்றனர். உலகளாவிய மாசு, துருவப்பிரதேசத்தில் வாயுமண்டலத்தின் மேலேயுள்ள ஓசோன் வாயு அடுக்கில் ஒரு பெரும் துளையை ஏற்படுத்தியுள்ளது.

உலகம் வெம்மையடைவது, மறுபடியும் குளிரடையப் போவதற்கு முன் ஏற்படும் நிகழ்வு என்பது புவியியல் வரலாற்றிலிருந்து தெரிய வருவது. இயற்கையாகவே உலகம் வெம்மையடைவது ஒரு விகிதத்தில் ஏற்படுகிறது என்றாலும், அந்தவிகிதம் சுற்றுப்புறச் சூழல் சீர்கேட்டால் அதிகரித்துள்ளது. மக்கட் பெருக்கம், தொழில்நுட்ப வளர்ச்சியால் ஏற்பட்ட நச்சுப்புகை வாயு மண்டலத்தில் சேர்வது, இரசாயனக் கொல்லிகளின் அதீதப் பயன்பாடு, தொழிற்சாலைகளிலிருந்து வெளியேற்றப்படும் மாசடைந்த கழிவு நீரின் இரசாயனச் சேர்க்கை போன்றவற்றால் உலகம் வெம்மையடைந்து வருகிறது. அதனால் பனிப்பரப்புகள் உருகுவதும் கடல்மட்டம் உயருவதும் அதிகரித்துள்ளது. தாழ்வான கடற்கரைப் பகுதிகள், கடல் மட்டத்திலிருந்து உயரமற்ற மாலத்தீவு போன்ற தீவுகள் கடலில் மூழ்கும் அபாயம் உருவாகியுள்ளது.

அடுத்த பனியுகம் வர பல ஆயிரம் ஆண்டுகள் ஆகலாம். ஏறத்தாழ பதினைந்தாயிரம் ஆண்டுகளுக்கு முன் ஏற்பட்ட பனியுகத்திற்குப் பின், இப்போது உலகம் வெம்மையடைந்து வருகிறது. நாம் வாழும் இக்காலம் இரு பனியுகங்களுக்கு இடைப்பட்ட காலம் எனும் கருத்து நிலவுகிறது. பூமி வெம்மை யடைவது அது மறுபடியும் குளிர்ச்சியடைவதற்கு முன்னால் ஏற்படும் நிகழ்ச்சி என்பதால் பூமி மற்றொரு பனியுகம் நோக்கிச் செல்வதை மனித இனம் துரிதப்படுத்துகிறது எனலாம்.

கடலடி அகழாய்வாளர் கிரஹாம் ஹேன்காக் (Graham Hancock) கருத்துப்படி, கடந்த 16,000 ஆண்டுகளுக்கும் 7000 ஆண்டுகளுக்கும் இடைப்பட்ட காலத்தில், கடைசிப் பனியுகத் திற்குப் பின், நம் முன்னோர்கள் வாழ்ந்த உலகத்தில் பேரழிவுகள் பல ஏற்பட்டன. துருவங்களிலிருந்த பனிப்பரப்புகள் உருக, கடல்மட்டம் ஏறத்தாழ 100 மீ. உயர்ந்து, பிரளயங்கள் ஏற்பட்டன. இதனால் உலகெங்கிலும் மூழ்கிய நிலப்பரப்பு ஏறத்தாழ 25 மில்லியன் சதுர கி. மீட்டர்கள் ஆகும். கடலடி அகழாய்வு கடந்த ஐம்பதாண்டுகளில் வளர்ந்த துறை என்றாலும், ஏறத்தாழ 500 கடலடிச் சிதைவுகள் கண்டுபிடிக்கப்பட்டுள்ளன. அவற்றில் நூற்றுக்கும் மேற்பட்டவை மூவாயிரம் ஆண்டுகளுக்கு முற் பட்டவை.

“குமரிக்கண்ட மரபு கடல்மட்ட உயர்வால் அழிந்துபட்ட நிலப்பரப்புடன் சம்பந்தப்பட்டது. இலக்கியங்கள் சுட்டிக்காட்டும் குமரி நிலப்பரப்பு பற்றிய கருத்தாக்கம், லெமூரியா – மு எனும் அறிவியல் ஆதாரமற்ற கோட்பாடுகளுடன் சேர்க்கப் பட்டதால், தேவையற்ற குழப்பம் ஏற்படுத்தப்பட்டுவிட்டது. வரும் பத்தாண்டுகளில் ஆழ்கடல் ஆய்வுகள், கேம்பே மற்றும் மன்னார் வளைகுடா பகுதிகளில் நீரில் மூழ்கிய நிலப்பரப்பு பற்றிய விவரங்களை வெளியுலகுக்கு உணர்த்தும்” *(ஹேன்காக் ஆகஸ்டு 2001இல் எழுதிய கடிதத்திலிருந்து.)*

❖

இணைப்புகள்

1. வரைபடங்கள்   195
2. தமிழ்நாட்டில் தொல்லியல் அகழ்வாராய்ச்சிகள் மேற்கொள்ளப்பட்ட இடங்கள்   197
3. ஆதிச்ச நல்லூர் அகழாய்வு   200
4. காம்பே வளைகுடா, கடலடிக் கண்டுபிடிப்பு   203

1. வரைபடங்கள்

வரைபடங்கள் உருவாக்கும் கலையான கார்ட்டோகிராஃபி (Cartography) மிகப் பழைமையானதொன்று. நாடுகளின் எல்லைகளைக் காட்டவும், கடற்பயணம் மேற்கொள்ளவும் வரைபடங்கள் முதலில் பயன்படுத்தப்பட்டன. பல நூற்றாண்டுகளுக்கு முன், வரைபடங்களை உருவாக்க, கண்ணால் கண்டு சேகரித்த விவரங்கள் பயன்படுத்தப்பட்டன. இதனால் வரைபடங்கள் துல்லியமாக அமையவில்லை. மேலும் உருண்டையான பூமியில் உள்ள நிலப்பரப்புகளை தட்டையாக வரைபடத்தில் காட்டும்போது, பல பிழைகள் ஏற்பட்டன. கி. பி. 2ஆம் நூற்றாண்டில் கிளாடியஸ் தாலமி தயாரித்த உலகப்படம், மத்தியதரைக் கடலைச் சுற்றியே உலகம் இருந்தது போலவும், ஐரோப்பா மற்றும் ஆசியாக் கண்டங்கள் பெரிதாக இருந்தது போலவும் காட்டியது. ரோமானியர்களும் எகிப்தியரும் இக்கலையில் தேர்ச்சிபெற்றிருந்தனர். கி. பி. 12ஆம் நூற்றாண்டில் சீனாவிலும், 15ஆம் நூற்றாண்டில் ஐரோப்பாவிலும் வரைபடங்கள் அச்சிடப்பட துவங்கியதால், இக்கலை வெகுவான முன்னேற்றம் அடைந்தது, வரைபடங்கள் பலருக்கும் கிடைக்கவும் வாய்ப்புகள் உருவாகின.

புதிய பூமி தேடி புறப்பட்டவர்களுக்கு, முக்கியமாகக் கடலோடிகளுக்கு, வரைபடங்கள் இன்றியமையாதவை என்பதால் இக்கலையில் அரசர்களும் வணிகர்களும் ஆர்வம் காட்டினர். கையால் வரையப்பட்ட குத்துமதிப்பான வரைபடங்கள் பயன்படுத்தப்பட்டன. எடுத்துக்காட்டாக ஸ்பெயின் நாட்டவர் உருவாக்கிய வரைபடங்கள் பதினேழு, பதினெட்டாம் நூற்றாண்டுகளில் வடஅமெரிக்காவிற்கு கடற்பயணம் செல்லப் பயன்படுத்தப்பட்டன. வெகு காலத்திற்குப் பின் பத்தொன்பதாம் நூற்றாண்டில் புகைப்படங்களின் உதவியுடன் வரை

படங்கள் உருவாக்கப்பட்டது. அது இக்கலையில் ஒரு புரட்சியை ஏற்படுத்தியது. விமானங்களிலிருந்து எடுக்கப்பட்ட புகைப் படங்கள் வரைபடக்கலையில் ஒரு புதிய பரிமாணத்தை உருவாக்கின. வரைபடம் என்பது நிலத்தின் ஒரு பகுதியின் பிரதி. அன்று கையால் வரையப்பட்டவை இன்று கணினி களால் உருவாக்கப்படுகின்றன. மலைகளையும், ஆறுகளையும் காட்டும் வரைபடம், பயணவழிகளைக் காட்டும் வரைபடம் என பயன்கருதி வரைபடங்கள் உருவாக்கப்படுகின்றன. நிலப்பரப்பு, நீர்ப்பரப்பு மட்டுமின்றி மற்ற கோள்களின் மேற்பரப்புகளையும் காட்டும் அளவுக்கு இன்று வரைபடக் கலை வியக்கத்தக்க முறையில் முன்னேறியுள்ளது. வரைபட வல்லுநர்கள் காலம்காலமாகச் சில விதிமுறைகளைப் பின்பற்று கின்றனர் என்றாலும் சிறு தவறுகள் ஏற்படுவதுத் தவிர்க்க வியலாதது. புகைப்படங்களை ஆதாரமாகக்கொண்டு உருவாக்கப்படும் வரைபடங்களில்கூட நிலப்பரப்பில் காணப் படுபவற்றைத் துல்லியமாகக் காட்டவியலாது.

இன்று செயற்கைக்கோள் எடுத்த படங்கள் வரைபடங் களை உருவாக்க பயன்படுத்தப்படுகின்றன. இவற்றிலிருந்து, சில சதுர அடி பரப்பளவே உள்ள இடத்தைக் கூட கண்டறிய முடியும். ஈராக் போரில் அமெரிக்க ராணுவம் ஈராக் கவச வண்டிகளைத் தம் செயற்கைக்கோள் படங்கள் மூலம் கண்டறிந்து தாக்கியது ஒரு எடுத்துக்காட்டு. 20ஆம் நூற்றாண் டின் மத்தியில், செயற்கைக்கோள்கள் சேகரித்த விவரங்களை வைத்து வரைபடங்கள் தயாரிக்க முடிந்தது. புவியியல் சம்பந்தப் பட்ட விவரங்கள் பலவற்றை அறிய பூமியை வலம்வரும் பல செயற்கைக்கோள்களினால் சேகரிக்கப்படும் தகவல்கள் இதற்கு உதவுகின்றன. கணினியின் உதவியோடு அறிவியல் சார்ந்த துறைகள் பலவற்றிற்குப் பயன்படும் வரைபடங்கள் உருவாக்கப்படும் நிலை உருவாகியுள்ளது. உதாரணமாக ஒரு அறையில் அமர்ந்தவண்ணம், செயற்கைக்கோள் படங் களைப் பார்த்து நகரங்கள் அபிவிருத்தியடைவது, விவசாய நிலத்தின் பரப்பு அதிகரிப்பது அல்லது குறைவது, காடுகளின் சேதம், நீர் நிலைகள் மாசுபடுவது போன்ற பல விவரங்களைப் பெறலாம்.

❖

2. தமிழ்நாட்டில் தொல்லியல் அகழ்வாராய்ச்சிகள் மேற்கொள்ளப்பட்ட இடங்கள்

1837இல் பிரீக்ஸ் (J.W.Breeks) நீலகிரியில் பெருங்கற்கால ஈமச்சின்னங்களை அகழ்ந்து ஆய்வு செய்தார். 1863இல் புவியியல் ஆய்வாளர், இராபர்ட் புரூஸ் (Robert Bruce) என்ற அத்திரம் பாக்கம், பல்லாவரம் பகுதிகளில் பழைய கற்காலக் கருவிகளைக் கண்டறிந்தார். அறிவியலடிப்படையில் அன்று கள ஆய்வுகள் மேற்கொள்ளப்படவில்லை என்றாலும் இதையே தமிழகத்தில் தொல்பொருளாய்வின் ஆரம்பம் எனலாம்.

19ஆம் நூற்றாண்டில் தமிழ்நாட்டில் பல இடங்களில் கள ஆய்வுகளும், அகழ்வாராய்ச்சிகளும் நடத்தப்பட்டன. இருபதாம் நூற்றாண்டின் இடைக்காலத்தில் முறைப்படியான அகழாய்வுகளும், காலக் கணிப்பு முறைகளும் மேற்கொள்ளப் பட்டன. 1945ஆம் ஆண்டு தொல்லியல் ஆய்வாளர் மார்டிமர் வீலர் (Mortimer Wheeler) ரால் தமிழகத்தில் அரிக்கமேட்டுப் பகுதியில் முறையான அறிவியலடிப்படையில் கள ஆய்வுகள் தொடங்கின எனலாம். இதற்குப் பின் வரலாற்றுக்கும் முற்பட்ட காலத்தவர் வாழ்ந்த பல்வேறு இடங்களில் கள ஆய்வுகளும் அகழ்வாராய்ச்சிகளும் மேற்கொள்ளப்பட்டுள்ளன.

தமிழ்நாட்டில் செங்கல்பட்டு மாவட்டத்தில், பழங் கற்காலத்தவர் வாழ்ந்த இடங்கள் பல அகழாய்வு செய்யப் பட்டன. அத்திரம்பாக்கம், வடமதுரை, குடியம், திருப்பெரும் புதூர், நம்பாக்கம், எருமைவெட்டிப்பாளையம், மஞ்சனகரை,

தஞ்சாவூர், அதிராமபட்டினம், பர்கூர், அவியூர், தி. கல்லுப்பட்டி ஆகியவை அவற்றில் சில இடங்கள்.

கள ஆய்வுகளில் இடைக் கற்காலத்தைச் சேர்ந்த சிறுத்த கற்கருவிகள் (Microlithic) பல இடங்களில் கிடைத்திருந்தாலும், அகழாய்வுகள் மேற்கொள்ளப்படவில்லை. கி.மு. 4000 ஆண்டுக்கு முற்பட்ட சிறுத்த கற்கருவிகள் குடியம் அகழாய்விலும், திருத்தங்கல், தி. கல்லுப்பட்டி, திருநெல்வேலி தேரிமேடுகளிலும் கிடைத்துள்ளன.

கி. மு. 2000 முதல் 600 வரையுள்ள இக்காலத்தவர் வாழ்ந்த இடங்கள், குறிப்பாக, வட மாவட்டங்களில் பல உண்டு எனக் கள ஆய்வுகள் காட்டுகின்றன. அக்காலகட்டத்தில் நாடோடிகளாகத் திரிந்தவர்கள், குடியிருப்புகளமைத்து நிலையாக வாழ முற்பட்டனர். அவர்கள் பயிர்ச் சாகுபடி செய்யவும், விலங்குகளை வளர்க்கவும் ஆரம்பித்த காலம் இது. பய்யம்பள்ளி அகழாய்வில் அவர்கள்பற்றி அரிய பல தடயங்கள் கிட்டியுள்ளன. பய்யம்பள்ளி, தைலமலை, தொகரப் பள்ளி, முள்ளிக்காடு, அப்புக் கல்லு, தேனி, ஒத்தக் கோயில், கொற்கை, பெரியகுளம், செய்துங்க நல்லூர், சாயர்புரம், மோகனூர் மற்றும் சேனங்காடு ஆகிய இடங்களில் புதிய கற்காலத்தவர் வாழ்ந்ததாக கள ஆய்வுகள் காட்டுகின்றன. கல்செப்புக் காலம் (Chalcolithic) மற்றும் புதிய கற்காலத்துக்கும் இடைப்பட்ட காலம் பற்றிய விவரங்கள் மதுரை, தி. கல்லுப் பட்டி. அகழாய்வுகள் மூலம் கிடைக்கின்றன. புதிய கற்காலத்தை யடுத்து பலவிடங்களில் இரும்புக்காலப் பண்பாடு தொடர்ந்தது என்பதை அகழாய்வுகள் உறுதிசெய்கின்றன.

தமிழ்நாட்டில், இரும்பு யுகமான (Iron age) பெருங்கற் காலத்தைச் சேர்ந்த பல இடங்களில் அகழாய்வுகள் செய்யப் பட்டுள்ளன. இவற்றில் முக்கியமானது ஆதிச்சநல்லூர் அகழாய்வு. இது கொற்கையில் கண்டுபிடிக்கப்பட்ட (கார்பன்[14] காலக் கணிப்புப்படி கி.மு. 785) காலத்திற்கு முற்பட்ட காலம். அப்போது அங்கு கல் மணிகள் அறுக்கும் தொழில் நடந்ததைக் கொடுமணல் அகழாய்வு காட்டுகிறது. மட்பாண்டங்களில் காணப்படும் குறியீடுகள் மற்றும் எழுத்துக்கள் அம்மக்கள் தம் முன்னோரைவிட நாகரிக மேம்பாடு அடைந்தவர்கள் எனக் காட்டுகின்றன. பெருங்கற்கால / இரும்புயுக மக்கள் வாழ்ந்த, அகழாய்வு செய்யப்பட்ட இடங்களில் சில:

கம்பர்மேடு, மல்லப்பாடி, மேல் சாத்தமங்கலம், கொடுமணல், அமிர்தமங்கலம், கொற்கை, ஆரோவில், ஆனைமலை, கோரிமேடு, நத்தமேடு, கோவலன் பொட்டல், சானூர், சித்தன்னவாசல், சிறுமுகை, சூலூர், செட்டிப் பாளையம், திருப்பூர், திருவக்கரை, பல்லாவரம், பழனிமலை, பெருமாள் மலை, பேரூர், ஆதிச்சநல்லூர் மற்றும் காவிரிப்பூம் பட்டினம்.

3. ஆதிச்சநல்லூர் அகழாய்வு

திருநெல்வேலி மாவட்டத்தில் தாமிரவருணி ஆற்றின் கரையில் ஆதிச்சநல்லூரில் உள்ள ஏறத்தாழ நாற்பது ஹெக்டேர் பரப்புள்ள மண்மேடு, இரும்புயுகத்தைச் சார்ந்த (இ.மு 2500) சமுதாயம் ஒன்றின் ஈமக்காடு என கள ஆய்வில் தெரியவந்தது. இவ்விடத்தில் 1876 இல் யகோர் (Jagore) என்ற ஜெர்மானியர் அகழாய்வு செய்தபோது பல தொல்லியல் தடயங்கள் கிட்டின. பல பொற்பட்டங்களும் முதுமக்கள் தாழிகளும், மண்பாண்டங்களும் எலும்புகளும், வெண்கலம் மற்றும் இரும்புப் பாத்திரங்களும், ஆயுதங்கள் பலவும் அகழ்ந் தெடுக்கப்பட்டு பெர்லின் அருங்காட்சியகத்திற்கு எடுத்து செல்லப்பட்டன. 1903 – 1904 இல் லோனிஸ் லேப்பிக் (M.Lonis Lapcique) என்ற பிரெஞ்சுக்காரர் இங்கு மறுபடியும் அகழாய்வு செய்தார். அங்கு அகழ்ந்தெடுக்கப்பட்ட பல பழம்பொருட் களின் பட்டியல்பற்றி முழுவதுமாக அறிய இயலாவிட்டாலும், அவைப் பற்றி ஸ்டுவார்ட் (Stewart) என்ற உதவி கலெக்டர், கிழக்கிந்தியக் கம்பெனிக்கு எழுதிய கடிதங்கள் மூலம் ஓரளவு அறியலாம். சென்ற நூற்றாண்டின் ஆரம்பத்தில் சென்னை அருங்காட்சியகக் கண்காணிப்பாளராகயிருந்த அலெக்ஸாந்தர் ரீ (Alexandar Rea) இங்கு 1899முதல் 1906வரை மேற்கொண்ட ஆய்வுகளில் தான் கண்டெடுத்தவை பற்றி எழுதியவையே, ஆதிச்சநல்லூர் அகழாய்வு பற்றிய விவரங்கள். அவர் முதலில் அகழாய்வு செய்தபோது சுமார் ஒன்று அல்லது ஒன்றரை மீட்டர் உயரமான இருபத்தைந்திற்கும் மேற்பட்ட முதுமக்கள் தாழிகளையும், மண்பாண்டங்களையும், இரும்புக் கருவிகளை யும் ஆபரணங்களையும், மக்கிய நிலையிலிருந்த அரிசி, சாமை போன்ற தானியங்களையும், மண்டையோடுகள் சிலவற்றுடன் இதர எலும்புகள் சிலவற்றையும் அகழ்ந்தெடுத்தார். இந்த அகழாய்வுக்குப் பின் ஒவ்வொரு ஆண்டும், சில மாதங்கள்,

சு.கி. ஜெயகரன்

அகழாய்வு செய்து பல அரிய தொல்லெச்சங்களை ரீ தோண்டியெடுக்க, ஆதிச்சநல்லூரில் வாழ்ந்த பழந்தமிழர் பற்றி ஓரளவு நாம் தெரிந்துகொள்ள முடிந்தது. ரீயின் கண்டுபிடிப்பில் அறுநூற்றிற்கும் மேம்பட்ட சிவப்பு, கறுப்பு மண்பாண்டங்கள் இருந்தன. இவற்றைப் பானைகள், சட்டிகள், மூடிகள், குவளைகள், கிண்ணங்கள், சாடிகள், கூஜாக்கள், தாழிகள் எனப் பிரிக்கலாம். இரும்பால் செய்யப்பட்ட முப்பதிற்கும் மேற்பட்ட வேல், வாள், கோடாரி போன்ற ஆயுதங்கள் கிடைத்தன. இரும்பை உருக்கி ஆயுதங்கள் உருவாக்கிய இவர்கள் வெண்கலம், தங்கம் போன்ற உலோகங் களைப் பயன்படுத்தவும் தெரிந்தவர்கள். வெண்கலக் குவளை, சாடி, கிண்ணம் போன்ற பல பாண்டங்களும், மான், புலி, மாடு போன்ற விலங்குகளின் உருவங்களும் மற்றும் ஆபரணங் களும் கிடைத்துள்ளன; இந்த ஆதிச்சநல்லூரில் அகழாய்வு நூற்றாண்டுகளாக வாழ்ந்த பல தலைமுறையினரின் படைப்பு களைத் தந்தது. இரும்பின் பயனை நன்கு அறிந்த ஆதிச்சநல்லூர் கலாச்சாரம், வெண்கலத்தின் பயனை அறிந்துகொள்ள ஆரம்பித்திருந்தது. முது மக்கள் தாழிகள், அகன்றவாய்கொண்ட குதிர் போன்ற மண்பாண்டங்கள் இங்கு கிடைத்தன. அவற்றை ஹரப்பாவில் கண்டெடுத்த தாழிகளுடன் ஒப்பிடலாம். தாழிகளில் இறந்தவர்களின் நெற்றியில் கட்டப்படும் மாவிலை போன்ற இருபத்துமூன்று பொற் பட்டங்கள் கிடைத்தன. நெற்றியில் பொற்பட்டம் கட்டுவது இறுதிச் சடங்குகளில் ஒன்றாகும். தாழிகளுடன் புதைக்கப் பட்ட பொருட்கள் பல, இறந்துபட்டவர்கள் உபயோகித்த பொருட்கள். மறுமையில் அவர்கள் அவற்றைப் பயன்படுத்து வார்கள் என்ற நம்பிக்கையில் அவர்களின் உடல்களோடு சேர்த்துப் புதைக்கப்பட்டவை. இறப்பிற்குப் பின் வாழ்வு உண்டு என்று கருதிய அச்சமுதாயம், பரிணாம வளர்ச்சியில் மேம்பாடு அடைந்த ஒன்று என்பது தெளிவு.

முதுமக்கள் தாழிகள் சிலவற்றில் பருத்தி ஆடையின் தடயங்கள் இருந்தன. இந்தக் கண்டுபிடிப்பில் முக்கியமானவை 17 – 19 செ.மீ. நீளம் 12–14 செ.மீ. அகலம் கொண்ட ஆறு இருவகையான மண்டையோடுகள். இந்த மண்டையோடு களில் வகைக்கு ஒன்றாக இரு மண்டையோடுகளை 1927இல் ஆராய்ந்த எலியட் ஸ்மித் (Elliot Smith), ஒன்று ஆதி ஆஸ்திரலாய்டு (ஆஸ்திரேலியப் பழங்குடி வகை) போன்றும், மற்றொன்று மத்தியதரை கடற்பகுதியினரின் தலை போன்றும் உள்ளது எனத் தெரிவித்தார். முதல் மண்டையோடு, ஆஸ்திரேலியப் பழங்குடியினர், வேடர், இருளர், குறும்பர்

போன்ற வகை இனங்களுடன் தொடர்புடையவர்கள் என்ற வாதத்திற்கு ஒரு ஆதாரம். மத்தியதரைக் கடற்பகுதியினம் என குறிக்கப்படும் பெரும் பிரிவில் திராவிட இனமும் அடக்கம். மொகஞ்சோதாரோ ஆய்வை முன்னின்று நடத்திய ஆர். டி. பானர்ஜி சிந்து – பாலூசிஸ் தான் அகழாய்வில், திருநெல்வேலி தொடங்கி மத்தியதரைக் கடற் பகுதிவரை இருந்த கலாச்சாரங்களில் திராவிடக் கலாச்சாரத்தின் இயல்புகளைக் காணலாம் என்கிறார்.

❖

4. காம்பே வளைகுடா கடலடிக் கண்டுபிடிப்பு

2000ஆம் ஆண்டின் துவக்கத்தில் காம்பே வளைகுடா பகுதியில் சுற்றுச்சூழல் மாசுபாட்டை அளவிடும் பணியில் முனைவர் கதிரொளியின் தலைமையில் ஈடுபட்டிருந்த சென்னையைச் சேர்ந்த தேசிய ஆழ்கடல் தொழில்நுட்ப நிறுவனத்தின் (National Institute of Ocean Technology) ஆய்வுக்குழு, கடற்கரையிலிருந்து 30 கி.மீ. தள்ளி 30 – 40மீ ஆழத்தில், புராதனச் சிதைவுகளிருப்பதைக் கண்டறிந்ததாகக் கூறப்பட்டது. அக்குழு கடலடித் தளத்திலிருந்து இரண்டாயிரத்திற்கும் மேற்பட்ட பொருட்களைச் சுரண்டி (Dredge) எடுத்தது. அவற்றில் முக்கியமானவை கல்லாயுதங்கள், இரத்தினக் கற்கள், மனித தண்டுவட எலும்பு, தாடையெலும்பு, பழைய மரத்துண்டு. மூழ்கிய ஆற்றின் கரையில், ஏறத்தாழ 9 கி.மீ. நீளத்திற்குப் பரவியிருந்த புராதனச் சிதைவுகளை அந்த ஆய்வுக்குழு கண்டுபிடித்ததாகக் கூறப்பட்டது. மேலும் ஆய்வுக் கப்பலின் எதிரொலிப்பான் பதிவு செய்த சமிக்ஞைகளின் அடிப்படையில் மட்டுமே, 40 மீ ஆழத்தில் ஒரு புதையுண்ட நகரம் கண்டுபிடிக்கப்பட்டதாக அறிவிக்கப்பட்டது. மொஹஞ்சதாரோ அகழாய்வில் கண்டுபிடிக்கப்பட்டது போன்ற செவ்வக மேடைகள், தானியக் குதிர்கள், அணைக்கட்டு போன்ற அமைப்புகள், சாலைகள் இருப்பதாகவும் அக்குழுவினர் சிலாகித்தனர். ஆழ்கடல் முக்குளிப்பு நடத்தியோ, அல்லது தானியங்கி முக்குளிப்பான் மூலம் படம் எடுக்காமல், தொல்லியல் ஆய்வாளர்களின் பரிசீலனையின்றி வேதகாலத்தில் மறைந்த ஒரு நாகரிகத்தின் காலக் குறியீடுகளாக கண்டுபிடிக்கப்பட்ட தொல்பொருட்கள் சித்தரிக்கப்பட்டன.

காம்பே கடலுக்கடியில் வரலாற்றுக்கு முற்பட்ட காலத்திய குடியிருப்புகளின் சிதைவுகள் இருக்க வாய்ப்புகள் உள்ளன என்றாலும் கண்டுபிடிப்பின் சில அம்சங்கள் குறித்து தொல்லியலாளர் எழுப்பிய கேள்விகள் சில.

1. கண்டு பிடிக்கப்பட்டதாகக் கூறப்படும், புராதனச் சிதைவுகள் உறுதியாகக் கால நிர்ணயம் செய்யவியலாத நிலையில், அது ஹரப்பா நாகரிகத்துக்கு முற்பட்டது என எவ்வாறு கூறலாம்?

2. எதிரொலிப்பான் சமிக்ஞைகளை மட்டுமே வைத்து ஊகிக்கப்பட்ட கடலடி அமைப்புகளை மனிதர் கட்டியது என திட்டமாகக் கூறமுடியுமா? அதையே வைத்து கடலடிச் சிதைவுகள் ஒரு நகர்ப்புற சிதைவுகள் எனலாமா?

3. கடலடியிலிருந்து எடுக்கப்பட்ட பொருட்களில் கணிச மானவை, இயற்கையில் உருவாகியவை. அவை அனைத்தும் காம்பே பகுதியில் அன்று வாழ்ந்தவர் செய்தவை என்று கூறுவது அறிவியலுக்கு ஒவ்வாதது.

காம்பே கடலடிப் புராதன சிதைவுகள் உள்ள இடத்தில், கடலடி ஆய்வின் ஆரம்பப் பணிகளான முக்குளிப்பு, தீர்வைகள், கள ஆய்வுகள் ஏதும் நடத்தப்படவில்லை என்பதை யும், புராதனச் சிதைவுகளின் காலக்குறியீடுகளான, கல், இரும்பு ஆயுதங்கள், மட்பானைகள், என ஒரு பண்பாட்டுப் பிரிவைக் காட்டும் தனித் தன்மை கொண்ட குறியீடுகள் இல்லை என்பதையும், ஹரப்பா புராதனச் சிதைவுகள் பற்றி ஆய்வுக் கட்டுரைகள் பல எழுதியுள்ள தொல்லியல் பேராசிரியர் ஷெரின் ரத்னாகர் குறிப்பிடுகிறார். மேலும் வதோதரா, பல்கலைக்கழகத்தின் தொல்லியல், பண்டைய வரலாற்றுத்துறைப் பேராசிரியை ஜெயாமேனன், ‘குடியிருப்பு, விவசாயம், விலங்கு வளர்ப்பு உருவாகிய காலம் புதிய கற்காலம். ஹரப்பா நாகரிகமோ அதற்குப் பின் வந்த வெண்கல யுகத்தைச் சார்ந்த நகர்ப்புற நாகரிகம். காம்பே கண்டுபிடிப்பின் காலத்தை புதிய கற்காலத்திற்குக் கொண்டு சென்றபின், அதை நகர்ப்புற நாகரிகம் என்பது முன்னுக்குப் பின் முரணாக உள்ளது’ என்கிறார்.

காம்பே வளைகுடாப் பகுதியில் கடலினடியில் காணப்படும் புராதனச் சிதைவுகளின் கால நிர்ணயம் 25 செ.மீ. நீளம், 20 செ.மீ. விட்டம் கொண்ட ஒரேயொரு மரத்துண்டை மட்டுமே ஆதாரமாகக் கொண்டது. கடலடியி லிருந்து எடுக்கப்பட்ட மரத்துண்டைக் காலநிர்ணயக் கணிப்பு

செய்த பீர்பால் சாஹானி தொல்தாவரயெச்ச ஆய்வுக்கூடம் (Birbal Sahny Institute of Paelio - botony) அந்த மரத்துண்டு 9500 ஆண்டுகட்கு முற்பட்டதென்றும், அதே கட்டையை ஆராய்ந்த ஹைதராபாத் நேஷனல் ஜியோஃபிஸிகல் ரிசர்ச் இன்ஸ்டிடியூட் அது இன்றைக்கும் 7500 ஆண்டுகளுக்கு முற்பட்டது என்றும் கணித்தன. கார்பன்$_{14}$ காலநிர்ணயத்தில் இவ்வளவு வித்தியாசம் இருக்காது என்றாலும், "எடுக்கப்பட்ட கட்டை 9500 – 7500 ஆண்டுகளுக்கு முற்பட்டது என்றே கொண்டாலும் அது அழிந்துபட்டதாகக் கூறப்படும் காம்பே புராதனச் சிதைவு களின் காலத்தைச் சேர்ந்ததா என்பதுதான் அடிப்படைக்கேள்வி. அது கிடைத்த இடமோ ஒருபழம் நதிக்கரை; பழங்கட்டைகள் படிவங்களிலிருந்து உருண்டுவர வாய்ப்புகள் உண்டு. எனவே ஒரு மரக்கட்டையை வைத்து, ஒரு நாகரிகத்தின் காலத்தை நிர்ணயிப்பது தவறு என்பதை தொல்பழங் காலநிலை (Paleogeography) மற்றும் கார்பன்$_{14}$ கால நிர்ணய வல்லுநர் அகர்வால் கூறுகிறார்.

சென்னைப் பல்கலைக்கழகத்தின் தொல்லியல் துறையின் முன்னாள் பேராசிரியர் கே.வி. ராமன் 'நாகரிகங்கள் தனித்துத் தோன்றுவதில்லை. அவை ஒன்றுக்கொன்று தொடர் புடையவை. காம்பே நாகரிகம் ஹரப்பா நாகரிகத்துக்கும் முற்பட்டது என்றால் அதன் பின்வரும் நாகரிகத்தின் காலக் குறியீடுகள் அங்கு சிலவாவது இருக்க வேண்டும். ஹரப்பா அகழாய்வில் கிடைத்த முத்திரைகள், கறுப்பு – சிவப்பு மட்கலங்கள் ஏதும் காம்பேயில் கண்டுபிடிக்கப்படாத நிலையில் காம்பே கண்டுபிடிப்பு ஹரப்பா நாகரிகத்துக்கு முற்பட்டது எனக் கூறி அரசியல் ஆதாயம் தேடுவது தொல்லியல் ஆய்வுப் பணியை சிறுமைப்படுத்துவது போலாகும்' எனக் குறிப்பிட்டார்.

காம்பே கண்டுபிடிப்பை முன்வைத்து அதன் காலம், நாகரிக வளர்ச்சி ஆகியவற்றை மிகைப்படுத்துபவர்களின் நோக்கம் என்ன? இதுவரை வரலாற்றுக்கும் முற்பட்ட காலம் பற்றிய உண்மைகளைத் திருத்தி எழுதவேண்டும் என வரிந்து கட்டிக்கொண்டு நிற்கிறது ஒரு கோஷ்டி. அது பற்றிக் குறிப்பிடும் ரத்னாகர் 'உலகிலேயே சுமேரிய நாகரிகம் தான் பழமையானது என்ற உண்மை காவிப்பட்டாளத்தை வெறுப்படையச் செய் துள்ளது. இவர்களுக்குப் புராதனச் சிதைவுகள் இந்தியாவில் இருக்க வேண்டும். ஏனெனில் மொஹஞ்சதாரோ, ஹரப்பா, மெகர்கார் அனைத்தும் பாகிஸ்தானில் உள்ளன. இவர்கள் சிந்துவெளி நாகரிகத்தை அதன் மூலத்தை அறியுமுகமாக அதற்கும் முற்பட்ட நாகரிகங்களைத் தேடிக்கொண்டிருந்தனர், வசமாகக் கிடைத்தது காம்பே கண்டுபிடிப்பு என்கிறார்.

இதே கருத்தை வலியுறுத்தும் ஆய்வாளர் அகர்வால், இவர்களுக்கு காம்பே கண்டுபிடிப்பை ஹரப்பா நாகரிகத்திற்கு முற்பட்டது எனக் கூறுவது எளிது. அவர்கள் இத்தகைய வாய்ப்புக்காக ஏங்கியிருந்தனர். காம்பே நாகரிகம் ஹரப்பா நாகரிகத்துக்கும் முற்பட்டது என்று கூறுவதால், ஆரியர்கள் இந்தியத் துணைக் கண்டத்திற்கு வெளியிலிருந்து வந்தவர்கள் இல்லை, அவர்களே இந்தியாவின் பூர்வ குடிகள் என்றும், இந்தியாவே உலக நாகரிகத்தின் தொட்டில் என்று கூற உதவும் என்கிறார். மேலும் தொல்லியல் ஆய்வாளர்களின் அங்கீகாரம், பரிசீலனையின்றி காம்பே நாகரிகம் 2500 ஆண்டுகளுக்கு முற்பட்டது எனக் கூறுவது முறையல்ல, என்கிறார். எனவே காம்பே வளைகுடா கடலடிக் கண்டுபிடிப்புகள் பற்றிய ஆய்வுகள் இன்னும் முடியாதவை என்றே கொள்ளவேண்டும். 40 மீ ஆழத்தில் கடலடியில் சிதைவுகள் கிடைக்க வாய்ப்பு என்ன? நிலநடுக்கம் ஏற்படும் இப்பகுதியில் நிலமுறிவால், நிலம் தாழ வாய்ப்புகளுண்டு. காம்பே வளைகுடாப் பகுதியில் 1819இல் நிகழ்ந்த நிலநடுக்கத்தால் ஏற்பட்ட நிலமுறிவால் 6 மீட்டருக்கு நிலம் உயர்ந்து அல்லா பந்த் என்ற பகுதி உருவானது இதற்கு ஒரு எடுத்துக் காட்டு. இதுபோலவே நிலமுறிவால், நிலம் தாழ்ந்து சிந்து சமவெளி நாகரிகத்துடன் தொடர்புடைய வரலாற்றுக்கும் முற்பட்ட காலத்திய ஒரு குடியிருப்பு கடலடியில் சென்று விட்டதா என்பதை உறுதிப்படுத்த வேண்டும். வருங்காலத்தில் நடத்தப்படும் கடலடி ஆய்வுகள், கண்டுபிடிக்கப்படும் புராதனச் சிதைவுகள், அங்கு கிட்டும் சின்னங்கள், எச்சங்கள், அவற்றின் காலக்கணிப்புகள் கொண்ட முறையான கள ஆய்வுகள் ஆகியவற்றால் இவை தெளிவடையும்.

சான்றுப் பட்டியல்

ஆங்கில நூற்கள்

Aurthur, S. Gregor - *The Adventure of Man - His evolution from pre history of Civilisation*
Macmillan
USA, 1966

Allchin, Bridget and Raymond - *The Rise of Civilization in India and Pakistan*,
Cambridge University Press,
U. K., 1996

Berlitz, Charles - *Atlantis, The Eighth Continent*,
Fawcett Crest,
New York, 1984

Cayce, Edgar Evans, Schwartzer, Gaail Cayce, and Richards, Douglas G. - *Mysteries of Atlantis Revisited*,
Harper & Row.
USA, 1988

Cerve, Wishar S - *Lemuria - The Lost Continent of the Pacific*
Grand Lodge of the English Language Jurisdiction, Inc.
U.K., 1997

Deraniyagala P. - *The Pleistocene of Ceylon*
Ceylon National Musuem Publication, New Delhi, 1958

Elliot, Scott W - *The Lost Lemuria* (1904)
Kessinger Publishing Company,
USA, 1997

Elson, Derk	-	*Earth. The Making, Shaping and Workings of a Planet,* Macmillan USA, 1992
Emiliani, Cesare	-	*Planet Earth,* Cambridge University Press, UK, 1995
Graham Hancock	-	*Under World - The Mysterious Origins of Civilisations* Crown Publishers New York, 2002
Gnanasooriyan, K	-	*An introduction to Tamil Culture* Institute for International Tamil Renaissance, London, 1984
Hashimi N.H, Nigam R, Nair R.R & Rajagopalan G	-	*Holocene Sea level fluctuation on Western Indian Continental Margin: An update.* Jour. Geological Society of India, Bangalore, vol.46. pp157-162, 1995.
Hayden H. H	-	*Relationship of the Himalayas to the Indographic plan & Peninsula* Rec. G. S. I. Vol. xiiii pg. 1913.
Joseph, P	-	*Lemuria fresh evidence?* Tamil culture vol. vii no.2 - Journal of the Academy of Tamil Culture - April 1958
Katupotha J.	-	*Quarternary Research in Srilanka* Journal of Geological Survey of Srilanka Vol. 5 141-152 – 1994

Kosambi, D. D.	-	*The Culture and Civilisation of Ancient India in Historical Outline,* Vikas Publishing House Pvt. Ltd., New Delhi, 1999
Kosambi, D. D.	-	*Myth and Reality,* Popular Prakashan Bombay, 1998
Krishnan, M. S.,	-	*Geology of India and Burma.* Higginbothams Madras, 1960
Mitchell, James (Ed.)	-	*The Illustrated Reference Book of the Earth...* Windware USA, 1982
Hanle Paul A & Chamberlain, Von del (Ed.)	-	*Space Science comes of Age.* National Air and Space Museum Smithsonian Institution. 1981.
Parker, H.	-	*Ancient Ceylon* Asian Educational Services New Delhi, 1984
Pillai, K. K.	-	*South India and Srilanka,* University of Madras Madras, 1975
Ramanathan, P	-	*A New Account of History and Culture of the Tamils* The Tirunelveli South India Saiva Siddhantha Works Publishing Society Ltd., Chennai, 1998
Rao K L.	-	*India's Water Wealth* Orient Longman Ltd Hyderabad, 1979.

Rao S. R	-	*Marine Archaelogy of Indian Ocean Countries* (proceedings of the First Indian Conference on Marine Archaeology of Indian Ocean Countries - Oct, 1987) Goa, 1988
Sumathi Ramaswamy	-	*Catostrophic Cartographies : Mapping the lost continent of Lemuria :* The Regents of the University of California USA, 1999
Subrahmanian, N.	-	*The Tamils, Their History, Culture and Civilisation* Institute of Asian Studies, Madras, 1996
Vredenbag, E.	-	*Pleistocene movement in the Indian Peninsula* Rec G. S. I. Vol. xxxiii - pg. 1. 1906
Wilhelm, Geiger (Tr.)	-	*The Mahavamsa or the Great Chronicle of Ceylon* Asian Educational Services, New Delhi, 1993

Map references

1. Naval Hydrographic Office, Dehra Dun
    Hydrographic chart, Sheet No. INT: 709 7706
    of scale 1 : 3,500,000 (1973)
    Hydrographic chart, Sheet No INT 717071
    of scale 1:10,000,000 (1986)
    Cochin to Vishakhapatnam Hydrographic chart
    of scale 1:1,500,000 (1974)

2. Reader's Digest Ass.Inc., New York,
    Rand Mcnally Maps
    Montreal, 1987

3. Microsoft Encarta World Atlas - 1998 edition

4. The Oxford University Press, Delhi
    Oxford School Atlas, (28th edition - 1993)

தமிழ் நூற்கள்

அறவாணன், க. ப.	*தமிழரின் தாயகம்* உலகத்தமிழாராய்ச்சி நிறுவனம் சென்னை, 1984
அருண்ராம்	*ஆழ்கடலில் ஒரு நகரம்* இந்தியா டுடே – ஜூன் 6, 2001
,,	*தூண்டியில் சிக்கிய வரலாறு* இந்தியா டுடே – பிப் 13, 2002
அப்பாத்துரை, க.	*குமரிக்கண்டம் அல்லது* *கடல்கொண்ட தென்னாடு* தென்னிந்தியா சைவசித்தாந்த நூற்பதிப்புக் கழகம், சென்னை, 1972
அருள் செல்வநாயகம்	*ஈழமும் தமிழரும்* ஓரியண்ட் லாங்மென்ஸ் சென்னை, 1963
ஆளவந்தார், ஆர்.	*இலக்கியத்தில் ஊர்பெயர்கள்* உலகத் தமிழாராய்ச்சி நிறுவனம் சென்னை, 1984
கண்மணி, எஸ்	*சிலப்பதிகாரம் காட்டும் நாடும், நகரமும்* ஜி. பதிப்பகம் மதுரை, 1992
கணபதி	*தமிழக வரலாறு* மதுரை பப்ளிஷிங் ஹவுஸ் மதுரை, 1984
பாலகிருஷ்ணன். ஆர்.	*சிந்து சமவெளி நாகரிகமும்,* *சங்க இலக்கியமும்* உலகத் தமிழாராய்ச்சி நிறுவனம் சென்னை, 2011

கந்தையா பிள்ளை, ந. சி.	*தமிழ் இந்தியா* தென்னிந்திய சைவ சித்தாந்த நூற்பதிப்பு கழகம், சென்னை 1945
,,	*நமது நாடு* சென்னை, 1945
,,	*தமிழர் யார்* முத்தமிழ் நிலையம் சென்னை, 1946
கந்தசாமி, வி.	*மதுரை வரலாறும் பண்பாடும்* இந்திரா பதிப்பகம் மதுரை, 1981
கனகசபை, வி.	*ஆயிரத்தெண்ணூறு ஆண்டுகட்கு முற்பட்ட தமிழகம்* (மொ.பெ. : க. அப்பாத்துரை) தென்னிந்திய சைவசித்தாந்த நூற்பதிப்பு கழகம் சென்னை, 1973
காசிநாதன், நடன	*ஆழ்கடல் மரபுச் செல்வங்களையும் அழியாமல் காப்போம்* கல்வெட்டு காலாண்டிதழ் 52 சென்னை, 1999
குருமூர்த்தி, சா.	*தொல்பொருளாய்வும் தமிழர் பண்பாடும்* சென்னை பல்கலைக்கழகம் சென்னை, 1974
குலசேகரன், சு.	*பழந்தமிழின் புதிய பரிமாணங்கள் முதல்பாகம் – பழங்காலம்* திருமகள் வெளியீடு சென்னை, 1991
புலவர் குழந்தை	*இராவண காவியம்* வேலா பதிப்பகம் ஈரோடு, 1971
கோசாம்பி, டி. டி.	*பண்டைய இந்தியா – அதன் பண்பாடும் நாகரிகமும் பற்றிய வரலாறு* (மொ.பெ. : சத்தியா) நியூ செஞ்சுரி புக் ஹவுஸ் சென்னை, 1989

குமரி நிலநீட்சி

கோந்தர தோவ், அலெக்ஸாண்டர் *இந்து மாக்கடல் மர்மங்கள்*
(லெமூரியாக் கண்டம்)
(மொ.பெ. : ஆர். பார்த்தசாரதி)
நியூ செஞ்சுரி புக் ஹவுஸ்
சென்னை, 1982

சங்குப் புலவர், தி. *மதுரைச் சொக்கநாதர் தமிழ்விடுதூது விளக்கவுரை*
தென்னிந்திய சைவசித்தாந்த
நூற்பதிப்பு கழகம்
சென்னை, 1968

சாமிநாதையர், உ. வே. *சிலப்பதிகார மூலமும் அடியார்க்கு நல்லார் உரையும்*
ஜூபிலி
சென்னை

செல்லம், வே. தி. *தமிழக வரலாறும் பண்பாடும்*
மணிவாசகர் பதிப்பகம்
சென்னை, 1955

சின்னத்தம்பி, ஜே. ஆர். *தமிழ் ஈழம் – நாட்டு எல்லைகள்*
(மொ.பெ. : இரா. சச்சிதானந்தன்)
ஸ்ரீகாந்தா அச்சகம்
யாழ்ப்பாணம், 1975 / 76

சிதம்பரனார், அ. *தமிழ்ச் சங்கங்களின் வரலாறு*
தென்னிந்தியா சைவசித்தாந்த
நூற்பதிப்புக் கழகம்
சென்னை, 1948

சுப்பிரமணியன், கா. *சங்க காலச் சமுதாயம்*
நியூ செஞ்சுரி புக் ஹவுஸ்
சென்னை, 1982

தமிழ்நாட்டு வரலாற்றுக் குழுவினர் *தமிழ்நாட்டு வரலாறு*
தொல்பழங்காலம்
தமிழ்நாடு அரசு வெளியீடு
சென்னை, 1975

தாமோதரன், கு. *தொல்லியல் நோக்கில் தமிழகம்*
தமிழ்நாடு அரசு தொல்பொருள்
ஆய்வுத்துறை
சென்னை, 1999

தில்லைவனம், சு. *அரிக்கமேடு அகழாய்வு*
(புதையுண்ட பொதுகே நகரம்)
நன்மொழிப் பதிப்பகம்
புதுச்சேரி, 1990

திருநாவுக்கரசு, க. த. — *இலங்கையில் தமிழ்ப் பண்பாடு*
சேகர் பதிப்பகம்
சென்னை, 1978

தேவநேயன், ஞா. — *திராவிடத்தாய்*
தென்னிந்திய சைவசித்தாந்த
நூற்பதிப்பு கழகம்
சென்னை, 1944

,, — *தமிழனின் பிறந்தகம்*
ஐந்தாம் உலகத்தமிழ் மாநாடு
விழா மலர்
மதுரை, 1981

நெடுஞ்செழியன், க. — *இந்தியப் பண்பாட்டில் தமிழும் தமிழகமும்*
மனிதன் பதிப்பகம்
திருச்சி, 1989

பகவதி, கு. — *இலக்கியத்தில் ஊர்ப் பெயர்கள்*
(தொகுதி இரண்டு)
உலகத் தமிழாராய்ச்சி நிறுவனம்
சென்னை, 1984

,, — *தமிழகம் இலங்கை ஊர்ப்பெயர்கள் – ஓர் ஒப்பாய்வு*
உலகத் தமிழாராய்ச்சி நிறுவனம்
சென்னை, 1991

பத்மநாபன், எஸ். — *தென்குமரியின் புதைந்த வரலாறு*
நாகர்கோவில், 1968

பூங்காவனம், கு. — *உலக முதன்மொழி தமிழ்*
உலகத் தமிழாராய்ச்சி நிறுவனம்
சென்னை, 1986

பெருமாள், அ.கா. — *கன்னியாகுமரி மாவட்ட வரலாறு*
சுபா பதிப்பகம்
நாகர்கோவில், 1995

பெருமாள், கோ. வே. — *பொருநை வளம்*
தென்னிந்திய சைவசித்தாந்த
நூற்பதிப்புக் கழகம்
சென்னை

மதிவாணன், இரா. — *சிந்துவெளி எழுத்தின் திறவு*
தென்னிந்திய சைவசித்தாந்த
நூற்பதிப்புக் கழகம்
சென்னை, 1991

மதிவாணன், இரா.	*இலெமூரியா முதல் அரப்பா வரை* சேகர் பதிப்பகம் சென்னை, 1977
இராமசாமி, சோம. ரமேஷ், த.	*கடல்மட்ட மாறுதல்களும்* *தமிழக்கடல் ஓரத்தில் எதிர்கால* *நிலையும்* *அறிவியல் தமிழியம்* புதுவைப் பல்கலைக்கழகம் பாண்டிச்சேரி, 1995
இராகவன், அ.	*கோநகர் கொற்கை* கலைநூற் பதிப்பகம் திருநெல்வேலி, 1902
இராசவேலு, சு. திருமூர்த்தி, கோ.	*தமிழ்நாட்டு தொல்லியல்* *அகழ்வாய்வுகள்* பண்பாட்டு வெளியீட்டகம் சென்னை, 1995
ஜெயகரன், சு. கி.	*மூதாதையரைத் தேடி* க்ரியா சென்னை, 1991

❖

website references

1. Atlantis: Theories
   http://www.activemind.com/Mysterious/Topics/Atlantis/theories.html dated 7/29/99
2. The Story of Atlantis
   http://www.activemind.com/Mysterious/Topics/Atlantis/story.htmldated 7/29/99
3. An Archaeological Jigsaw Puzzle Exploration
   file:///C/WINDOWS/Desktop/minoan/thera.html dated 9/16/99
4. Minoan Civilization – Utopian World?
   file:///C/WINDOWS/Desktop/minoan/minoan.html dated 9/6/99
5. Ernst Haeckel (1834 – 1919)
   file:///C/WINDOWS/Desktop/haeckel.html dated 9/9/99
6. Flood Stories from around the world by Mark Isaak
   file:///C/WINDOWS/Desktop/flood stories.htm dated 7/29/99
7. What are Prosimian Primates?
   http://www.duke.edu/web/primate/psimians.html dated 10/1/99
8. Madame Blavatsky – Who was she?
   http://www.blavatsky.net/gen/refute/refute/html dated 10/13/99
9. Refutation of charges against Madame Blavatsky.
   http://www.blavatsky.net/gen/refute/refute/html dated 10/13/99

10. Explore the Science of Tsunamis
    wysiwg://1/file:/C/WINDOWS/Desktop/tsunami/tsunamis.htm dated 9/18/99

11. Ernst Haeckel: Evangelist for Evolution and Apostle of Deceit by Russel Grigg first published in Creation Ex Nihilo18 (20:33-36, March-May 1996)
    http://www.answersingenesis.org/docs/380.asp 14th Dec 01

12. NELPII- Cauvery (offshore)basin and block
    file:///C/WINDOWS/Desktop/Kaveribasin ongc.htm dated 5/12/01

13. The Secret Doctrine by H.P.Blavatsky,vol2,- Theosophical University Press Online Edition
    file://C:\WINDOWS\Desktop\pralay3.htm dated 1/12/01

14. Lemuria- the Lost Continent of the Pacific by Wishar S.Cerve' (1931)
    file:///A/Lemuria- The lost Continent of the Pacific.htm dated 12/22/01

15. The story of Atlantis- A geographical, Historical and Ethnological Sketch by Scott- Elliot (1896)
    file:///a/intro.htm

16. New light on Korkai Port- S. Ramacahandran- Korkai port
    http://www.picatype.com/dig/dj0aa02.htm

பொருளடைவு

அலெக்ஸாண்டர்
கொற்ரோதோவ் 73, 78

அரிஸ்டாட்டில் 85

இயக்கர்கள் 124

அட்லாண்டிஸ் கண்டம்
அட்லாண்டிஸ் மரபும் 71, 84 – 90
அரிஸ்டாட்டிலின் கருத்து 85
இக்னேஷியஸ் டாணலியின்
கருத்து 85
சோவியத் ஆய்வுகள் 87
பிளாட்டோவின் கருத்து 84
மினோவன் நாகரிகமும் 89,130

அடியார்க்கு நல்லார் 25, 27, 69

அத்திரம்பாக்கம் 134, 137

அப்பாதுரை, கா 29, 51
குமரிக்கண்டம் அல்லது
கடல்கொண்ட தென்நாடு 64 – 67

அரிக்கமேடு 138

அறவாணன், க.ப.
தமிழரின் தாயகம் 28

ஆதிச்சநல்லூர் 196, 197

ஆதிமனிதக் குடியேற்றங்கள்
ஆஸ்திரேலியா 114 – 116
இலங்கை 121 – 127
வட அமெரிக்கா 116 – 120

ஆயனிடுப்பு 112

ஆவுளியா 44

ஆஸ்தனேஸ்பியர் 104 – 106

இமயமலை 107, 151

இலங்கை
ஆதிமனிதக் குடியேற்றம் 121 – 127
இந்தியாவுடன் சமயத் தொடர்பு 33
தாலமி குறிப்புகள் 35
பண்டைய பெயர்கள் 35, 37
மகாவம்சக் குறிப்புகள் 32 – 33
மெகஸ்தனீஸ் குறிப்புகள் 35 – 36

இளங்கோவடிகள் 26, 27
சிலப்பதிகாரம் 26, 33

ஈழம் 29

எலியட், ஸ்காட் 58, 59, 65
மேலும் பார்க்க லெமூரியா

ஏமிலியானி, சிசாரே 101, 102

கடற்கோள்(கள்)
உலகக் கலாச்சாரங்களில்
கடற்கோள் பற்றிய மரபுகள்
80 – 85,126

கடலடி ஆய்வுத் தகவல்கள்
144, 153–157

தமிழ் இலக்கியக் குறிப்புகள்
26, 29, 71 – 73

கண்டங்களின் பெயர்ச்சி 98 – 100
கண்டத் தட்டுகள் 101 – 107

கண்மணி
சிலப்பதிகாரம் காட்டும்
நாடும் நகரமும் 34, 35, 167

கந்தையா பிள்ளை, ந,சி 61, 70

கட்டுப் பொத, ஜி

கடலடி ஆய்வு 149 – 150

கடலடித் தளத்தின் விரிவு 105 – 106

கம்பர் 38

கனக சபா பிள்ளை 29

காண்டாமிருகம் 113, 133

காம்பே வளைகுடா 155 – 156, 199 – 202

கால்டுவெல், பிஷப் 36

கிளார்க் கிரஹாம் 153

கிரஹாம் ஹேன்காக் 160, 186, 187

குமரி/குமரி நாடு
உரையாசிரியர் குறிப்புகள் 25 – 28

குமரிக் கண்டம்
   தமிழ் ஆய்வாளர்களின்
     கருத்துகள் 61 – 69
குமரித் துறை 33 – 34
   ஊர்த்துறைகள் 34
   சிலப்பதிகாரக் குறிப்பு 35
குமரி நிலநீட்சி 53
   கடலியல் ஆய்வுகள் தரும்
     தகவல்கள் 144 – 151
குமரிக்கோடு 160, 167
குலசேகரன், சு
   பழந்தமிழின் புதிய பரிமாணங்கள் 27
கொடுமணல் 139
கோண்டுவானாக் கண்டம் 73, 74, 79
கோந்த்ரதோவ், அலெக்ஸாண்டர் 73
   மேலும் பார்க்க லெமூரியா
சங்காலியா 133, 137
சங்குப் புலவர், தி 30
சதாசிவம், செ
   சேரநாடும் செந்தமிழும் 36
சாத்தான்குளம் 113
சிந்துபாத் 42, 43
சிவராஜ பிள்ளை, கே,என் 48, 49
சுப்பிரமணியன், என் 30, 72, 73
சுனாமி 90, 97, 98
செங்கோன் தரைச்செலவு 32, 33
செர்வ், விஷார் 67
   (ஹார்வி ஸ்பென்ஸர் ஹூயிஸ்)
டெதிஸ் (ஆதிக்கடல்) 151
தமிழ்ச் சங்கங்கள் 46 – 49
தமிழ்நாட்டு வரலாற்றுக் குழுவினர்
   தமிழ்நாட்டு வரலாறு 71, 72
தமிழ்விடு தூது 31
தமிழகம்/தமிழ்நாடு
   அகழ்வாராய்ச்சிகள் 137 – 140
   கடலடி ஆய்வுகள் 156 – 159, 168 – 170
   நாகரிக வளர்ச்சி 133 – 147
   (சங்காலியாவின் பகுப்பு)
   பண்டைய புவியியலமைப்பு 171 – 178
தரங்கம் பாடி 159
தாமிரவருணி 40, 44, 45

தாலமி, கிளாடியஸ் 39 – 41
திருக்காம் புலியூர் 138
தீரா தீவு 89, 90
துவாரகை 154
தூப்வா யூஜின் 77
தேரிமேடு 134
தேவநேயப் பாவாணர் 28, 69
தொல்காப்பியம் 41, 111
நக்கீரர்/நக்கீரனார்
   இறையனார்
     அகப்பொருளுரை 148 – 149
நாகர்கள் 125 , 126
நாவலந்தீவு 71, 73
நிகம், ராஜீவ் 177
   கடலடி ஆய்வுகள்
நில நடுக்கம்/நில அதிர்ச்சி 94, 97
நில முறிவுகள் 202
நீலகண்டன், ப
   குமரிக் கண்டம் (குறும்படம்) 61
ப்ளாவட்ஸ்கி, ஹெலினா 57
பஃறுளி ஆறு 35, 36
பகவதி, கு
   இலக்கியத்தில் ஊர்ப்பெயர்கள்
     34, 45
பண்டைய உலக நாகரிகங்கள்
   எகிப்து 130
   சிந்துவெளி 130 – 132
   சீனா 129, 30
   பாபிலோனியா 129
   மினோவன் 130
   மெசப்பெட்டோமியா 125
பய்யம்பள்ளி 135, 137
'பலாங்கொடை' மனிதன் 122
பவளப் பாறைகள் 144 – 47
   பவளத் திட்டுகள்
   பவளத் தீவு
   பவளப் பூச்சிகள்
   பார்ட்டன் ஆய்வுகள் 146 – 48
பழையாறு 35
பனியுகம் 107 – 116, 165
   பனியுகமும் கடல் மட்டமும்
   பனியுகத் தொல்லெச்சங்கள்

பாக் நீரிணை 170, 175, 179
பாஞ்சியா
பிங்கல நிகண்டு 166
பிரம்மஞானசபை 56 – 58
பிரளயம்
  பார்க்க கடற்கோள்(கள்) 80 – 90
பிள்ளை, கே.கே. 60, 61
புரூஸ் ஃபுட் 134
புல்லார், எட்வர்ட் 80
புலவர் குழந்தை
  இராவண காவியம் 60, 61
புற நானூறு
  பெரிபுளஸ் மாரிஸ் எரித்திரி 41 – 44
பூம்புகார் 157 – 158
மகா ஒளிப்பத்தாவும்
  பிற தேர்களும் 38, 39
மகாநாமா 37
மகாவம்சம் 36 – 38
மணிமேகலை 125, 138
மத்திய அட்லாண்டிக் கடலடி
  மலைத்தொடர் 86
மதிவாணன், இரா 68 – 70
  இலெமூரியா முதல் அரப்பா வரை
  மன்னார் வளைகுடா 167, 170, 174, 175, 179
மாமல்லபுரம் 160, 161
மெகஸ்தனீஸ்
  மேலும் பார்க்க இலங்கை
ரத்தின புரி பண்பாடு 122

ராபர்ட் புரூஸ் 193
ராமனாதன், பி
ராஜீவ் நிகம் 178 179
லாரேஷியா
லிமர் 54 – 56
லெமூரியன் 65
லெமூரியா/லெமூரியா கண்டம்
  அப்பாத்துரை (கா) கருத்துகள் 64, 67
  ஏர்னஸ்ட் ஹிக்கலின் கருத்துகள் 41–43
  குமரிக்கண்டமும்
  லெமூரியாவும் 69, 70, 72
  தமிழ் ஆய்வாளர்களும்
  லெமூரியாவும் 59 – 61
  ஃபிலிப் ஸ்க்லேடர் கருத்து 56, 58
  விஷார் செர்வ் கருத்துக்கள் 67
  ஸ்காட் எலியட்டின் லெமூரியா 58, 59, 65, 66
  ஹெலினா ப்ளாவட்ஸ்கி 57 – 65
வாணகிரி 158
விஜயன் 37, 124
வெக்கினர், ஆல்ஃபிரட் 56, 78, 98
வேங்கடசாமி, மயிலை சீனி 33
வேடர்கள் 123, 124
வேளிர் 45
வோரா, கே. எச் 154
ஜோசப், பி 63, 64
ஸ்க்லேடர், ஃபிலிப் 56, 57
ஸ்னைடர், அந்தோனியோ 98, 99
ஹிக்கல், ஏர்னஸ்ட் 53, 54, 66
  மேலும் பார்க்க லெமூரியா